சிவப்புநிறத் தலைக்கவசம்

ஜே.கே. பிரதாப்

யாவரும் பப்ளிஷர்ஸ்

The views and opinions expressed in this book are the author's own. The facts contained herein were reported to be true as on the date of publication by the author to the publishers of the book, and the publishers are not in any way liable for their accuracy or veracity.

- சிவப்புநிறத் தலைக்கவசம் ● நாவல் ● ஜே.கே. பிரதாப் ©
- முதல் பதிப்பு : செப்டம்பர் 2024
- SIVAPPUNIRA THALAIKAVASAM ● Novel ● J.K. PRADAP ©
- First Edition : September 2024
- Pages : 222 ● Price : Rs. 260/-
- ISBN: 978-81-979607-2-7

Released by :

M/s. Yaavarum Publishers
24, Shop no - B, S.G.P Naidu Complex,
Dhandeeswaram Bus Stop
Opp: Bharathiar Park
Velachery Main Road
Velachery, Chennai - 600 042
9042461472 / 9940021472
yaavarum.desk@gmail.com
Url : www.yaavarum.com; www.be4books.com

Designed by : G. Murugan

All rights, including professional, amateur, motion pictures, recitation, public reading, broadcasting and the rights of translation into foreign languages are strictly reserved. No part of this book may be reproduced in whole or in part or utilized in any form or by any means electronic or mechanical, including photocopying, recording or by any information storage and retrieval system now known or hereafter invented, without the prior written permission of the author/publisher.

 This book contains no AI-generated texts or illustrations. All written content and artwork have been created by human authors and artists.

அனைத்துலக தீயணைப்பு வீரர்கள்
மற்றும் பேரிடர் மீட்புக் குழுவினருக்கு
இப்படைப்பு சமர்ப்பணம்.

ஜே.கே.பிரதாப்

வே.ஆ. ஜெகதலபிரதாபன் என்ற இயற்பெயர் கொண்ட ஜே.கே.பிரதாப், திருவண்ணாமலை மாவட்டம் தண்டராம்பட்டில் பிறந்தவர். பள்ளிக்கல்வியைச் சாத்தனூர் அணை, சாத்தனூர் மற்றும் தண்டராம்பட்டில் முடித்தார். B.E (Mech), இளநிலை படிப்பை சூரத் சென்று SVNIT இல் முடித்துவிட்டு பின் M.Tech (Industrial Safety Engg.), முதுநிலை படிப்பைத் திருச்சி NITயில் முடித்தார். எழுத்தாளர் ஜீ.முருகன், ஜே.கே.பிரதாப் எனப் பெயரிட்டதோடு தனது வனம் சிறுபத்திரிகையில் 'இரை' என்ற இவரது முதல் சிறுகதையைப் பிரசுரித்தார். தொடர்ந்து இவரது சிறுகதைகள் வனம், மணல்வீடு, நான்காம் பாதை, பவளக்கொடி ஆகிய சிற்றிதழ்களில் வெளிவந்துள்ளன. 'நதிக்கரை வாசம்' என்ற நாவலும் 'சங்கமித்திரை' (தமிழ் மற்றும் ஆங்கிலம்) என்ற சிறுகதை தொகுப்பும் வெளிவந்துள்ளன.

முன்மாதிரி துறைசார் நாவல்

ஜே.கே. பிரதாப் தமிழ்ச் சிற்றிதழ் தளத்தில் சிறுகதையாசிரியராக அறியப்பட்டவர். வனம், நான்காம் பாதை, மணல் வீடு, பவளக்கொடி போன்ற இதழ்களில் இவரது சிறுகதைகள் வெளியாகியுள்ளன. 'சிவப்பு நிறத் தலைக்கவசம்' எனும் இந்நாவல் மூலம் ஒரு துறைசார் நாவலாசிரியராக இப்போது தெரியவருகிறார். தாம் பேராசிரியராகப் பணியாற்றும் தீயணைப்பு, பாதுகாப்பு மற்றும் பேரிடர் மேலாண்மை துறையைக் களமாகக் கொண்டு இந்நாவல் படைக்கப்பட்டுள்ளது. ஒரு முக்கோணக் காதல் கதைக்கு வாய்ப்பளிக்கக் கூடிய கதாம்சம் கொண்ட இந்நாவல் ஆசிரியரின் முனைப்பால் அத்துறை மாணாக்கர்களுக்குப் பயன்தரும் வகையிலான தகவல்களையும் ஆலோசனைகளையும் வழங்கும் ஒரு பாடநூலாகவும் தோற்றம் கொள்கிறது. மாணவர்கள் பேராசிரியராக அல்லாமல் தம் சீனியராகப் பாவித்துக்கொள்ளும் அளவுக்கு அவர்களுடன் நெருங்கிப் பழகுவதிலும் துறைசார் உரையாடல்களை அறிவார்த்தமாக நிகழ்த்துவதிலும் பாண்டியன் நாயகனாக மிளிர்கிறான். அதனாலேயே பலருக்கும் அவனிடம் மரியாதையை மீறிய நெருக்கம். சகப் பேராசிரியர்களிடமும் இந்த இணக்கமுண்டு. இதன் விளைவாக ஏற்படும் பாண்டியன் - அர்ச்சனா இடையேயான காதல் இழையோட்டமும் அதில் மாணவி ஆர்த்தியின் ஊடாட்டமும் நாவலுக்கு சுவாரஸ்யமூட்டும் அம்சங்களாகின்றன. ஆண்களுக்கானதாக எண்ணத்தக்க தீயணைப்பு பாதுகாப்புத் துறையில் இலட்சிய நோக்கோடு துணிச்சல் மிக்கவளாகவும் படைக்கப் பெற்றுள்ள ஜவ்வாது மலை மாணவி ஆர்த்தி நாவலின் நாயகி அந்தஸ்தைப் பெற்றுவிடுகிறார். அவள் பாத்திர

வார்ப்பில் பிரதாப் சொல்லியிருப்பவற்றுக்கு மேலாக சொல்லாமல் வெளிப்படுத்தியிருப்பவை அநேகம்.

ஆர்த்தியின் ஒவ்வொரு பேச்சும் செயலும் அவள் உள்முகமாக இயங்கிக்கொண்டிருக்கும் இன்னொரு உலகின் வெளிப்பாடுகள்தாம். வேறொருவரைக் காட்டிலும் பாண்டியன் இதைச் சரியாக உணர்ந்திருப்பதால்தான் ஆர்த்தியை, அவளது ஆளுமையை எல்லா தருணங்களிலும் அவனால் இயல்பாகக் கையாள முடிந்துள்ளது. நாவலின் முக்கிய இரு நிகழ்வுகளான திருச்சி தொழிற்சாலைத் தீ விபத்து மற்றும் திருக்கோவிலூர் வெள்ளப்பெருக்கு ஆகியவற்றில் பிடிவாதமாகப் பங்கேற்கும் ஆர்த்தியைச் சித்திரித்திருப்பதன் மூலம் நாவலாசிரியரும் இதை முழுமையாகப் படைத்துக் காட்டியுள்ளார். ஒரு வாரத்திற்கும் குறைவான நாட்களே நாவலின் காலம் எனினும் “Industrial visit” செல்லும் முழுமையான அந்த ஒரு நாளில்தான் நாவலின் மைய நிகழ்வுகள் நடந்தேறுகின்றன. நிகழ்வுகளூடாக மழையும் ஒரு பாத்திரமாக தொடர்ந்து முகங்காட்டி வருவதை எழுதி ஆசிரியர் தம் சூழியல் நாட்டத்தையும் சூழல் நம்பகத் தையும் சிறப்புற வெளிப்படுத்தியுள்ளார். திருவண்ணாமலை மாவட்டத்தைக் களனாகக் கொண்ட துறைசார் நாவலெனினும் பாத்திர உரையாடல்களில் அவ்வட்டாரத்தின் கொச்சையும் ஆங்கிலக் கலப்பும் மிகைபடவே தெரிகிறது. பாத்திரங்களின் மனோலோகங்களைத் தவற விட்டிருப்பினும் துல்லியமான காட்சி விவரணைகளாலும் உரையாடல்களாலும் இந் நாவல் ஓர் எதார்த்தப் படைப்பாகவும் முழுமையான, முன் மாதிரியான துறைசார் நாவலாகவும் உருவாகி வந்திருப்பது குறிப்பிடத்தக்கது.

ஸ்ரீநேசன்

சில வார்த்தைகள்

எனது முதலிரு நூல்களான 'நதிக்கரை வாசம்' நாவலையும், தமிழ் மற்றும் ஆங்கிலத்தில் வெளியான 'சங்கமித்திரை' சிறுகதைத் தொகுப்பையும் எந்தவித மெனக்கெடலும் இல்லாமல் இரண்டு ஆண்டுகளுக்கு முன்னர் வெளியிட்டேன். அப்படைப்புகள் தங்களுக்கான வாசகர்களை எப்படியும் கண்டடைந்து கொள்ளும் என்ற நம்பிக்கை இப்போதும் இருக்கிறது. ஆனால் 'சிவப்பு நிற தலைக்கவசம்' என்ற இந்நாவல் அதி உழைப்பையும் முழுமையாக இரண்டு ஆண்டுகளையும் கோரியுள்ளது. இப்புதினத்தின் உள்ளடக்கப் பின்புலம் தமிழ் வாசகர்களுக்கு பரிச்சயமற்றதாக இருக்கலாம். சுனாமியாலும், பெருமழை வெள்ளங்களாலும், வயநாடு நிலச்சரிவு போன்ற பேரிடர்களாலும் அவ்வப்போது இயற்கை நம்மை அதிர்ச்சிகொள்ளச் செய்கிறது. ஏதோ ஒரு வகையில் நம்மை எச்சரிக்கை செய்கின்றதோ என்ற சந்தேகமும் எழுகிறது.

தொழில்நுட்ப வசதிகள் பெருகிவரும் இக்காலத்தில் அதனுடன் இணைந்து வரும் இத்தகு ஆபத்துக்களைப் பற்றிய புரிதலும் அதிலிருந்து மீள்வதற்கான அவசரகால வழிவகை தமிழ் அறிவுசார் வாசகத் தளத்தைச் சென்றடைய வேண்டும் என்பது என் அவா. அன்றாட வாழ்வில் தேவையான பாதுகாப்பு விதிகளையும் அறிவுறுத்தல்களையும் கவனம் கொள்ளாத ஒரு சமூகத்தில் இந்நாவல் சிறு சிந்தனையையேனும் தூண்டும் என்பது என் நம்பிக்கை.

தீயணைப்பு மற்றும் பேரிடர் மீட்புத்துறை சார்ந்த ஒரு புனைவு நான் அறிந்தவரை தமிழில் இல்லை என்பதால் இந்த நாவலை என் சொந்த அனுபவங்களின் உதவியோடும் கருத்தாடல் சிந்தனையோடும் எழுதினேன். மறு வடிவமைப்பாக மாறும் அளவுக்கு போதுமான திருத்தங்களால் நாவல் உருமாறி நிறைவுபெற்றுவிட்டதாக எனக்கு தோன்றியதாலேயே இப்போது வெளியாகிறது. இப்படைப்பு தமிழிலக்கிய வாசகர்களின் பரவலான கவனத்தைப் பெற்றாலே இதன் நோக்கம் நிறைவேறும் என்று நினைக்கையில், ஜீ. முருகன் யாவரும் பதிப்பகத்தைப் பரிந்துரைத்தார். யாவரும் பதிப்பகத்தாரும் நாவல் பரிசீலனைக்காகப் பல நாட்கள் தங்களின் உழைப்பை இதில் செலுத்தியிருக்கிறார்கள்.

வாழ்வின் புதைமணலில் சிக்குண்டு தவித்துக்கொண்டிருக்கும் நெருக்கடியான இத்தருணத்தில் பிரதிபலனற்ற உதவிகள் பல நல்கிவரும் வினோத், ராஜ், சதீஷ், ரஞ்சித், சஞ்சய் எனப் பல நண்பர்கள் கிடைக்கப்பெற்றது முன்னோர்களின் ஆசிகள் என்றுதான் சொல்லத் தோன்றுகிறது. இச்சூழலில் ஒரு தாம்புக் கயிற்றை என்முன் வீசுவதாக, ஸ்ரீநேசன் தனது ஆக்கபூர்வமான ஆலோசனைகளையும் நாவல் குறித்த சிறந்ததொரு அறிமுகக் குறிப்பையும் வழங்கி புதைகுழியிலிருந்து மேலே கொண்டுவந்து விட்டார். இப்படைப்பின் பேசுபொருள் தனித்துவத்திற்காகப் பதிப்பிக்க முன்வந்த யாவரும் பதிப்பகத்திற்கும், பரிந்துரைத்த ஜீ. முருகன் அவர்களுக்கும் என்றென்றும் நன்றிகள்.

ஸ்ரீநேசனின் வரிகளைப் படித்துவிட்டு எனது பேராசிரியர், மேனாள் புதுச்சேரி NIT இயக்குநர் K. சங்கரநாராயணசாமி

அவர்கள் அளித்த வார்த்தைகள் என்னுடைய வலிகளை மறக்கச் செய்கின்றன.

The foreword is fantastic. This may be a Good plot for making a Movie. All the Best.

அப்படியே ஆகட்டும்.

ஜே.கே. பிரதாப்,
நாசிக்

நன்றி....

நான் பயின்ற, பயிற்றுவித்த அனைத்து கல்வி நிலையங்கள், உடன் பணிபுரிந்த பேராசிரியர்கள் மற்றும் மாணவர்கள் அனைவருக்கும் நன்றி.

NIT, Trichy - TN
IES-IPS Academy, Indore - MP
CSFT, Sanand- GJ
Swami Vivekananda University, Sagar - MP
MRKIET, Rewari - HR
Mewar University, Chittorgarh - RJ
SCFESM, Nashik - MH

பகுதி-I

திருவண்ணாமலை

1

வெள்ளிக்கிழமை காலை, ஆதிரை பல்கலைக்கழகத் தீயணைப்பு பாதுகாப்பு மற்றும் பேரிடர் மேலாண்மைத் துறை கட்டிடத்திற்குள் உதவிப் பேராசிரியர் பாண்டியன், கையில் வாகன தலைக்கவசத்தைப் பிடித்தபடி வருகையில் அனைத்து மாணவர்களும் அவனுக்கு வணக்கம் செலுத்தினார்கள். அவனும் தனது தலையசைப்பின் மூலம் அனைவரது மரியாதையை ஏற்றுக்கொண்டு உள்ளே நுழைந்தான். ஆர்த்தி மட்டும் சார் என்று விளிக்காமல் காலை வணக்கம் என்பதை மட்டுமே சொல்லிவிட்டு அமைதியாய் தலை திருப்பிக்கொண்டதை அவன் கவனித்தான். மாணவர்களைக் கடந்து அவனது அறைக்குள் சென்றவன் தனது தோள்பையை மேஜையின் மீது கிடத்திவிட்டு அலமாரியின்மேல் தலைக்கவசத்தை வைத்தபின் கணினியை உயிர்ப்பித்தான். கணினி தனது இயக்கத்துக்குத் தயாராகும் நிமிடங்களில் துறையின் சகப் பேராசிரியை அர்ச்சனா தூரத்தில் நடந்து வருவதைக் கண்ணாடிக் கதவின் வழியே பார்த்தான்.

கணினியில் தனது வருகையைப் பதிவுசெய்து நிமிர்ந்தவனிடம் உள்ளே வந்த அர்ச்சனா, "குட் மார்னிங் பாண்டியன்" என்றாள்.

"குட் மார்னிங் ஏஞ்சல்" என்றான் பாண்டியன்.

‘‘காலையிலேயே மெயில் செக் பண்ணிட்டியா’’

‘‘எச்ஓடி தான் பண்ணியிருக்கார், பத்தே காலுக்கு கான்பிரன்ஸ் ஹால்ல இருக்கணுமாம்’’மேலும் அன்றைய தினத்தின் துறை வேலைகளை அவனுடன் விவாதித்தாள். ஏனெனில் இளங்கலை தொழில்நுட்பவியல் படிக்கும் மாணவர்களுக்கு ப்ராஜெக்ட் அறிமுகக் கூட்டம் அன்று நடக்கவிருக்கிறது. எனவே பாண்டியன் அதைப்பற்றி விவரித்துவிட்டு அர்ச்சனா மதியம் மேற்கொள்ளப் போகும் வேலைவாய்ப்புத் தகவலையும் தொழிற்சாலைகளின் பெயர்களும் தயாராக உள்ளதா என விசாரித்தான். அவளும் எல்லாம் தயாராக வைத்திருப்பதாகச் சொல்லிவிட்டு ப்ராஜெக்ட் கூட்டம் தொடங்க நேரமாகிவிட்டதைக் குறிப்பிட இருவரும் துறை தலைவர் அறை நோக்கி நடந்து சென்றார்கள்.

வழியில் குழுக்குழுவாக நின்றிருந்த நான்காம் ஆண்டு மாணவர்களைக் கலந்தாய்வு கூடத்திற்குள் சென்றமருமாறு அறிவுறுத்தினான் பாண்டியன். அவர்கள் உள்ளே செல்ல இருவரும் அருகில் இருந்த துறைத்தலைவரின் அறைக்குள் நுழைந்தார்கள்.

நாற்பதுகளின் மத்தியில் இருக்கும் துறைத்தலைவர் கணபதி தனது அறையினுள்ளே மடிக்கணினியில் தட்டச்சு செய்துகொண்டிருந்தவர், கதவைத் திறந்து உள்ளே நுழைந்தவர்களைப் பார்த்துத் தலை நிமிர்ந்து தனக்கு முன்னே சுவரில் மாட்டியிருந்த கடிகாரத்தில் நேரத்தைக் கவனித்தார். முன்பே திட்டமிட்டபடி ஐந்து நிமிடங்களுக்கு முன்பாகவே தன்னை அழைத்துச்செல்ல வந்திருக்கும் இருவரையும் பார்த்துப் புன்னகைத்தார். நேரம் தவறாமை என்பது அத்துறையின் தாரக மந்திரங்களில் ஒன்று என்பதால் அவரும் உடனடியாகத் தனது பணியைத் தற்காலிகமாக நிறுத்திவிட்டு

அவர்களுடன் கலந்தாய்வுக் கூடத்தை நோக்கி நடந்தார். கலந்தாய்வு அறையில் இருந்த மாணவர்கள் எழுந்து நிற்க மூவரும் உள்ளேயிருந்த மேடைக்குச் சென்றார்கள்.

கணபதி மேடைத்திரையில் தவறாகக் குறிப்பிட்டிருந்த வருடத்தைத் திருத்துமாறு கூறி தனது வலதுபுறம் பாண்டியனும் இடதுபுறம் அர்ச்சனாவும் நின்றிருக்க மேடையில் நடுநாயகமாக இருந்து மாணவர்களை நோக்கினார். மாணவர்கள் அவருக்கு தங்களது காலை வணக்கத்தையும் ''இந்தியா வாழ்க'' என்ற வாழ்த்தையும் ஒருசேர உரக்கக் கூறினர். அதை ஏற்றுக்கொண்ட கணபதி இருக்கையில் அமர அனைவரும் தத்தமது இருக்கைகளில் அமர்ந்தார்கள். பாண்டியன் மேஜையில் இருந்த கோப்பை எடுத்து கணபதியிடம் தான் தயாரித்துள்ள பணிகளைச் சுருக்கமாகக் கூறினான். வலதுபுறமிருந்த போடியம் சென்று அங்கிருந்த கணினி விசைப்பலகையில் வருடத்தைச் 2009-10 என சரிசெய்து விட்டு மாணவர்களைத் திரும்பிப் பார்த்தான்.

பதிவு செய்துள்ள மாணவக் குழுக்களிடம் ஒவ்வொரு குழுவின் தலைவர் மட்டுமே 15 நிமிட கால அவகாசத்தில் தாங்கள் மேற்கொள்ளப் போகும் அவ்வாண்டு ப்ராஜெக்ட் பற்றி விவரிக்குமாறு கூறிவிட்டுத் தம் இருக்கைக்கு வந்தான்.

முதலாவதாகக் கண்ணன் தனது குழுவுடன் மேடை ஏறி, அப்பொழுது தொடர்ந்து பத்திரிகை செய்திகளில் வந்துகொண்டிருந்த நீர்மூழ்கிக் கப்பல்களில் ஏற்படும் விபத்துக்களைக் குறிப்பிட்டு விட்டு அதற்கான தீர்வாய் ஃபால்ட் ட்ரீ அனலைஸ் (FTA) எனும் விபத்துக்கான சாத்தியக்கூறுகளையும் காரணிகளையும் அலசும் ஒரு தொழில்நுட்ப முறையைப் பயன்படுத்தி இதைச் சரிசெய்ய முடியும் என விளக்கினான். இதைச் செய்வதற்கு அதற்குரிய

தொழிற்சாலைக்குச் செல்லக்கூடிய சாத்தியக் கூறுகள் குறைவாக இருப்பதாய் குறிப்பிட்டார் கணபதி. ஆனால் கண்ணனோ கப்பல் கட்டும் அரசாங்க நிறுவனத்தில் வேலை செய்யும் அவனது மாமா உதவிசெய்ய உறுதி அளித்திருப்பதாகச் சொல்ல, கணபதி அரை மனதுடன் அனுமதி அளித்துவிட்டு, பிறகு அவனைத் தனது அறைக்கு வந்து சந்திக்குமாறு கூறினார்.

தொடர்ந்து இரண்டாவது குழுவினர் நின்றார்கள்.

"இதுல யாரு லீடர்?"

"நான்தான் சார்" என விஜய் என்ற மாணவன் முதலாவதாக வந்து நின்றான்.

"சரி, சொல்லுப்பா, என்னப் பண்ண போறீங்க?"

"சார், போர்வெல் ரிஸ்க் ஆபரேஷன் எக்யூப்மெண்ட் டிசைன் பண்ணலாம்னு இருக்கோம் சார்".

"எப்படி?"

"இந்தியாவுல பல இடத்துல மூடப்படாத போர்வெல்லுல சின்ன குழந்தைங்க விழுந்து மாட்டிக்கிறாங்க சார், அவங்கள எப்படிக் காப்பாத்தலாம்னு யோசிச்சோம், அப்பதான் பாண்டியன் சார் கிளாஸ் ரூம்ல இதப்பத்தி பேசினார், அதையே ப்ராஜெக்ட்டா பண்ணலாம்னு முடிவு பண்ணோம்"

"என்ன பாண்டியன்? நீங்க பண்றதா சொன்னீங்க" பாண்டியனைப் பார்த்தார் கணபதி.

"நான் பண்ணா என்ன, இவங்க பண்ணா என்ன சார், கடைசில பேட்டன் வாங்கப்போறது நம்ம யுனிவர்சிட்டிதானே சார்" என்றான் பாண்டியன்.

"சரி, நீ சொல்லு விஜய்" என்றார் கணபதி.

"எஸ் சார், ஏதாவது துணி அல்லது சிந்தடிக் மாதிரியான வேறு பொருள், அதுல அடிசிவ் மாதிரி ஜெல்லை அப்ளை பண்ணி அப்படியே குழாயில் இறக்கிக் குழந்தையோட உடம்புல பிசின் மாதிரி ஒட்டச் செய்துட்டுப் பிறகு மெல்ல மெல்ல தூக்கலாம் சார்"

"இதுல இருக்கிற பிரச்சினைகள் என்னென்ன தெரியுமா?"

"கொஞ்சம் தெரியும் சார், ஆனா ப்ராஜெக்ட் ஒர்க் பண்ணும்போது அதை சரிபண்ணிடலாம் சார்"

"சரி, இதையெல்லாம் எங்க செய்யப் போறீங்க"

"நம்ப டிபார்ட்மெண்ட்லதான் சார், நம்ப ஹைட்ரேண்ட் பைப் சைசும் போர் பைப் சைசும் ஒரே அளவுதான். நம்ம கிட்ட பைப் இருக்கு சார், டம்மி பொம்மையும் இருக்கு, 10 கிலோவை முதல்ல அப்ளை பண்ணி பார்த்துட்டு அப்புறம் 15 கிலோ வரைக்கும் எக்ஸ்பிரிமெண்ட் பண்ணலாமுன்னு இருக்கோம் சார்"

"மெக்கானிக்கல் ப்ரொபசர் யாரையாவது சேர்த்துக்கலாம் சார்" என்று அவர்களுக்கு ஆதரவு தெரிவித்தான் பாண்டியன். கணபதி சிறிது நேரம் யோசித்துவிட்டு "சரி, நீங்க போங்க" எனக்கூறிப் பாண்டியனை நோக்கித் திரும்பி, "பேசாம எம்.டெக் பசங்க ரெண்டு பேர இதுல சேத்துடலாமா பாண்டியன்?" எனக் கேட்டார்.

"இத இவங்களே பண்ணட்டும் சார், அதுக்கப்புறமும் நிறைய வேலை இருக்கு, அதுக்கு எம்.டெக் ஸ்டூடெண்ட்ஸை பயன்படுத்திக்கலாம்"

“நல்லது, நீங்களே இவங்களை கைடு பண்ணுங்க” என்றவாறு,“அடுத்த பேட்சைக் கூப்பிடு” எனத் தொடர்ந்தார் கணபதி.

மூன்றாவதாக வந்த குழுவினர், தொழிற்சாலைகளில் இனிஷியல் ஃபையர் எனப்படும் ஆரம்பக்கட்ட நிலையில் உள்ள சிறு தீயினை அணைத்திடும் உபகரணம் குறித்து விளக்கினர். இருசக்கர வாகனத்தில் பால் வண்டிகளில் பயன்படுத்தும் இரு கேன்களைப் போல் தண்ணீரைச் சுமந்து சென்று தீயை அணைக்கக்கூடிய வசதிகொண்ட ஃபையர் பைக் வடிவமைக்கப் போவதாகக் கூறினார்கள். அந்த வாகனத்திற்கு கூடுதல் மோட்டார் எதுவும் தேவைப்படாமல் வாகனத்தின் இன்ஜினைப் பயன்படுத்தியே இருபது மீட்டருக்கு மேல் தண்ணீரைப் பீய்ச்சி அடிக்க முடியும் என விளக்கினார்கள். மேலும் தங்களிடம் உள்ள இருசக்கர வாகனத்தையே இந்த உருவாக்கத்திற்குப் பயன்படுத்திக்கொள்ளப் போவதாகவும் சொன்னார்கள். கணபதி அவர்களின் இந்தப் புதிய தொழில்நுட்பச் சிந்தனையை அங்கீகரித்துவிட்டு இந்தத் திட்டம் ஒருவேளை தவறாகப் போனாலும் கூட அவர்களுக்குப் புதிய இருசக்கர வாகனம் துறை சார்பாக வழங்கப்படும் எனத் தெரிவித்து மகிழ்ச்சியூட்டினார்.

அடுத்த குழு வருவதற்கு முன்பே பாண்டியன் அங்கிருந்து எழுந்து வெளியில் செல்ல முற்பட்டான். அதற்குள், “ஆர்த்தி குரூப் வாங்க” என அர்ச்சனா சொல்ல, அந்த குரூப் மாணவிகள் ஐந்து பேர் வந்து மேடையேறவும் பாண்டியன் கீழே இறங்கப் போவதைப் பார்த்து, ஆர்த்தி வேகமாகச் சென்று அர்ச்சனாவிடம் “மேடம், சார் போறாரு” என்றாள்.

“யாரு?” எனக் குழப்பமாய் கேட்டாள் அர்ச்சனா.

“பாண்டியன் சார்”

“ஆமா போறாரு”

“ப்ளீஸ் மேடம் கூப்பிடுங்க” எனக் கெஞ்சல் தொனியில் கூற, அர்ச்சனாவும் அதைப் புரிந்துகொண்டு கணபதியிடம், “சார் பாண்டியன் சாரைக் கூப்பிடுங்க” என்றாள். கணபதி ஒன்றும் புரியாமல் “ஏதாவது போன் வந்திருக்குமா”என்றார். அர்ச்சனா உடனே மேஜையில் இருந்த பாண்டியனின் கைபேசியைக் காட்ட, உடனே அவர், “பாண்டியன் இங்க வாங்க” என்றார். பாண்டியன் எதுவும் காதில் விழாமல் சென்றுகொண்டிருக்க, பின்வரிசையில் அமர்ந்திருந்த ஒரு மாணவன் பாண்டியனை நிறுத்தி, “சார், உங்களை எச்ஓடி கூப்பிட்றார்”என்றான். பாண்டியன் திரும்பிப் பார்க்க, அவரும் “இங்கே வாங்க”எனத் தலையசைத்துக் கூப்பிட்டார். மேடையில் இருந்த மாணவிகள் எல்லோரும் பாண்டியனைப் பார்க்க “இந்தப் பஞ்சபூதங்க” என மெல்ல முணுமுணுத்தபடி மேடையை நோக்கித் திரும்பி நடந்தான். பாண்டியன் தனது இருக்கையில் சென்றமர்ந்த உடனே ஆர்த்தி புன்னகையுடன் தங்களது திட்டத்தை விளக்கத் தயாரானாள்.

2

“சொல்லும்மா ஆர்த்தி, உங்க குரூப் என்ன பண்ண போறீங்க?” எனக் கேட்டார் கணபதி.

“சார், நாங்க சின்னதா ஒரு சிக்னல் ஜாமர் உருவாக்க போறோம்”

“எதுக்கு?”

“டிரைவருங்க வண்டி ஓட்டும்போது பேச முடியாதபடி பண்ணத்தான்”

“சரி, பங்க்ஷன் எப்படிப் பண்ணும்”

“சார், ஒரு மீட்டர் ரேஞ்சுக்கு சின்னதா சிக்னல் ஜாமர் கண்டுபிடிச்சு, ட்ரைவர் சீட்டுக்கு மேலே பொருத்திடணும், வண்டி எப்ப ஸ்டார்ட் ஆனாலும் உடனே அதோட பங்க்ஷனும் ஸ்டார்ட் ஆயிடும், இன்ஜின் ஆப் பண்ணா அதுவும் ஆப் ஆய்டும்”

“முதல்ல இந்த ஐடியா எப்படி வந்துச்சு?” எனக் குழப்பத்துடன் கேட்டார் கணபதி. மாணவிகள் பதில் சொல்ல பயந்தவாறு பாண்டியனைப் பார்த்தபடி நின்றிருந்தார்கள்.

“ஐடியா நல்லாதாம்மா இருக்கு, சரி சொல்லுங்க” என கணபதி மாணவிகளை உற்சாகப்படுத்தினார். ஆனால் மாணவிகளோ வாய் திறக்காமல் அமைதியாகத் தலை குனிந்தவாறு பாண்டியனின் அசைவைக் கவனித்தபடி இருந்தார்கள்.

“ஆர்த்தி, சார் கேக்குறாரு இல்ல, சொல்லு” எனக் கண்டிப்பான குரலில் அதட்டினாள் அர்ச்சனா.

“சார், இதுக்கு மூலகாரணமே பாண்டியன் சார்தான்”என்றாள் ஆர்த்தி. கணபதி பாண்டியனை வித்தியாசமாகப் பார்த்துவிட்டு, “ம்... சொல்லு”என்றார்.

“கிளாஸ் ரூம்ல பாடம் நடத்தும்போது மொபைல் ஆபரேட் பண்ணக் கூடாதுன்னு நெறைய தடவை பாண்டியன் சார் சொல்லிப் பாத்துட்டார் சார், ஏன்? நெறய தடவை மொபைலை வாங்கி உங்க கிட்ட குடுத்திருக்காரு, அப்பயும் சிலபேர் மொபைல் யூஸ் பண்ணிட்டுதான் இருந்தாங்க”

“ம்...”

"அப்பதான் ஒருநாள் பாண்டியன் சார், சின்னதா ஒரு பாக்ஸை எடுத்து வந்து நடு கிளாஸ் ரூம்ல வச்சுட்டு 'இப்ப நீங்க யாரு வேணா உங்க மொபைல ஆப்ரேட் பண்ணலாம், அஞ்சு நிமிஷம் டைம் தரேன்னு' சொன்னார்"

"சரி"

"அப்புறம் நாங்க அந்த அஞ்சு நிமிஷமா எங்க மொபைல்ல எவ்வளவோ ட்ரை பண்ணோம், சிக்னல் வேலை செய்யல சார், அப்பதான் அவர் சொன்னார், 'இனிமே நீங்க ஒழுங்கா இல்லன்னா டெய்லி இதை எடுத்துட்டு வந்து இங்கே வச்சிடுவேன், இதுதான் சிக்னல் ஜாமர். 10 மீட்டர் சுற்றளவுக்கு இது வேலை செய்யும். உங்கள மாதிரி ஒர்க்கர்ஸ் திருந்தலைனா கம்பனியில இதுதான் நடக்கும். அதனால ஒழுங்கா இருங்கன்னு வார்னிங் பண்ணாரு', அப்பதான் இதையே சின்னதா யூஸ் பண்ணலாம்னு நினைச்சோம்" என்று சொல்லி முடித்தாள் ஆர்த்தி.

"இது இல்லீகல் பாண்டியன்" என்றார் கணபதி.

"தெரியும் சார், அன்னைக்கு ஒருநாள் அதுவும் அந்த அஞ்சு நிமிஷம் தான் யூஸ் பண்ணி காமிச்சேன், அப்புறம் அதைத் தூக்கிப் போட்டுட்டேன்" என்றான் பாண்டியன்.

"சரி, அத அப்புறம் பேசலாம், இந்த ஐடியா நல்லாதான் இருக்கு. ட்ரை பண்ணலாம், ஆனா நீங்க குரூப்பா இருக்கறது நல்லா இல்லையே" என்றார் கணபதி கண்களைச் சுருக்கி அவர்களைக் கூர்ந்து பார்த்தபடி. மாணவிகள் தாங்கள் ஏதோ தவறு செய்துவிட்டோமோ என்ற பாவனையில் குழப்பமாக நின்றார்கள். அவர்களின் நிலையை உணர்ந்துகொண்ட அர்ச்சனா, "நீங்க ஒன்னும் தப்பு பண்ணல" என அவர்களுக்கு

உதவிக்கரம் நீட்டினாள். வேறு என்ன என்பது போல் அவர்கள் அர்ச்சனாவைப் பார்த்தார்கள்.

"கேர்ல்ஸ் நீங்க அஞ்சு பேரும் ஒரே குரூப்பா இருக்கிறதுதான் பிரச்சினை, இது நம்ம பீல்டுக்கு சரியில்ல, இப்பவே இப்படி எல்லாப் பொண்ணுங்களும் தனியா வேலை செஞ்சா கம்பெனியில போய் எப்படி வேலை பாக்கப் போறீங்க, அதுவும் அங்க மேக்சிமம் ஆம்பளைங்க தான் இருப்பாங்க" என விளக்கினாள். மாணவிகள் சற்று நிம்மதி பெருமூச்சு விட்டார்கள். அவர்கள் செய்த தவறு புரிந்தது.

"இதுல ஒருத்தர்தான் இருக்கணும், மத்த நாலு பேரையும் வெவ்வேறு குரூப்ல சேர்த்து விடுறேன்" என்றார் கணபதி.

"சார் ஆர்த்தியே இதைப் பண்ணட்டும்" என்றாள் ஒரு மாணவி.

"அப்ப சரி, பாண்டியன் நீங்க கைடு பண்றீங்களா" எனக் கேட்டார் கணபதி.

"சார், அர்ச்சனா பி.டெக் எலக்ட்ரானிக்ஸ் இன்ஜினியரிங், அவங்க கைடு பண்ணா நல்லா இருக்கும்" என்றான் பாண்டியன்.

"அதுவும் சரிதான், நீ என்னம்மா சொல்ற அர்ச்சனா"

"சரிங்க சார்" என்றாள் அர்ச்சனா.

"சரி, நீங்க போங்க, உங்களை வேற குரூப்ல சேர்த்துர்றேன், ஆர்த்தி உன் குரூப்ல நீ நாலுபேர சேத்துக்கணும்" என உத்தரவிட்டார் கணபதி.

"சார், எல்லாருமே குரூப் ஃபார்ம் பண்ணிட்டாங்க" எனத் தயங்கியவாறு சொன்னாள் ஆர்த்தி.

“அப்படியா.... சரி நாங்களே அரேஞ்ச் பண்றோம்” என அவர் சொல்லி முடிக்க, பணியாள் ஒருவன் காப்பிக் கோப்பையுடன் அவர்கள் மேஜையை நெருங்கினான்.

“சார், பெரியவங்க ரெண்டு பேரும் வந்துட்டாங்க”என கணபதியிடம் கூறினான்.

“காப்பி கொடுத்துட்டியா” எனக் கேட்டார் கணபதி.

அவனும் “ஆம்”என்றான்.

“சரி நீ போ, அவங்க வருவாங்க”. அச்சேவகன் விலகி கதவைத் திறந்து வெளியில் இருந்த நாற்காலியில் அமர்வதைப் பாண்டியன் பார்த்தான்.

அடுத்த குழு வருவதற்குள் இரண்டு மூத்த கௌரவப் பேராசிரியர்கள் அக்கூடத்திற்குள் நுழைந்து அந்தக் கூட்டத்தில் கலந்துகொண்டார்கள். அதைத் தொடர்ந்து ஃபயர் டிரோன் எனப்படும் ட்ரோன்களின் மூலம் பந்து வடிவிலான ஒரு கிலோ எடை கொண்ட டிசிபியை (தீயணைப்பு பவுடர்) சுமந்து தீயின் மீது விழுமாறு செய்ய அவை தீயில் விழுந்து வெடித்து வெள்ளை நிற பவுடராகச் சிதறி அத்தீயை கட்டுக்குள் கொண்டுவரும் முறையை விளக்கினார்கள். அது சில நாடுகளில் வழக்கத்தில் இருந்தாலும் இந்தியாவில் இதுவே முதல்முறையாக இருக்கும் என அத்திட்டத்திற்கு துறைப்பேராசிரியர்கள் தங்களது ஆதரவு தெரிவித்தார்கள்.

மேலும் மாநில அளவிலான தீயணைப்பு விதிகள் மற்றும் வழிகாட்டு நெறிமுறைகள் (கையேடு), தொழிற்சாலையில் பாதுகாப்பு, கும்பகோணம் தீ விபத்து பற்றிய ஆராய்ச்சி எனப் பல ப்ராஜெக்ட்களின் முதல் அறிமுகக்கூட்டம் உணவு இடைவேளைக்கு முன் நிறைவுற்றது.

உணவு இடைவேளைக்குப் பிறகான கூட்டத்தில் பாண்டியன் போடியம் எதிரே நின்றுகொண்டு மாணவர்கள் குழுவிற்கு பொறுப்பேற்றுள்ள வழிகாட்டிப் பேராசிரியர்களின் பெயர்களை அவர்களுக்கு தெரிவித்தான். அவனைத் தொடர்ந்து கணபதி தனது பேச்சை ஆரம்பித்தார். எப்படி இந்த ஆதிரை பல்கலைக்கழகம் தொடங்கியது என்பதையும், இப்பொழுது 3000 மாணவர்களுடன் திருவண்ணாமலை மாவட்டத்தில் முதலாவது பல்கலைக் கழகமாகவும் தமிழக அளவில் இருபதாவது இடத்தைப் பிடித்து சிறந்து விளங்குவதையும் விவரித்தார். மேலும் துறையிலுள்ள சிறந்த பேராசிரியர்களைக் குறிப்பிடுகையில் பாண்டியன் அதே கல்லூரியில் இளநிலை தொழில்நுட்பவியல் ஃபயர் அண்ட் சேஃப்டி படித்து முடித்து இரண்டு ஆண்டுகள் தொழிற்சாலைகளில் வேலை பார்த்துவிட்டு மீண்டும் தனது முதுகலை படிப்பிற்காக லண்டன் சென்று வந்ததையும், அர்ச்சனா இளநிலை தொழில்நுட்பவியலில் மின்னணுவியலும் முதுநிலையில் என்விராண்ட்மெண்ட் படித்துவிட்டு இரண்டு ஆண்டுகள் வேலை செய்துவிட்டு இங்கு சேர்ந்திருப்பதையும், இரண்டு கௌரவ பேராசிரியர்களின் முப்பது வருட தொழிற்சாலை அனுபவத்தையும் சொல்ல தவறவில்லை. அதே நேரம் மாணவர்கள் பெரும்பாலான ப்ராஜெக்ட் தொழிற்சாலை சார்ந்த விஷயங்களில்லாமல் இருப்பதைச் சுட்டிக்காட்டியவர் அடுத்த வாரம் திருச்சி பெல் கம்பெனியில் இண்டஸ்ட்ரியல் விசிட் ஏற்பாடு செய்திருப்பதையும் தெரிவித்தார். கூடவே இந்த ஆண்டு மாணவர்களின் வேலை வாய்ப்புக்காக வரப்போகும் தொழிற்சாலைகள் பற்றி அர்ச்சனா விவரிப்பார் எனக் கூறி தன் இருக்கையில் சென்றமர்ந்தார்.

மாணவர்களின் கைத்தட்டலுக்கிடையே அர்ச்சனா புன்னகை முகத்துடன் போடியம் வந்தவள் அந்தக் கைத்தட்டல்கள்

பல மடங்காகுமாறு இந்த வருடம் முதன்முதலாக வரும் பத்து கம்பெனிகளில் இரு வெளிநாட்டு கம்பெனிகளும் இருப்பதாகக் கூற மாணவர்கள் சீழ்க்கை ஒலியிலும் கைத் தட்டல்களிலும் அந்தக் கலந்தாய்வு அறை அதிர்ந்தது. அதைத் கவனித்த பாண்டியன் சட்டென எழுந்து கோபப் பார்வையை மாணவர்கள் மீது வீசி அமைதியாக இருக்கும்படி சைகை செய்ய அவர்களும் உடனடியாகத் தங்களின் ஆர்வக்கோளாறை கட்டுப்படுத்திக் கொண்டு மௌனமானார்கள். அர்ச்சனா பாண்டியனுக்குத் தலையாட்டி நன்றி கூறிவிட்டு இந்த ஆண்டு வரும் கம்பனிகளின் பெயரும் உத்தேசமாக வரும் நாட்களையும் சொல்லச் சொல்ல மாணவர்கள் அதைக் குறிப்பெடுப்பதில் மும்முரமானார்கள். கடைசியாக மீண்டும் போடியம் வந்த கணபதி அடுத்த மூன்று நாட்கள் விடுமுறை என்றும் செவ்வாய்க்கிழமை வருபவர்கள் மட்டுமே புதன்கிழமை இண்டஸ்ட்ரியல் விசிட் செல்வதற்குத் தகுதியானவர்கள் எனவும் கண்டிப்புடன் கூறி, பாண்டியனும் அர்ச்சனாவும் அவர்களை வழிநடத்திச்செல்வார்கள் என்பதையும் கூறி முடித்துக்கொண்டார்.

அன்று இரவு எட்டு மணிவாக்கில், பாண்டியனைப் பெயர் சொல்லி அழைக்கும் உரிமையுள்ள மாணவர்களில் ஒருவனான விஜய், பாண்டியன் வீட்டில் சாப்பிட்டுக் கொண்டிருந்தான். வீடு பல்கலைக்கழகத்திலிருந்து இரண்டு கிலோமீட்டர் தள்ளியிருந்தது.

"பாண்டியன், பத்து மணிக்குதானே பஸ்" எனக் கேட்டான் விஜய்.

"ஆமா விஜய், நீ வார்டனுக்கு சொல்லிட்டுதானே வந்தே"

"அதெல்லாம் சொல்லிட்டேன், வீட்டுச்சாவி வேணும் பாண்டியன்"

“அப்படியா, ஒன்னு பண்ணு, நான் ஏடிஎம்ல பணம் எடுத்துக் குடுக்கறேன், நாளைக்குக் காலையில மெய்டுகிட்ட பணம் குடுத்துடு, அவங்க மொபைல் நம்பர் குறிச்சிக்கோ” எனச் சொல்லிவிட்டு அமைதியாகச் சாப்பிட்டு முடித்தான்.

அந்த வீட்டிலிருந்து மத்தியப் பேருந்து நிலையத்திற்குச் செல்ல நான்கு கிலோமீட்டர் தூரம் இருக்கும். எனவே விஜய் பாண்டியனது இருசக்கர வாகனத்தில் அவனை அழைத்துக்கொண்டு பேருந்து ஏற்றச் சென்றான். அங்கே தானியங்கிப் பண இயந்திரத்திலிருந்து பணம் எடுத்து விஜய்யிடம் கொடுத்த பாண்டியன் வேலூரிலிருந்து மதுரை செல்லும் பேருந்துக்காக நிறுத்தத்தில் நின்றான்.

“நீ வேணா போடா, ஹாஸ்டல் கேட்ல ஏதாவது சொல்லப் போறாங்க” என்றான் பாண்டியன்.

“உங்க வண்டிய பாத்தாலே புரிஞ்சுக்குவாங்க பாண்டியன், உங்கள பஸ் ஏத்தப்போனேன்னு”

“அப்புறம் அடுப்புல முட்டைகூட சமைக்கக் கூடாது”

“அதெல்லாம் அண்ணி பாத்துப்பாங்க....” எனச் சிரித்தபடி சொன்னான் விஜய்.

“இந்த விஷயத்துல பசங்கள நம்ப முடியாது, பொண்ணுங்க ஓரளவு ஜென்யூன்” எனச் சற்று அலட்சியக் குரலில் சொன்னான் பாண்டியன்.

அதே நேரம் மதுரை செல்லும் பேருந்து வந்துவிட விஜய் பாண்டியனிடமிருந்து விடைபெற்றுக் கொண்டான்.

பேருந்தில் ஏறியவனை, “என்ன சார் மூனு நாள் லீவா?” எனக் கண்டக்டர் சிரித்தபடி கேட்க, “ஆமா சார்” என அவருக்குப் பதிலளித்துவிட்டுப் பேருந்து உள்ளே சென்றான்

பாண்டியன். மேல்தளத்தில் படுக்கை வசதிகொண்ட தனி இருக்கைக்குச் சென்று சாய்ந்தவாறு அன்றைய தினத்தில் நடந்தவைகளைப் பற்றி யோசித்தான்.

3

மூன்று நாட்கள் விடுமுறையை முடித்துவிட்டு பாண்டியனை அழைத்துச் செல்ல விஜய் அதே மத்தியப் பேருந்து நிலையத்தில் காத்திருந்தான். செவ்வாய்க்கிழமை காலை 6:30 மணியளவில் பேருந்து சற்றுத் தாமதமாகத்தான் வந்து சேர்ந்தது. பாண்டியன் அவனது இருசக்கர வாகனத்தை ஓட்டிச்செல்ல விஜய் பாண்டியனின் தோள்பையை முதுகில் மாட்டியவாறு பின்னால் அமர்ந்திருந்தான். தான் செல்லும்போது பார்த்த அதே இடங்கள் இப்பொழுது புதுப்பொலிவு பெற்று புதுவித இளம்பச்சை நிறத்தில் ரம்மியமாகத் தெரிந்தன.

"என்னடா காலையில ட்ரில் இல்லையா?"

"கிரௌண்ட் முழுக்க மழைத் தண்ணிப் பாண்டியன்"

"அப்ப சரியான மழையா"

"பக்கத்துல இருக்கிற ஏரி எல்லாம் ரொம்பிடிச்சாம்"

"அதான் பார்த்தாலே தெரியுதே, இப்ப ஒன்னும் மேகமூட்டமே காணோமேடா"

"எல்லாம் மதியம் மூனுமணிக்கு மேலதான் வருது, ராத்திரி ஒருமணி வரைக்கும் மழை பெய்யுது"

"இந்த முறை சீசன் முன்னாடியே வந்துடுச்சு போல"

"நிச்சயம் ரெண்டு மூனு வெள்ளம் வரும்னு சொல்றாங்க பாண்டியன்"

"யாரு"

"எங்க வீட்லதான், இந்த வருஷம் அப்படிப்பட்ட வருஷமாம்"

பாண்டியனுக்கு அதிலெல்லாம் நம்பிக்கை இல்லை என்பதை அவன் அமைதியாக வருவதிலிருந்தே புரிந்துகொண்டான் விஜய்.

"சரி நான் உன்ன ஹாஸ்டல்ல விட்றேன்"

"நாளைக்கு இண்டஸ்ட்ரி விசிட் என்ன ஆச்சு பாண்டியன், கன்ஃபார்ம் ஆயிடுச்சா"

"அதெல்லாம் காலேஜ் வந்து சொல்றேன்" என விஜய்யை பல்கலைக்கழகத்தில் விட்டுவிட்டு பாண்டியன் தன் வீட்டுக்குச் சென்று தயாராகி மீண்டும் பல்கலைக்கழகத்திற்கு திரும்பினான்.

பாண்டியன் தனது அலுவலக அறைக்குள் நுழைவதைத் தன் கண்ணாடி வழியே பார்த்த அர்ச்சனா மெல்ல எழுந்துசென்று அவனை நோக்கி நடந்தாள்.

"குட் மார்னிங் பாண்டியன், வீட்ல எல்லாரும் நலமா"

"எல்லாரும் நலம், உங்க வீட்ல எப்படி"

"நான்தான் போகலையே" என விரக்தியோடு கூறிக்கொண்டே நாற்காலியில் அமர்ந்தாள். பாண்டியன் கணினியை உயர்ப்பிக்க அனைத்துப் பொத்தான்களையும் அழுத்திவிட்டு, "அப்புறம் இங்கதான் இருந்தியா என்ன?" எனக் கேட்டான்.

"இல்ல, கன்னியாகுமரி போயிட்டு வந்தோம்"

"கன்னியாகுமரியா, யார்கூட?"

"நம்ம கொலிக்ஸ் கூட தான்"

"அப்ப நீ மதுரை தாண்டிதான் போயிருப்பே, ஒரு போன் பண்ணி இருக்கலாமே, எங்க வீட்டுக்குக் கூட்டிட்டுப் போய் இருப்பேனே"

"நாங்க நாலுபேரும் பொண்ணுங்க, தமிழரசிதான் அதெல்லாம் அப்புறம் பாத்துக்கலாம்னு கூட்டிட்டுப் போயிட்டா"

"ஏன்? அவ கன்னியாகுமரியா"

"ஆமா"

"எப்படி இருந்திச்சு ட்ரிப்"

"நல்லா என்ஜாய் பண்ணோம் பாண்டியன், அங்கேயும் மழைதான். பக்கத்துல சில இடத்துக்கு மட்டும்தான் போக முடிஞ்சது"

"ஒருநாள் நாம போயிட்டா போகுது"

"ஓகே டன், சரி நாளைக்கு விசிட் என்ன ஆச்சு"

"கன்ஃபார்ம் மெயில் சனிக்கிழமையே வந்துடுச்சு, இன்னைக்கு லிஸ்ட் அனுப்பணும், எனக்கு முதல் கிளாஸ் இருக்கு"

"எனக்கும்தான் இருக்கு, சரி வரேன்" என விர்ரென எழுந்து செல்லும் அர்ச்சனாவைக் கண்ணாடி வழியே பார்த்தபடி இருந்தான் பாண்டியன். ஒருவேளை தான் கூப்பிட்டு இருந்தால் இந்த மூன்று நாட்களும் தன்வீட்டிற்கு வந்து இருப்பாளோ என்பதான ஏக்கம் மனதில் படர அதே வினாடியில் ஆர்த்தி அவனது அறையைக் கடந்தாள்.

மாலை மூன்று மணிவாக்கில், சம்பளம் குறித்த குறுஞ்செய்தி வந்த உடனே பாண்டியன் நினைத்தான் வழக்கம்போல் இன்றிரவு உணவு அர்ச்சனாவுடன்தான் என்று. அவன் யோசித்துக் கொண்டிருக்கும் போதே மாணவர்கள் வகுப்புகள்

முடித்து இங்குமங்கும் செல்வது தெரிந்தது. விஜய்யும் ஆர்த்தியும் பாண்டியன் அறைக்கதவை வெளியிலிருந்து தட்டினார்கள். அவன் உள்ளே வருமாறு தலையசைக்க, ஆர்த்தி கதவைத் திறந்ததுமே, "மே ஐ கம் இன் சார்" எனக் கேட்டாள். அவனும் "எஸ், கம்மின்" எனப் பதில் கூற ஆர்த்தியைத் தொடர்ந்து விஜயும் உள்ளே நுழைந்தான். என்ன வேண்டும் என்பது போல் இருவரையும் பாண்டியன் பார்த்தான்.

"சார், நாளைக்கு இண்டஸ்ட்ரி விசிட்... அதைப் பத்தி..." எனச் சொன்னாள் ஆர்த்தி.

"அட அத மறந்துட்டேனே, இன்னைக்கு எத்தன பேரு பிரசன்ட்" எனக் கேட்டான் பாண்டியன்.

"52 பேர் சார்"

"எட்டு பேருக்கு என்ன ஆச்சு?" எனக் கேட்டுக்கொண்டே அதற்கான வேலைகளைக் கவனிக்கத் தொடங்கினான். அதைத் தொடர்ந்து துறைத்தலைவரிடம் கையெழுத்து வாங்கி மற்ற துறைகளுக்கும் அதை மெயில் செய்தான். போக்குவரத்து, உணவு, விடுதி என எல்லாவற்றையும் சரிவர செய்து முடித்தான். மேலும் தாங்கள் கிளம்பும் நேரத்தையும், அங்கே சென்றடையும் நேரத்தையும், எத்தனை மணிநேரத்தை அங்கு செலவிட வேண்டும் என்பதையும், எத்தனை மாணவர்கள் மற்றும் ஆசிரியர்கள் செல்வது போன்ற அனைத்து விவரங்களையும் சம்பந்தப்பட்ட தொழிற்சாலைக்கு மின்னஞ்சல் செய்தான். எல்லாம் முடித்து மாணவர்களிடம் என்னென்ன விஷயங்கள் நாளை செய்ய வேண்டும் என்பதையும் விளக்கினான். மாணவர்களின் ஒழுக்கமே அங்கே முக்கியம் எனவும், ஏதாவது ஒழுங்கீனமான நடவடிக்கைகள் தெரியும் பட்சத்தில்

அதற்கான தண்டனைகள் கடுமையானதாக இருக்கும் என்பதையும் அழுத்தமாக விவரித்தான். மாணவர்களும் அவனுக்கு உறுதி அளித்த அதேநேரம் அர்ச்சனாவும் அந்தக் கூட்டத்தில் வந்து கலந்துகொண்டாள். அவளும் மாணவர்களுக்குச் சில அறிவுரைகளையும் எவ்வாறு சந்தேகங்களைக் கேட்க வேண்டும் என்பதையும் புரிய வைத்தாள். கூட்டம் முடிந்து மாணவர்கள் கலைந்துபோக, அர்ச்சனா பாண்டியனிடம், "ஒரு குட்டி தூக்கம் போட்டுட்டு வரேன், கொஞ்சம் லேட்டானா அட்ஜஸ்ட் பண்ணிக்கோ" என்றாள்.

"எனக்கும் கொஞ்சம் டயர்டா இருக்கு அர்ச்சனா, டின்னர் முடிச்சுட்டு சீக்கிரம் வந்துட்லாம், நாளைக்கு விசிட் வேற போகணும்" என்றான்.

"மெயில் அனுப்பிட்டியா"

"எல்லாம் முடிஞ்சது, எச்.ஓ.டி காலையில கிளம்பறதுக்கு முன்னாடி போன் பண்ண சொன்னாரு, மழை வருமோனு பயப்பட்றாரு"

"சரி, பை" எனக் கூறிவிட்டு அர்ச்சனா விடைபெற்றாள். பாண்டியன் வெளியே வந்து வானத்தில் மேகத்திரள்களின் அடர்த்தி குறைந்து இருப்பதைப் பார்த்தான்.

4

மாலை சரியாக ஏழு பதினைந்து மணிக்கு, அர்ச்சனாவின் தொலைபேசி அழைப்பால் தன் தூக்கத்திலிருந்து விழித்துக்கொண்டான் பாண்டியன். பதினைந்து நிமிடங்களில் ரெடியாகி பிரதான சாலையில் தன் இருசக்கர வாகனத்தில்

நின்றான். அர்ச்சனாவும் மூன்று நிமிட இடைவெளியில் ஆட்டோவில் வந்து இறங்கினாள். மாலையில் விடைபெற்றபோது பார்த்ததைவிட அர்ச்சனா தற்பொழுது மிகவும் அழகாய் இருப்பதுபோல் அவனுக்குத் தோன்றியது.

“என்ன? ரெண்டு மணிநேரத்துல இவ்வளவு ஃபிரெஷ் ஆயிட்டியே, உண்மையிலே நீ ஏஞ்சல்தான் போ” என்றான் அவளது அழகைப் பாராட்டி.

“அதெல்லாம் ஒன் ஹவர் தூங்கினாலே போதும், சரி வண்டியை எடு, எனிவே தேங்க்ஸ் பார் யுவர் காம்ப்ளிமெண்ட்” என்று பாண்டியனின் வாகனப் பின்னிருக்கையில் இரண்டு பக்கமும் கால்களைப் போட்டவாறு அமர்ந்தாள்.

தூறல் சன்னமாய் விழத்தொடங்கியதால், சாலையில் ஈரம் படர்ந்திருக்க இளமிருள் அப்பகுதியில் வளரத் தொடங்கியிருந்தது. அவர்கள் நகரத்தை நோக்கிச் செல்கையில் தூறலின் வீரியம் அதிகரிக்க, நகர சாலையின் விளக்கொளியில் இருள் காணாமல் போயிருந்தது. பாண்டியன் இருசக்கர வாகனங்கள் நிறுத்துமிடத்தில் தனது வாகனத்தை நிறுத்திவிட்டு உணவு விடுதிக்குள் நுழைய, வாசலில் நின்றிருந்த அர்ச்சனாவும் அவனுடன் இணைந்து கொண்டாள். அவர்கள் உணவகத்திற்கு உள்ளே மேல்தளத்திற்குச் சென்று தனியாக இருந்த ஓர் அறையில் எதிரெதிரே அமர்ந்துகொண்டார்கள். பாண்டியன் வழக்கமாக வரும் இடம் என்பதால் அப்பொழுது அங்கு வந்த சிப்பந்தியும், “என்ன சார் நனைஞ்சிட்டீங்களா, துண்டுவேணா கொண்டு வரட்டுமா”எனக் கேட்டான்.

“அதெல்லாம் வேணாம்பா, ஒரு அஞ்சு நிமிஷம் கழிச்சு வா”என்றான். அவன் அந்த அறையின் கதவை மூடிவிட்டுச்

சென்றவுடன் அர்ச்சனா, "பேசாம குடை எடுத்துட்டு வந்திருக்கலாம் பாண்டியன்" என்றாள்.

"அப்படி ஒன்னும் பெருசா மழை இல்லையே அர்ச்சனா"

"இந்த சீசனோட ரெண்டாவதோ... மூனாவதோ இது இருக்கும், நான் நனையறது இதுதான் முத முறை, கொஞ்சம் குளிரா இருக்கு, அந்த ஏசியை ஆஃப் பண்ணச் சொல்லேன்"

"இது சென்டர்லைஸ்டு சிஸ்டம் மேடம், ஒன்னும் பண்ண முடியாது"

"அப்ப ஏதாவது ஸ்டார்ட்டர், சூடா சொல்லு" என்றாள்.

"இது ஓகே" என அருகிலிருந்த பொத்தானை அழுத்த அந்த சிப்பந்தி சிறிது நேரத்தில் உள்ளே வந்தான்.

"சில்லி பன்னீர் ஒன்னு" எனத் தொடர்ந்த பாண்டியனை இடைமறித்து, "பாண்டியன்... சூப் சொல்லுங்க" என்றாள் அர்ச்சனா.

"அப்ப வெஜ் சூப், சில்லி பன்னீர்" எனத் தெரியப்படுத்தினான்.

"சார், சூப் வந்த கொஞ்ச நேரங்கழிச்சி சில்லி பன்னீர் கொண்டு வரட்டுமா" எனக் கேட்டான்.

"அப்படியே செய்யுங்க" எனக்கூறி அர்ச்சனாவிடம் திரும்பினான் பாண்டியன்.

"இன்னும் குளிருதா"

"இல்ல, இப்ப பரவாயில்ல பாண்டியன்" என்றவள் "நாளைக்கு எல்லாம் தயார் ஆயிடுச்சா" எனக் கேட்டாள் அர்ச்சனா.

“எல்லாம் ஓகே தான், ஆனா இந்த மழை வந்து கெடுத்துடுமோன்னு தோனுது, காலைல மட்டும் மழை வந்துச்சுன்னா எச்.ஓ.டி கேன்சல் பண்ணிடுவாரு”

“அதெல்லாம் ஒன்னுமாகாது, நாம பாத்துக்கலாம்” என்றாள் அர்ச்சனா.

பாண்டியன் அமைதியைத் தொடர அர்ச்சனா பேச்சை வளர்க்க எத்தனித்தாள்.

அப்போது பாண்டியனுக்குத் தொலைபேசி அழைப்புவர அதற்கு பதில் அளித்துவிட்டு அத்தொலைபேசியை மேஜை மேல் வைத்தான்.

“ஏதோ சொல்ல வந்தியே என்ன?” எனக் கேட்டான் பாண்டியன்.

“கேட்டா கோவிச்சுக்க மாட்டியே”

“கோவையிலிருந்து வந்த இந்த ஏஞ்சல் எது கேட்டாலும் இந்த மதுரை பையன் கோவப்பட மாட்டான்” என்றான்.

“ஏதோ புது தியரி கண்டுபிடிச்சிருக்கேன்னு சொன்னியே”

“யெஸ், நம்ப உடல்வாகு சில சமயம் நம்ப பரிணாம கட்டத்தை சொல்லுதோன்னு சந்தேகம் வருது”

அர்ச்சனா புரியாமல் பாண்டியனைப் பார்த்தாள்.

அவனும் அவளது குழப்பத்தைப் புரிந்துகொண்டு அவளிடம், “உனக்கு ஒரு ரகசியத்தைச் சொல்லட்டுமா” எனக் கேட்டான். அவளும் தன் முகத்தை ஆர்வமாக்கிக் கொண்டு “உம், சொல்லு” என்றாள்.

“நாம எத்தனையோ பேர வாழ்க்கையில பாத்திருப்போம், அவங்க கேரக்டர் கூட புரிஞ்சிருக்கும், ஆனா அவங்க

உடல் அமைப்பு பற்றி என்னைக்காவது கூர்ந்து கவனிச்சு இருப்போமா"

"ஆமா, அவங்க அங்க அடையாளங்களைக் கொஞ்சம் பார்த்து இருப்போம்"

"அப்புறம்"

"அவங்க காது இப்படி, மூக்கு இப்படி, கண்ணு இப்படி, முடி இப்படி, வயிறு இப்படி... அப்படின்னு கவனிச்சி இருப்போம்" என்றாள்.

இது சாதாரண விஷயம் என்பது போல், "அதுக்கு மேல அவங்க முக அமைப்பு, உடல்வாகு இப்படி"

"புரியல"

"இப்ப சிலபேரை சொல்றேன், நம்ம ரிஜிஸ்டர் மேடத்த பாத்தின்னா அவங்க அப்படியே பெண் சிங்கம் மாதிரியே இருப்பாங்க, அவங்க நடையை பார்த்து இருக்கியா"

"ம்ம்"

"இப்ப யோசனை பண்ணிப் பாரு, நம்ம சிஇஓ இருக்காரே, அப்படியே நீர் யானை மாதிரி உனக்கு பீல் ஆகும்"

"இது அபத்தமா இருக்கு பாண்டியன்" எனச் சற்று கோபம் கலந்த குரலில் சொன்னாள் அர்ச்சனா.

"சரி, நான் சொல்ற எல்லாத்தையும் கொஞ்சம் அனலைஸ் பண்ணி பாரு" என அவளுக்குத் தெரிந்தவர்களை பனிக்கரடி, நெருப்புக்கோழி, யானை, ஒட்டகச்சிவிங்கி, ஒட்டகம், கிளி, சிட்டுக்குருவி, ஆந்தை, பருந்து, நரி, முயல், குதிரை இப்படி பலவற்றுடன் ஒப்பிட்டு அவள்முன் விவரித்தான். அவன் கூறிய சில விஷயங்கள் ஏற்றுக்கொள்ளும்படி இருந்தாலும்

பல விஷயங்களை அவளால் கற்பனை செய்துகூட பார்க்க முடியவில்லை. இதற்குள் அவர்கள் கேட்டிருந்த சூப்பும் வந்து சேர்ந்தது. இருவரும் இரண்டுமுறை அதை உறிஞ்சியபின் அர்ச்சனா கேட்டாள்.

"இதனால் என்ன பிரயோஜனம் பாண்டியன்"

"ரெண்டு பிரயோஜனம் அர்ச்சனா, உண்மையிலேயே நான் சொன்னதெல்லாம் நிதர்சனமா இருந்தா, அவங்கள நாம சீக்கிரமாவே கண்ட்ரோல் பண்ணிடலாம்"

"எப்படி?"

"கழுதைப் புலி மாதிரி ஒரு ஆளு இருக்கான்னு வச்சிக்கோ"

"சரி"

"அது எப்பவுமே கூட்டமாதான் தாக்கும், அதுங்க நாத்தம் சகிக்கவே முடியாது, அதுவே தனியா இருந்தா பயந்தாங்கொள்ளி அர்ச்சனா". அதைக்கேட்டு அவள் பலமாக சிரிக்கத் தொடங்கினாள்.

"இப்படி நான் ஆராய்ச்சி பண்றது, இப்பவே ரிசல்ட் கிடைக்கும்னு தோனல, எப்படியும் இருபது வருஷம் எல்லாரையும் கண்டினிவா கவனிச்சாதான், இது அபத்தமான விஷயமா இல்ல கொஞ்சம் யோசிக்கிற விஷயமான்னு தெரியவரும்"

"எனக்கு ஒன்னும் தோனல, வேலைக்கு ஆகுமான்னு தெரியல, ஆனா கேக்குறதுக்கு கொஞ்சம் சுவாரசியமாதான் இருக்கு, சரி ரெண்டாவது விஷயம்" எனக் கேட்டாள் அவள்.

பாண்டியன் அதைப் பற்றி சொல்வதற்குத் தேவையான நிமிடங்களை எடுத்துக்கொண்டான். அதைத் தவிர்த்து விடலாமா என்றுகூட யோசித்தான்.

"அத விடு, வேற ஏதாவது பேசுவோம்" என்றான்.

"இல்ல, முதல்ல நீ அதைச் சொல்லு, ஏன்? இப்படிக் கூச்சப்படுற"

"ஏஞ்சல் கிட்ட பேச கொஞ்ச தயக்கமா இருக்கு"

"அதெல்லாம் ஒன்னும் வேணாம், ஏஞ்சலும் மனுசிதான், அவளுக்கும் எல்லாம் தெரியும்" என்றாள் பொய் கோபத்துடன்.

"அப்ப சரி….. ஸ்பேரோ, புல்லக் அண்ட் டாக் ரிலேஷன்ஷிப் தெரியுமா?"

"என்ன பாண்டியன் இப்படி கேட்டுட்ட…" என கன்னம் சிவந்தாள் அவள். மேலும் அவனைப் பார்க்க முடியாமல், "இதுக்கும் அதுக்கும் என்ன சம்பந்தம்" எனத் தன் உடையை சரிசெய்தவாறு கேட்டாள்.

"அப்படி வா"

"நீ சொல்றது புரியுது" என அவள் சொல்லி முடிக்கும்முன் சில்லி பன்னீரும் வந்து சேர்ந்தது.

"அதேதான் அர்ச்சனா, வாத்தை எங்க பிடிச்சித் தூக்கணும்னு உனக்கு தெரிஞ்சிருக்கணும், அதே மாதிரி அந்த விஷயங்கள்…" அவன் தொடர்வதற்குள் அர்ச்சனா இடைமறித்து மேற்கொண்டு சொல்லாதே எனக் கை காட்டினாள். அவனும் சிரித்தபடி பன்னீரை போர்க்கில் எடுத்து பாதிக் கடித்தான். மேற்கொண்டு அவர்கள் ஏதும் பேசாமல் பன்னீர் துண்டுகளை நறுக்கி அதைச் சாப்பிடுவதிலே கவனமாய் இருப்பது போல் பாவனை செய்தார்கள்.

"எல்லாம் சரி, நான் யாரு?" என மௌனத்தை உடைத்தாள் அர்ச்சனா. அதைச் சற்றும் எதிர்பார்க்காத பாண்டியனுக்குத் தொண்டையில் சிறு பன்னீர் துண்டு சிக்கி புரையேறியது.

அவள் தண்ணீர் குடிக்கும்படி கை ஜாடை செய்தாள். அவன் இரண்டு மிடறு தண்ணீர் குடித்துவிட்டு சிரிக்க ஆரம்பித்தான்.

“நீயே யோசிச்சுப் பாரு” என்றான் பாண்டியன்.

“ஏஞ்சல்னு மட்டும் சொல்லிடாத, ஏன்னா இதுவரைக்கும் யாரும் ஏஞ்சல பார்த்தது கிடையாது, நீயே சொல்லு”

“சொல்லிட்ட பிறகு கோச்சிக்க கூடாது”

“இல்ல, கோவிச்சுக்க மாட்டேன்”

“நீ பஞ்சவர்ணக்கிளி அர்ச்சனா”என்றான். இந்த முறை அவளுக்குப் புரையேறியது. அவளும் தன் உச்சந்தலையை வலதுகை உள்ளங்கையால் தட்டிவிட்டு சிறிதளவு தண்ணீர் குடித்தாள்.

“நெஜமாவா பாண்டியா, எப்படி? சொல்லு”

“முதல்ல உன்னை கிளின்னுதான் நினைச்சேன், உன்னோட கிளிமூக்கு, அப்புறம் உன் கண்ணோட புருவம் கொஞ்சம் வித்தியாசமா... அப்புறம் நீ பேசும்போது உச்சரிக்கும் பாவனை, சில நேரத்துல அமைதியா உக்காந்துகிட்டு இருக்கிறது, நீ நடக்கும்போது கூட எனக்குப் பறந்துவர மாதிரிதான் தோணும்”

“அடப்பாவி, நீ இதையெல்லாம் கவனிச்சு இருக்கியா”என்றாள் கோபிக்கும் தொனியில். மேலும் அவள் ஏதோ சொல்வதற்குள் பணியாள் உள்நுழைந்தான்.

“எனக்கும் நீயே சொல்லு” என்றாள் அர்ச்சனா.

“இடியாப்பம் தேங்காய்பால் அப்புறம் ரவா தோசை ரெண்டு”

“சார் தேங்காபால் கிடைக்குமான்னு தெரியல, குருமா இருக்கு” என்றான் பணியாள்.

"தேங்காய்பால் இல்லனா இடியாப்பம் வேணாம். வீச்சு புரோட்டா ரெண்டு" என்றான் அர்ச்சனாக்கு சம்மதம்தானா என அவளைப் பார்த்தபடி. அவள் எதற்கும் சம்மதம் என்பதுபோல் தலையாட்டினாள். சிப்பந்தி அதைக் குறித்துக்கொண்டு கதவைத் திறந்து சென்றுவிட அர்ச்சனா தன் போர்க்கை தட்டில் வைத்துவிட்டுப் பாண்டியனை நிமிர்ந்து பார்த்தாள். அவளது பார்வையின் தீவிரம் பாண்டியனைச் சலனப்பட வைத்தது. அதை மறைப்பது போல் பேச்சைத் தொடர்ந்தான்.

"உண்மையாதான் அர்ச்சனா, அன்னைக்கு ஒருநாள் நீ கிளிப்பச்சை கலர்ல புடவையும் மஞ்சள் டிசைன்ல பிளவுஸும்... அப்படியே உன்ன பார்க்கும்போது பஞ்சவர்ணக்கிளியை பாக்குற மாதிரி இருந்துச்சு, அப்பதான் எனக்கு நீ நெஜமாவே பஞ்சவர்ணகிளிதான்னு புரிஞ்சது"

"மதுரை பசங்க இப்படித்தான் எல்லா பொண்ணுங்ககிட்டேயும் ஃபிளட்ரிங் பண்ணுவாங்களா"

"ஏஞ்சல் மாதிரி இருக்கற கோவை பொண்ணுங்களைப் பார்த்தா, எந்த ஊர் பசங்களும் அழகைக் கொண்டாடத்தான் செய்வாங்க" எனப் பதிலடி தருவது போல் கூறினான்.

"மதுரை பசங்களுக்கு சும்மா கொண்டாட மட்டும்தான் தெரியுமா... இல்ல..."

"அழகை ஆராதிக்கவும் தெரியும்" என தீர்மானத்துடன் சொன்னான்.

"வார்த்தையால ஆராதிச்சா மட்டும் பத்தாது மிஸ்டர் மதுரை பாய்" என்றாள் ஏளனத் தொனியில்.

“டீஸ் பண்ணாதே ஏஞ்சல்”எனத் தயங்கிபடி கூறினான் பாண்டியன். இதற்குமேல் அது எங்கே சென்றுமுடியும் என்பதை அவனால் அனுமானிக்க முடிந்தது. அதற்குள் சிப்பந்தி வந்து தேங்காய்பால் இருப்பதாகத் தெரிவித்தான். பாண்டியன் எல்லாவற்றையும் பார்சல் செய்யும்படி கேட்டுக்கொண்டான்.அவன் சென்றுவிட, அர்ச்சனா எல்லாம் புரிந்த தொனியில் கேட்டாள் “மதுர பசங்க எல்லாம் தப்பு பண்ண மாட்டாங்கதானே”. பாண்டியன் எந்தப் பதிலும் சொல்லாமல் எழுந்து “மதுரை பசங்க பண்ண மாட்டாங்க, ஆனா இந்த ஃபயர்பாய் எல்லா தப்பையும் பண்ணுவான்”என அவளருகில் அமர்ந்தான்.

“ஏஞ்சலுக்குப் பிடிச்சதே இந்த தைரியம்தான்”

“ஏஞ்சலுக்குப் பிடிக்காத விஷயத்தையும் பண்ணுவான் இவன்” என அவளை நெருங்கிச் செல்ல, அவள் அவனை மென்மையாய் தழுவி “டு மினிட்ஸ் வெயிட் பண்ணுவோமே”என்றாள் தன் உதட்டை ஈரப்படுத்திக் கொண்டே.

அர்ச்சனாவின் கைகளில் உணர்ந்த வெப்பம் பாண்டியனுக்கும் பரவியது. பணியாள் வெளியே கதவைத் தட்ட பாண்டியன் எழுந்து அவனிடத்திற்குச் சென்று அமர்ந்தான். அவன் திரைசீலையின் இடைவெளியில் அந்தப் பணியாள் நின்று இருப்பதை பார்த்து “எஸ் கமீன்”என்றான்.

அவர்கள் அங்கிருந்து கிளம்புகையில் மழைத்தூறல் பலமாக இருந்தது. அதெல்லாம் ஒரு பொருட்டே இல்லை என்பதாய் அவன் வாகனத்தை ஓட்ட, பின்புறம் அவனை அணைத்தவாறு அர்ச்சனா அமர்ந்திருந்தாள். அவன் தலைக்கவசம் அணிந்திருக்க, அர்ச்சனா தனது துப்பட்டாவில் தலை முழுவதும் போர்த்திக்கொண்டாள். அவர்கள்

பாண்டியன் வீட்டிற்கு உள்ளே நுழைந்த மறுநொடியே தூறல் பெருமழையாகப் பொழியத் தொடங்கியது.

"நமக்குதான் காத்திருந்துச்சு போல இந்த மழை" என்றாள் அர்ச்சனா புன்னகைத்தபடி.

மழைத்துளிகள் சிறு அளவில் துவங்கி பெருமழையாய் மாறியது. கனமழை பூமியிலிருந்த பலதரப்பட்ட பொருட்களில் மோதி அதற்கேற்ப சத்தம் எழுப்பியது. "தட் டட்" என்றும் "டட் டட்' என்றும் "டப் டப்" என்றும் "பட் பட்" என்றும் "லப் ளப்" என்றும் "ஸ்ஸ்ஸ்"என்றும் மோதும் பொருள்களான சிமெண்ட் வீடுகள், ஆஸ்பெட்டாஸ் வேய்ந்த கூரைகள், ஓட்டு வீடுகள், மரங்களின் கிளைகள், இலைகள், வீதிகளில் வெள்ளமாகச் சென்றுகொண்டிருக்கும் தண்ணீர் எனப் பலதரப்பட்ட ஒலிகள் எழும்பி அதனோடு காற்று மரங்களுக்கிடையில் பாய்ந்து அதனால் எழும் பெரும் சத்தம் அனைத்தும் இணைந்து இரைச்சலை உண்டு பண்ணின. சிறிது நேரத்திற்கெல்லாம் மின்னல்களுடன் இடியும் சேர்ந்துகொண்டு மனிதர்கள் தங்கள் காதுகளைப் பொத்திக்கொள்ள வைத்தது. அதே நேரம் சற்று தூரத்தில் இருந்த டிரான்ஸ்பார்மர் ஒன்று "டமார்"என்று வெடிக்கும் சத்தமும் கேட்டது. அந்த வெடிச்சத்தம் முடிந்த உடனே "பர்ஃபெக்ட் டைம்டா" என அர்ச்சனாவின் குரல் பலத்த சிரிப்புடன் எழுந்தது அந்த அறையில். ஏனோ விக்கலைப் போல் அடக்க முடியாத சிரிப்பு அவளிடம் வெளிப்பட்டுக்கொண்டே இருந்தது. பாண்டியன் அவளது சிரிப்புக்கு ஏதுவாக சிரித்தாலும் கூட மனம் அமைதியை நாடியது. ஆனால் அர்ச்சனாவின் சிரிப்போ போர் வெற்றியைத் திரும்பத்திரும்ப கொண்டாடிக்கொண்டே இருக்கும் வீரனின் மனநிலையை போல் தொடர்ந்து கொண்டேயிருந்தது.

பாண்டியன் நடுநடுவே சில வார்த்தைகளை உதிர்க்க, அதற்கும் அவள் பலமாகச் சிரித்தாள். வெளியே "சோ"வென்று மழை பெய்துக்கொண்டிருக்க, அறையினுள் அவளது சிரிப்புச் சத்தம் உள்ளிருந்த பொருட்களில்பட்டு வேறுவிதமாக எதிரொலித்தது. அவளுக்கு அந்தளவு ஆனந்தமா என்பது அவனுக்குப் புரியவில்லை. ஆனால் ஏதோ ஒன்று அவளைச் சிரிக்கும்படி தூண்டிக்கொண்டே இருக்கிறது என்பதைப் புரிந்துகொண்டான். பாண்டியன் ஒரு கட்டத்தில் "ரொம்ப சிரிக்காத அர்ச்சனா, அப்புறம் அழ வேண்டிவரும்" என்றான். அதற்கும் அவள் சிரித்துக்கொண்டே, "அதெல்லாம் 'காலையில சிரிச்சா மாலையில வரும்'ன்னு சொல்வாங்க, இப்ப ராத்திரி ஷோ அதெல்லாம் செல்லுபடியாகாது" என அவன் தலைமுடியைக் கலைத்தபடி கூறினாள். மின்னல் ஒளியின் கதிர்கள் சாளரத்தின் மேற்புறத்தில் இருந்த கண்ணாடி வழியே உட்பக்கம் ஊடுருவிய நொடிகளில் பாண்டியனின் முகத்தைப் பார்த்தாள்.

"தேங்க்ஸ் பாண்டியன்" என அவன் கன்னத்தில் முத்தமிட, பாண்டியன் அவளை மார்புடன் இறுக்கி, "தேவதைக்கு இந்த ஆராதனை போதுமா" எனக் கேட்டான்.

"உனக்கு என்ன தோனுது?" என அர்ச்சனா அவனிடம் திரும்பிக் கேட்டாள்.

"இப்படியே உட்கார்ந்து தியானம் பண்ணலாம் போல இருக்கு"

"அப்ப அப்படியே படுத்துட்டுப் பண்ணு" என அவள் சற்று தள்ளிப் படுத்து ஏதோ ஒன்றை நினைத்து சிரிக்கத் தொடங்கினாள். பாண்டியன் கண்களை மூட, அவளது சிரிப்பொலி தோட்டத்தில் மாலை நேரத்தில்

அடர்த்தியாக வீசும் பவழமல்லி வாசனையைப் போல் வீசிக்கொண்டேயிருந்தது.

5

பாண்டியன் கண்களைத் திறந்து பார்க்கையில் அறை முழுவதும் இருள் பரவியிருந்தது. கொஞ்சம் கொஞ்சமாக அலமாரியும் வாயிற்கதவின் அமைப்பும் தெரிந்தது. தொடர்ந்து பெய்த மழையின் தீவிரத்தை அதன் சத்தத்திலிருந்து புரிந்துகொண்டான். பசிப்பது போல் இருக்க அர்ச்சனாவின் நினைவு வந்து, திரும்பிப் பார்க்க அவள் என்ன செய்துகொண்டிருக்கிறாள் என்பதை அவனால் சரியாகக் கணிக்க முடியவில்லை. மின்சாரம் போயிருந்தது. மெல்ல எழுந்து நடு அறையை அடைந்து எப்பொழுதும் வைக்கும் இடத்தில் இருக்கும் தனது தொலைபேசியைத் தடவித்தடவி எடுத்து டார்ச் ஒளியை ஆன் செய்தான். அதை எடுத்துக்கொண்டு தனது அலமாரியில் இருந்த எமர்ஜென்சி லைட்டரை உயிர்பித்தான். மேஜையில் உணவின் பார்சல் அப்படியே இருப்பதைப் பார்த்தவன் படுக்கையறைக்குச் சென்றான். உள்ளே நுழைகையில் அர்ச்சனா தனது உடலைப் போர்வையால் மூடிக்கொண்டு திரும்பிப் படுத்தாள்.

"எழுந்து வா, சாப்பிட்டுப் படுத்துக்கோ"

"எனக்கு வேணாம் பாண்டியா, நீ வேணா சாப்பிடு"

"ஏய், வெறும் வயித்தோட படுக்காதே" என்றான். அவள் எதுவும் சொல்லாமல் "இம்" எனச் சன்னமான குரல் எழுப்பினாள். அவன் மேற்கொண்டு வற்புறுத்தாமல் நடு அறைக்கு வந்து ரவா தோசையை ஒரு தட்டில் வைத்து கூடவே சட்னியை நிரப்பிக்கொண்டு அவளிடம் சென்றான்.

“அர்ச்சனா, இப்படித் திரும்பு நானே ஊட்டுறேன்” என அவன் சொன்ன நொடியே அவள் திடுக்கிட்டு எழுந்து அவனைக் கோபமாகப் பார்த்தாள். அவனால் அவளின் அந்தப் பதற்றத்தை புரிந்துகொள்ளவே முடியவில்லை. எதற்காக இவள் இப்படியோர் எதிர்வினை ஆற்றுகிறாள் எனக் குழம்பினான்.

“சாரி, அர்ச்சனா”எனக் குரல் உடைந்து கூறினான் பாண்டியன்.

“சரி விடு, இது உன்னோட தப்பு இல்ல, இப்படியெல்லாம் நீ பண்ணா என்னோட சப்கான்சியஸ்ல பதிவாயிடும் பாண்டியன், பயமா இருக்கு, இதுக்கே நார்மலாக எத்தன நாள் ஆகுமோ...” எனச் சொல்லிவிட்டு தன்னை முழுவதும் மறைத்துக்கொண்டு எழுந்து அமர்ந்தாள்.

“உன்னோட லுங்கியும் சட்டையும் கொடு, என்னோடது காஞ்சி இருக்காது” எனச் சொல்ல, பாண்டியன் எழுந்து அலமாரியில் இருந்து அவளுக்குத் தோதான உடையைக் கொடுத்தான்.

“இந்த ட்ராக் சூட் உனக்கு சரியா இருக்கும், போட்டுக்க”

“சரி, நீ போய் ஹால்ல இரு. நான் வரேன்”

“லைட்டு”

“அதையும் எடுத்துட்டு போ, என்னோட மொபைல் இருக்கு, அது போதும்”

அவனும் அவ்வாறு செய்ய, சில நிமிடங்களில் அவள் தொளதொளவென்று அவனது அந்த ட்ராக் சூட் அணிந்துகொண்டு வந்தாள். அவளுக்கு அது பொருத்தமே இல்லை என்றாலும் அவளால் அதைச் சமாளிக்க முடிந்தது.

பாண்டியன் துரிதமாகச் சமையல் அறையிலிருந்து தட்டுகளை எடுத்துவந்து மேஜையில் வைத்தான்.

"உன்னோட மெய்ட் இன்னைக்கு வரலையா"

"சாயந்திரமே போன் பண்ணி சொல்லிட்டேன்"

"காலைல வருவாங்களா"

"நாமதான் வெளியே போறோமே அர்ச்சனா"

"இப்ப என்ன டைம்"

"பத்துமணி ஆகுது"

"காலைல அஞ்சு மணிக்குக் கொண்டுபோய் விட்டுடு, நானும் கிளம்பணும்" என்றாள்.

"சரி"எனக் கூறிவிட்டு பாண்டியன் உணவு அருந்தத் தொடங்கினான்.

உணவருந்திக் கொண்டிருக்கும் போது அர்ச்சனாவின் தொலைபேசிக்கு குறுஞ்செய்தி வந்திருப்பதற்கான பீப் சத்தம் கேட்டது. அதை எடுத்துப் பார்த்த அர்ச்சனா குழப்பமுற்றாள்.

"யார்? வீட்லியா"

"இல்ல, நான் சீக்கிரமே தூங்கப் போறேன்னு வீட்ல சொல்லிட்டேன், இது ஆர்த்திக்கிட்ட இருந்து"

"என்னவாம்"

"எப்பவுமே குட் நைட் மேடம்... குட் மார்னிங் மேடம்ன்னு அனுப்புவா, இப்போ புதுசா குட் நைட் அக்கான்னு அனுப்பி இருக்கா..." என அர்ச்சனா சொல்லி முடிக்கும் முன்னரே பாண்டியன் சிரிக்க ஆரம்பித்துவிட்டான்.

"நீ எதுக்கு இப்படி சிரிக்கிற பாண்டியன்?" எனக் கேட்டாள் அர்ச்சனா.

அவனும் தனது சிரிப்பைக் கட்டுப்படுத்திக் கொண்டு, "அவளுக்கு நீ இங்க இருக்கறது தெரிஞ்சு போச்சுன்னு நினைக்கிறேன்" என்றான்.

"அதெல்லாம் யாருக்கும் தெரியாது, ஒருவேளை தெரியாம அனுப்பி இருப்பா, காலையில பார்ப்போம்" எனத் தன் உணவை சாப்பிடத் தொடங்கினாள். இரண்டுமுறை உணவை அருந்தியவள் ஏதோ ஞாபகம் வந்தவளாய், "சரி ஆர்த்தி பத்தி சொல்லு, ஆர்த்தி யாரு?" எனக் கேட்டாள்.

"வலிமையான இளம் பெண்குதிரை" என்றான் எந்தவித தடுமாற்றமும் இல்லாமல். அவனது உடனடி பதிலால் அவனும் ஆர்த்தியைக் குறித்துத்தான் நினைத்துக்கொண்டிருந்தான் என்பதை அர்ச்சனாவால் இலகுவாகக் கணிக்க முடிந்தது.

"எப்படி சொல்ற பாண்டியன்?"

"போன வருஷம் ஃபயர் வீக் செலிப்ரேஷன், அப்பதான் எனக்குப் புரிஞ்சது, நீ கூட அப்ப சேர்ந்த புதுசு, உனக்கு ஒன்னுமே புரியாம முழிச்சிட்டு நின்னதை இப்ப நினைச்சாலும் சிரிப்பாதான் இருக்கு"

"சேர்ந்த புதுசு பாண்டியன், அதுவும் இல்லாம ஏதோ மிலிட்டரி அகாடமியில சேர்ந்திட்டோம்னு பயமா இருந்துச்சு, அப்ப வைஷ்ணவி என்கூட இருந்தா, அதனால தப்பிச்சேன், இல்லாட்டி தனியா என்னால இங்க இருந்திருக்கவே முடியாது"

"வைஷ்ணவியும் நல்ல பொண்ணுதான் அர்ச்சனா, எம்.டெக் முடிச்சிட்டு திரும்பவும் வந்துடுவேன்னு சொல்லி இருக்கா, பார்ப்போம்"

"அவதான் டூ வே மிரர் கிளாஸ என்கிட்ட காமிச்சா"

"நீ எங்க பார்த்த, ஏதாவது டிரேசிங்க் ரூம்லியா"

"இல்ல, சென்னை எக்ஸிபிஷன் போலீஸ் ஸ்டால்ல"

"நீ தொட்டுப் பார்த்தியா?" என இடைமறித்தான்.

"ஆமாம், பிங்கெர்ல கேப் வரல"

"நம்ம டிபார்மெண்ட்ல அந்த கிளாஸ் இருக்கு"

"அத விடு, நீ ஆர்த்தியைப் பத்தி சொல்லு"

"உனக்கே தெரியும், நம்ம டிபார்மெண்ட்ல இதுவரைக்கும் யாரும் என்னுடைய பழைய ரெக்கார்டை உடைக்கல, ஆனா இந்த ட்ரில் இன்ஸ்பெக்டர்ங்க இருக்காங்களே, அவங்க ஆர்த்தியை உசுப்பேத்தி உசுப்பேத்தியே வேலையை வாங்கிட்டாங்க"

"ம்ம்"

"அவளும் ஏறக்குறைய என்னோட லெவலுக்கு வந்தா அர்ச்சனா, அதுல ஒரு போட்டியைச் சொல்றேன், ஹைட்ரண்ட் போட்டி ஒன்னு இருக்கும், எவ்வளவு தண்ணியோட பிரஷரை... பிரஷர் கன்னை... பிரான்ச்சை பிடிக்கிறாங்க... தாங்குறாங்கன்னு போட்டி, அதுலதான் இவ எல்லோருக்கும் முந்தி எனக்கு அடுத்து வந்துட்டா"

"புரியல பாண்டியன்"

"பைப்ல இருந்து தண்ணி பீச்சி அடிப்பாங்க இல்ல, அப்ப தண்ணியோட பிரஷரை இன்க்ரீஸ் பண்ணிட்டே இருப்பாங்க, நீ வலது தோள்ல ஹோல்ட் பண்ணிட்டே பத்து மீட்டர் இப்படியும் அப்படியும் தண்ணிய அடிச்சு காட்டணும், அதுதான் போட்டி"

"புரியுது சொல்லு"

"மினிமம் நாலு பார் பிரஷர்ல இருந்து ஸ்டார்ட் பண்ணுவாங்க, எல்லாரும் ஆறு, ஏழு பார் பிரஷர் வரைக்கும் தாக்குப் பிடிப்பாங்க, ஆனா இவ எட்டு பார் பிரஷர் வரைக்கும் தாக்குப் பிடிச்சா, அதுக்கு மேல ஒன்பது பார் பிரஷர் வரைக்கும் போறதுக்கு ட்ரை பண்ணா, அப்பவும் அவளோட மூர்க்கம் குறையல, ஆனா அவளோட பாடி நடுங்க ஆரம்பிச்சிடுச்சு, விட்டிருந்தா அந்த ப்ராஞ்ச் பைப் அவள அடிச்சி தூக்கியிருக்கும், கணபதி சார்தான் சிவப்புக்கொடியைத் தூக்கி உடனே நிறுத்த சொல்லிட்டார்"

"நானும் பார்த்தேன், எல்லாரும் எழுந்து அப்படி கை தட்டினாங்களே அதுதானா, சரி உன்னோட பிரஷர் எவ்வளவு"

"ஆமாம் வரேன், என்னோடது ஒன்பது புள்ளி அஞ்சு பார் பிரஷர், ஆனா அவ எட்டு, எட்டுக்கு மேலவரைக்கும் வந்தா, அதை முடிச்சுட்டு வந்து அவ ஒரு பார்வை பார்த்தா பாரு"

"ஏன்? பாண்டியன்"

"அதா சொன்னேனே, என் ரெக்கார்டை அவளாலதான் உடைக்க முடியும்னு டிபார்ட்மெண்ட்ல எல்லோரும் அவள வளர்த்துட்டாங்க"

"அப்புறம்"

"அந்தப் பார்வையை இப்பகூட என்னால மறக்க முடியாது அர்ச்சனா, அப்படியே நடந்துவந்து கணபதி சாரைக்கூட பார்க்கல, நேரா என்னைதான் பார்த்தா, அந்த பார்வையில என்னுடைய எல்லா தலகனமும் சுக்குநூறா போச்சு"

"என்ன பாண்டியா சொல்ற?"

“ஆமாம் அர்ச்சனா, அந்தப் பார்வை ‘உன்னோட உடம்ப தாடா இதுக்குமேல பண்ணிக் காட்டுறே’ன்னு சொல்ற மாதிரி இருந்துச்சு” பாண்டியன் குரல் தழுதழுத்தது. அர்ச்சனாவால் அவனது நெகிழ்ச்சியை உணர முடிந்தது.

“ஆன்மாவோட பவர் ஒன்னுதான், இருக்கிற உடம்பு அமைப்புல முழுப் பரிணாமமும் வெளிப்படும் போல”

“பிரசவ வலியோட பவரை விடவா?”

“அது நேச்சுரல் ப்ராஸஸ் அர்ச்சனா... அதவிடு, அன்னைக்கு நைட் என்னால தூங்க முடியல, மறுநாளே வேணும்னே அவளுடைய கிளாசுக்கு போனேன்”

“ஏன் உனக்கு சப்ஜெக்ட் இல்லையா?”

“அன்னைக்கு என்னோட சப்ஜெக்ட்க்கு கிளாஸ் கிடையாது, நான் பொதுவா சொல்ற மாதிரி சொன்னேன். ‘பொண்ணுங்க, பசங்க உடல் வலிமையில ஒருவேளை மாறுபடலாம், ஆனா புத்தியில எல்லோருக்கும் ஒரே சக்திதான், பிசிக்கலா செய்ய முடியலைனா மெண்டலா காட்டணும்’ அப்படின்னு சொல்லிட்டு வந்துட்டேன்”

“எதை நீ அர்த்தப்படுத்துற?”

“அவளால செமஸ்டர் எக்ஸாம்ல என்னவிட அதிகமா மார்க் எடுக்க முடியுமான்னு சவால் விட்டுட்டு வந்தேன்”

“அவளுக்கு அது புரிஞ்சுதா”

“அந்த ஜவ்வாது மலையின் இளவரசிக்குப் புரியாமலா இருக்கும்? ஆனா என்ன பண்ண தெரியுமா?”

“என்ன பண்ணா அவ?” என ஆவலுடன் கேட்டாள் அர்ச்சனா.

“அந்த செமஸ்டர் ரிசல்ட் வந்துச்சு, இந்த முறையும் அவள் என்னைவிட கம்மிதான், உனக்குதான் தெரியுமே இந்த மாதிரி ஹெல்தியான காம்பிடிசன் இருந்தா எல்லா டிபார்ட்மெண்ட் ஸ்டாஃபுகளுக்கும் தெரிஞ்சுடுமே, கணபதி சார்கூட என்னைக் கூப்பிட்டுக் காமிச்சார், என்னால நம்பவே முடியல, சார் எதுக்கும் ஒருமுறை ஆன்சர் பேப்பர் செக் பண்ணலாம்னு செக் பண்ணா, அப்பதான் அவளோட உண்மையான முகமே தெரிஞ்சது”

“என்ன அது?”

“என்னோடது, கணபதி சார் அப்புறம் சீனியர் ப்ரொபஸரோட எல்லா சப்ஜெக்ட்லயும் 100 மார்க்குக்கு அட்டெண்ட் பண்ணி இருக்கா, ஆனா மத்த ரெண்டு சப்ஜெக்ட்லயும் 85 மார்க்தான் அட்டெண்ட் பண்ணி இருக்கா அவ”

“அப்படினா 30 மார்க் வேணும்னே விட்டுட்டு வந்து இருக்கா, அப்படித்தானே”

“ஆமா, இதுல வேற தான் பர்ஸ்ட் வந்தேன்னு எல்லார்கிட்டயும் ஸ்வீட் பாக்ஸோட போனா, என்னோட கேபினுக்கு வந்தவளை என்னால பாக்கவே முடியல, நான் அந்த ஸ்வீட்ட வாயில போடாம கையிலே வச்சிருந்தேன், ‘என்ன சார், உங்களுக்கு நான் பர்ஸ்ட் வந்தது பிடிக்கலையா’ன்னு கேட்டா, என்னால அவளைப் பார்க்க முடியாம, ‘என்னவிட முன்னாடி போவேன்னு நினைச்சேன்னு’ நான் சொன்னேன், அவளுக்கு உடனே புரிஞ்சு போச்சு, சிரிச்சுக்கிட்டே “சீனியர் எப்பவும் சீனியர்தான் சார், ஜுனியர் எப்பவும் ஜுனியர்தான் சார்” அப்படின்னு ஸ்வீட் எடுத்து என் வாயில திணிச்சுட்டு, ‘நீங்க கண்டுபிடிக்காம இருந்திருந்தா, நிச்சயமா உடைச்சு இருப்பேன், இப்பதான் உங்களுக்கு தெரிஞ்சுருச்சே, இனிமே யார்கிட்டயும் என்னை நிரூபிக்கணும்னு அவசியம் இல்ல’

எனச் சிரிச்சிக்கிட்டே போயிட்டா, நான்தான் அப்படியே நிலைகுலஞ்சி உட்கார்ந்துட்டேன்"

"அப்படிப்பட்ட பொண்ணா அவ, இதுவரைக்கும் கவனிச்சதில்ல பாண்டியன், ஏதோ இளவரசின்னு சொன்னியே"

"உண்மையிலேயே அவ ஐவ்வாது மலையிலிருந்து வந்து இங்கப் படிக்கிறா அர்ச்சனா, அதோட இயற்கையே வேற மாதிரி, முடிஞ்சா ஒருமுறை அவங்க வீட்டுக்குப் போயிட்டு வா, அவ இயற்கையோட இயற்கையா வளர்ந்த பொண்ணு அர்ச்சனா, இயற்கையோட எல்லா சக்தியும் அவகிட்ட இருக்கு, நாம ஒருவேளை இருபது வருஷம் தவம் பண்ணி கிடைக்கிற விஷயங்க அவளுக்கு இயற்கையாகவே கிடைச்சிருக்கு"

"நல்லது தானே பாண்டியன்"

"ஆனா உண்மையிலேயே அவ மோதிக்கிட்டு இருக்கிறது வேற லெவல் அர்ச்சனா, அவ ஸ்டூடென்ட்டா இருக்கா, அதனால என்னால ஒரு கட்டத்துக்கு மேல அவகிட்ட நெருங்க முடியல"

"நான் வேணா கேட்டுப் பாக்கட்டுமா"

"உன்கிட்ட சொன்னா சந்தோசம்தான், ஆனா யார் கிட்டயும் அவ சொல்ல மாட்டா" என்றான் பாண்டியன்.

"சரி, உன்னோட அடிநாதம் என்ன? நீ யாரு?"

"அதை நீதான் சொல்லணும்" எனச் சொல்லிவிட்டு அந்த எமர்ஜென்சி விளக்கு வெளிச்சத்தில் அனைத்தையும் சுத்தம் செய்யத் தொடங்கினான் பாண்டியன். அர்ச்சனா உதவிசெய்ய முயற்சித்தாள். "உனக்கு எதுவுமே தெரியாது. இன்னொரு நாள் நீயே பண்ணு, இருட்டுல எங்கேயாவது

இடிச்சிக்காம ஒரு இடத்துல உக்காரு" என அனைத்தையும் செய்து முடித்தான். வெளியில் மழையின் தீவிரம் குறைந்தபாடில்லை. இடியோசை வெகுதொலைவில் கேட்டது. ஆனால் மின்னல்களின் ஒளியை அவர்கள் சிறியதாகக் காண முடிந்தது.

மறுநாள் காலை ஐந்து மணிக்குப் பாண்டியன் அர்ச்சனாவை எழுப்பி காபி கொடுத்தான். இன்னும் மின்சாரம் சரிசெய்யப்படவில்லை என்பதால் தன்னுடைய கைபேசியின் பேட்டரியை அவளது வீட்டில் சார்ஜ் செய்து கொடுக்கும்படி சொன்னான். அவளது ஆடைகள் முழுவதும் உலராமல் இருந்தபோதிலும் அர்ச்சனா அதை அணிந்துகொண்டு பாண்டியன் வாகனத்தில் பயணித்தாள்.

"அர்ச்சனா, நான் உன்னை மெயின்கேட்ல விட்டா பிரச்சனையாயிடும், அதனால மூனாவது கேட்ல விட்றேன்" என்றான்.

"நானே கேட்கலாம்னு இருந்தேன் பாண்டியா" என்றாள் அவள்.

அந்த காவலாள் இன்னும் அறையிலேயே தூங்கிக் கொண்டிருந்ததால் அர்ச்சனா எந்தவித இடையூறும் இல்லாமல் உள்ளே சென்று மறைந்தாள். பாண்டியன் அப்படியே கதவிடுக்கின் வழியே உள்ளே பார்க்க சிலர் நடைப்பயிற்சி மேற்கொண்டிருப்பது தெரிய நிம்மதியுடன் தன் இருசக்கர வாகனத்தைத் திருப்பினான்.

6

காலை சரியாக 6:30 மணிக்கு பாண்டியன் தனது துறையை அடைந்தான். துறைவாயிலில் அனைத்து மாணவர்களும் உடல் முழுவதும் மறைக்கும் ஒரே ஆடையாலான கருநீல டாங்கிரி சூட் மற்றும் பாதிப்பேர் சிவப்பு நிற தலைக்கவசமும் மீதிபேர் பச்சைநிற தலைக்கவசமும் அணிந்து நின்றிருந்தார்கள். மாணவிகளில் ஆர்த்தி மட்டும் சிவப்புநிற தலைக்கவசம் அணிந்திருந்தாள். தலைக்கவச நிற வித்தியாசத்திலேயே அவர்களுக்குப் பிடித்தமான துறை தீயணைப்பா அல்லது பாதுகாப்பா என்பது தெரிந்துவிடும். ஸ்குவாட் ட்ரில், ஹைய்ட்ரண்ட் ட்ரில், லேடர் டிரில், ரிஸ்க் டிரில் எனப் பலவகை டிரில்களில் பச்சைநிற தலைக்கவசம் அணிந்தவர்கள் பங்கேற்பார்கள் என்றாலும் சிவப்புநிற தலைக்கவசம் அணிந்தவர்களுக்கே முன்னுரிமை தரப்படும். சிவப்புநிற தலைக்கவசம் அணிந்தவர்களில் ஒருவர்தான் பிளட்டூன் கமெண்டராகவும், துறையில் நடக்கும் தீ விபத்து ஒத்திகை நிகழ்ச்சியில் (ஃபயர் மோக் டிரில்) தலைமையேற்க (இன்சிடண்ட் காமெண்டர்) முடியும். இந்தாண்டு அப்பதவிக்கு விஜய்க்கும் ஆர்த்திக்கும் இடையே கடும்போட்டி நிலவி வருகிறது. மேலும் அத்துறையில் சேரும் மாணவர்கள் கட்டாயம் பல்கலைக்கழக விடுதியில் சேரவேண்டும். ஏனெனில் வாரத்தின் மூன்று நாட்களில் காலை 6.30 மணிக்கே டிரில் பயிற்சி மைதானத்தில் நடைபெறும்.

சில மாணவர்கள் பேருந்து ஓட்டுநர் முத்துவிடம் பேசிக்கொண்டிருக்க, பாண்டியனைப் பார்த்த முத்து நடந்துவந்து, "குட்மார்னிங் சார்" என்றான்.

பாண்டியன் சிரித்த முகத்துடன், ''குட்மார்னிங் அண்ணே, எல்லாம் ரெடியா இருக்கா'' எனக் கேட்டான்.

''சாப்பாடு, தண்ணி வண்டியில ஏத்தியாச்சு, டீசலும் அடிச்சாச்சி'' என்றான்.

''சரி, வண்டிய இங்கக் கொண்டு வாங்க'' எனப் பாண்டியன் சொல்லிக்கொண்டிருக்கும் போதே அர்ச்சனா தனது குடியிருப்பிலிருந்து வெள்ளைநிற சுடிதார் அணிந்து தோளில் வெள்ளைநிற பெண்களுக்கான வானடி பேக்கை மாட்டிக்கொண்டு நடந்து வந்துகொண்டிருந்தாள். முத்து விலகி பஸ் நிறுத்தத்திற்கு சென்றுவிட பாண்டியன் அர்ச்சனாவைப் பார்த்து மலைத்து நின்றான். அவளது உடலிலிருந்த ஒவ்வொரு செல்லும் அவளது அழகைக் குதூகலத்துடன் ஆர்ப்பரித்துச் சொல்வது போல் இருந்தது. இளம் காலை வெண்மை மேகமூட்ட வெளிச்சத்தின் நடுவே சிரித்த முகத்துடன் தலை குனிந்தபடி வரும் அவளது அழகையும் நளினத்தையும் பார்க்கையில் எவர் மனதும் ஈர்க்கப்பட்டுதான் போகும். யாரோ தன்னைக் கவனிப்பது போல் பாண்டியன் உணர, சட்டென விழிப்பு பெற்று மெதுவாக சுற்றும்முற்றும் பார்த்தான். மாணவர்களும் மாணவிகளும் அர்ச்சனாவைப் பார்த்து சிரித்த முகத்துடன் காலை வணக்கம் சொல்லக் காத்திருக்க, ஆர்த்தி மட்டும் பாண்டியனின் ஒவ்வொரு அசைவையும் நோக்கியபடி இருப்பதைக் கண்டுகொண்டான். பாண்டியன் அவளது கண்களைச் சந்திக்க, அவள் அவனது கண்களை ஊடுருவி எதையோ சொல்ல முயற்சிப்பதாய் உணர்ந்தான். மேலும் அந்நொடிகள் வளர்வதற்குள் விஜய் பாண்டியனிடம் வந்து, ''சார் அட்டனன்ஸ்'' என்றான்.

''என் ரூம்ல இருக்கு. போய் கதவைத் திற, நான் வரேன், சாவி அந்த செக்யூரிட்டி கிட்ட இருக்கும் பாரு, வாங்கிக்கோ''

எனக்கூறி மீண்டும் ஆர்த்தியைப் பார்த்தான். அவள் தனது கண்களை அவன் மீதிருந்து அகற்றாமல் அவனைப் பார்த்தபடியே இருந்தாள். இவளுக்கு என்ன ஆச்சு? ஏன் இப்படி உருகிப்போய் இருக்கா? ஏதாவது பிரச்சனை நடந்திருக்குமோ? எனக் குழம்பினான்.

"பாண்டியன்" என்ற அர்ச்சனாவின் குரல் கேட்க, சுயநினைவிற்கு வந்தான் பாண்டியன்.

"என்ன? நீயும் டாங்கிரி டிரஸ் போட்டு ரெட் ஹெல்மெட்டும் போட்டிருக்கே" எனக் கேட்டாள் அர்ச்சனா.

"இண்டஸ்ட்ரி விசிட் போனா கண்டிப்பா இந்த டிரஸ் கோட்ல தான் போகணும், இங்க போனைத் தராதே, உள்ளே என் கேபினுக்குப் போலாம் வா" என அவளை அவசரமாக அழைத்துக்கொண்டு சென்றான். வெளியில் மாணவர்கள் காத்திருந்த இடத்திற்கு அருகில் பேருந்து வந்து நின்றது.

"மேடம், இன்னைக்கு நீங்க ரொம்ப அழகா இருக்கீங்க மேடம்" என விஜய் பாண்டியனின் அறைக் கதவைத் திறந்துவைத்து வெளியில் நின்றபடி, அருகில் வந்தவுடன் அர்ச்சனாவிடம் சொன்னான்.

"தேங்க்ஸ்டா, ஆனா இது எல்லாம் சாருக்குதான்" எனச் சன்னமான குரலில் சொன்னாள். அதை உடனே அழிக்கும் முயற்சியாக, "பாண்டியன்... எல்லா பைலும் ரெடியா இருக்கா" எனச் சத்தமாக கேட்டாள்.

"மேடம், அவரப்பத்தி உங்களுக்குத் தெரியாது, நேத்தே எல்லாம் ரெடி பண்ணி முடிச்சுட்டுதான் போயிருப்பார்" என்றான் விஜய்.

‘‘அவர பத்தி எனக்குத் தெரியாதா? அவரு கருஞ்சிறுத்தை விஜய்’’ என்றாள் அழுத்தமாக. விஜய் அதற்கான அர்த்தத்தைப் புரிந்துகொள்ளாமலே பலமாகச் சிரிக்கத் தொடங்கினான். பாண்டியனுக்கு அதன் வீர்யம் உரைக்க அர்ச்சனாவைப் பார்த்தான். அவள் புருவங்களை அசைத்து சரியா என்பதுபோல் பாவனை செய்து கேட்டாள். பாண்டியன் மேஜையில் இருந்த அவளது பையிலிருந்து தனது கைபேசியை எடுத்து உயிர்ப்பித்தான்.

‘‘விஜய், மேடமுக்கு கிரீன் ஹெல்மெட்டும் இண்டஸ்ட்ரி ஷூவையும் எடுத்து வா’’ எனப் பாண்டியன் கூற, விஜய் அவ்வாறே பக்கத்து அறையிலிருந்து கிரீன் ஹெல்மெட்டும் இண்டஸ்ட்ரி ஷூவையும் எடுத்து வந்து அர்ச்சனாவிடம் கொடுத்தான்.‘‘சரி, நீ போய் இந்த அட்டனன்ஸ் எடு, நான் எச்ஓடி கிட்ட பேசிட்டு வரேன்,’’ எனச் அர்ச்சனாவிடம் சில காகிதங்களைக் கொடுத்தான் பாண்டியன். அவளுடன் விஜய்யும் செல்ல முற்படுகையில், ‘‘விஜய், நீ இங்கே இரு’’ என அவனிடம் கூறினான். அர்ச்சனா சென்று மறைந்ததும், ‘‘என்னடா ஆச்சி? ஆர்த்திக்கு’’ என விஜய்யிடம் வினவினான்.

‘‘சாரி சார்’’ என விஜய் தலை கவிழ்க்க, பாண்டியனுக்கு ஏதோ ஒன்று நடந்திருக்கிறது என்பது ஊர்ஜிதமானது. ஆனால் அவனிடம் மேலும் கேட்பதற்குள் அவனது உயிர்பெற்ற தொலைபேசி ‘‘டிங் டிங் டிங்’’ எனச் சத்தத்தை எழுப்பியவாறு இருந்தது. அதில் எச்ஓடியின் குறுஞ்செய்தியைப் படித்துவிட்டு உடனடியாக அவருக்கு அழைப்பு விடுத்து பின் விஜயை பார்த்துக் கதவை மூடிவிட்டு வெளியில் நிற்குமாறு கூறினான்.

‘‘பாண்டியன், இன்னைக்கும் மழை பலமா பெய்யும் போலிருக்கே, விசிட் கேன்சல் பண்ணிடலாமா’’ எனக் கேட்டார் கணபதி.

"அதெல்லாம் பாக்க முடியுமா சார், பசங்க எல்லாம் வந்துட்டாங்க சார், இன்னும் ரெண்டு நிமிஷத்துல கிளம்பிடுவோம்"

"வெதர் ரிப்போர்ட் மூணு நாளைக்குச் சரியில்ல பாண்டியன்"

"சார், நாலுமணி நேரம்தான் சார், அப்புறம் அங்க இருக்க போறோம், நான் பாத்துக்கறேன் சார்" என உறுதியுடன் கூறினான். ஆனால் அவனுக்குப் பதிலளிக்காமல் கணபதி சிறிது நேரம் மௌனத்தைக் கடைபிடித்தார். அவரை யோசிக்க விட்டால் காரியம் கெட்டுவிடுமென, "சார்" என பாண்டியன் இடைமறித்தான்.

"நீ சொல்றதுதான்டா பயமா இருக்கு, சரி அடிக்கடி அப்டேட் பண்ணு, முடிஞ்சா எஸ்எம்எஸ் பண்ணு, நான் எதுக்கும் அர்ச்சனா கிட்ட பேசுறேன், பார்த்து கவனமா போயிட்டு வா பாண்டியன், பசங்க நீ சொன்னா கேப்பாங்க, எனக்கு நம்பிக்கை இருக்கு. சரி பார்ப்போம்" எனத் தொடர்பைத் துண்டித்தார். பாண்டியன் விஜய்யை உள்ளே அழைத்து, "டைம் இல்ல விஜய், ரெண்டு நிமிஷத்துல சொல்லிமுடி" என ஒரு பைலை தூக்கிக்கொண்டு எழுந்து நின்றான்.

"நேத்து சாயந்திரம் பஞ்சபூதங்க என்னை மிரட்டினாங்க பாண்டியன்"

"ஏன்?"

"நான் ஏதோ ஒரு பொண்ணை உங்க வீட்டுக்குக் கூட்டிட்டு வந்தேன்னு"

"அவங்களுக்கு எப்படிடா தெரிஞ்சது?"

"தெரியல"

"அப்புறம்"

"நான் மத்த நாலு பேரையும் அனுப்பிட்டு, ஆர்த்தி கிட்ட மட்டும் தனியா சொன்னேன், "இங்க பாரு, அது என்னோட அண்ணி. என்னோட கசின். இங்கதான் பி.எச்டி பண்றாரு, பாண்டியன் சார் ஊருக்கு போகும்போதெல்லாம் அவங்க இங்க வந்து அவர் வீட்ல தான் தங்குவாங்க, நீ கேள்விபட்டதும் அவங்களைத்தான், நானும் ஊருக்குப் போயிட்டு லீவ் முடிஞ்சு நேத்து நைட்டுதான் வந்தேன், அவங்களும் போயிட்டாங்கன்னு' சொன்னேன்"

"அவ என்ன சொன்னா"

"அவளுக்கு சந்தேகம் போயிடுச்சு, ஆனாலும் வேற ஏதோ கேட்டா, நான்தான், "பாண்டியனை இந்த உலகத்துல யார் வேணா சந்தேகப்படலாம், ஆனா நீ மட்டும் படக்கூடாதுன்னு" சொன்னேன், உடனே அவ கண்ணு கலங்கி தண்ணி வழிய ஆரம்பிச்சிடுச்சு பாண்டியன்"

"உனக்கு ஏன்டா இந்த வேலை?" எனக் கடிந்துகொண்டான் பாண்டியன்.

"அப்புறம் கண்ண தொடைச்சிக்கிட்டு சந்தோசமா சிரிச்சுகிட்டே போனா, ஏதாவது உங்ககிட்ட சொன்னாளா?"

"அதெல்லாம் ஒன்னுமில்ல, விசிட் முடிச்சிட்டு இதபத்தி பேசுவோம், வா" எனப் பேருந்து நோக்கி நடந்தான். விஜய் பாண்டியன் அறையைச் சாத்தி அதைப் பூட்டி செக்யூரிட்டியிடம் சாவியைக் கொடுத்துவிட்டு பேருந்தில் ஏறினான். அர்ச்சனா பேருந்தின் முன்புற படிகளுக்கு அருகிலிருந்த இருக்கையில் அமர்ந்து பாண்டியனுக்காகக் காத்திருந்தாள். பாண்டியன் பேருந்து ஓட்டுநரிடம் ஏதோ சொல்ல, அவரும் தேங்காய், எலுமிச்சை பழம், பூ, ஊதுபத்தி என அனைத்தையும் தட்டில் வைத்து எடுத்து வந்தார்.

அர்ச்சனாவைப் பார்த்து "இங்கே வாங்க மேடம்" என அழைக்க, அர்ச்சனா ஆர்த்தியின் கையைப் பிடித்தபடி பேருந்திலிருந்து இறங்கினாள்.

"ஆர்த்தி, நீயே ஆராதனை காட்டு" என அர்ச்சனா அதிகாரத் தொனியில் கட்டளையிட்டாள். ஆர்த்தி திரும்பிப் பாண்டியனைப் பார்க்க, அவனும் நீயே பண்ணு என்பதுபோல் தலையசைத்தான். ஆர்த்தி புன்னகையுடன் பேருந்துக்கு முன்பு சென்று கற்பூரம் ஏற்றி ஆரத்தி எடுத்தாள். ஆரத்தி முடித்தவுடன் பேருந்து ஓட்டுநர் தேங்காயை உடைக்க முற்படுகையில் ஆர்த்தி அவரைத் தடுத்து தேங்காயை வாங்கி அவளே சுக்குநூறாக உடைத்தாள். பேருந்தில் இருந்து எழுந்த கரகோஷம் அந்தக் காலைவேளையில் பல்கலைக்கழகத்தையே எழுப்பிவிட்டிருக்கும். விஜய் ஆறு எலுமிச்சை பழத்தை ஆறு சக்கரங்களின் அடியில் வைத்துவிட்டு வந்து பேருந்தில் ஏறிக்கொண்டான். ஓட்டுநர் முத்து உயிர்ப்புடன் இருந்த அந்தப் பேருந்தில் ஏறி ஓட்டுநர் இருக்கையில் அமர்ந்து இரு கைகளைக் கூப்பிப் பிரார்த்தனை செய்துவிட்டு நீண்ட ஹாரன் ஒலியை எழுப்பி வண்டியைக் கிளப்பினான். மீண்டும் மாணவர்களின் கரகோஷம் விண்ணைப் பிளக்க, அவர்களின் துறைக்கு உரிய பாடலைப் பாட ஆரம்பித்தார்கள்.

வருகிறோம் வருகிறோம்
வீறுகொண்டு வருகிறோம்
வருகிறோம் வருகிறோம்
வேங்கையாக வருகிறோம்
வானளாவ விபத்தினை
வேரோடு அழிக்கவே
வருகிறோம் வருகிறோம்

வேங்கையாக வருகிறோம்
வருகிறோம் வருகிறோம்
ஃபயர் பசங்க வருகிறோம்
வருகிறோம் வருகிறோம்
ஃபயர் பொண்ணுங்க வருகிறோம்
வருகிறோம் வருகிறோம்
சேஃப்டி பசங்க வருகிறோம்
வருகிறோம் வருகிறோம்
சேஃப்டி பொண்ணுங்க வருகிறோம்

(பல்லவி)

மனிதத் தவறை திருத்தவே
மாண்புடனே வந்திடுவோம்
பொருத்தமற்ற இடத்தையே
பொருத்தமாக மாத்துவோம்
எம் உயிரைப் போலவே
எல்லா உயிரை நேசிப்போம்
வந்து செய்த வேலையை
வரம் போல காத்திடுவோம்
எப்படி எப்படி வந்தீரோ
அப்படி அப்படி செல்வீரே

(சரணம் -1)

உலகில் உள்ள உயிரினம்
உரிமையுடன் வாழவே
உங்களுடன் நாங்களும்
உவகையோடு காப்போமே
வேலை செய்யும் இடத்திலும்
வண்டி ஓட்டும் போதிலும்
சிந்தனை ஏதும் சிதறாமல்

சிந்தையோடு செய்திடுங்கள்
வம்பு தும்பு வேண்டாமே
வேலை கெட்டுப் போகுமே

(சரணம் 2)

தீயணைக்க வேண்டுமா
PASS பயிற்சி போதுமே
காயம்பட்ட யாருக்கும்
முதலுதவி அவசியம்
வேலைக்கார மின்சாரம்
வேலையிலே மின்னுமே
எஜமான மின்சாரம்
எமனாகப் போயிடுமே
எந்த பொருள் இருப்பினும்
ஏற்ற இடத்தில் இருக்கணும்

(சரணம் 3)

7

பல்கலைக்கழகத்தைக் கடந்து அந்த நீண்ட நெடிய இருவழி தார் சாலையில் அப்பேருந்து தடம்பதித்துத் தன் வேகத்தைத் துரிதப்படுத்தியது. மாணவர்கள் அனைவரும் இருக்கையில் அமர்ந்துகொண்டார்களா? எனப் பாண்டியன் பின்புறம் திரும்பி சரிபார்த்துக் கொண்டான். மாணவிகள் ஐவரும் ஓட்டுநர் இருக்கைக்குப் பின்புறம் உள்ள இருக்கைகளில் அமர்ந்திருந்தார்கள். அதேநேரம் அர்ச்சனாவுக்கு தொலைபேசி அழைப்புவர, அவள் எடுத்து, "பாண்டியன்... எச்ஓடி" என அவனிடம் தெரிவித்துவிட்டுப் பதில் அளித்தாள். பாண்டியன் தனது தொலைபேசியைக் கால்சராயிலிருந்து

எடுத்து பேட்டரியின் அளவைச் சோதித்தான். எழுபத்திரண்டு சதவீதமே நிரம்பி இருந்தது. கிளம்பும் அவசரத்தில் படிக்காமல் விட்ட குறுஞ்செய்திகளைப் படிக்கத் தொடங்கினான். தொலைபேசி எண் மட்டுமே உள்ள ஒரு குறுஞ்செய்தி அவனை ஆச்சரியப்படுத்த, அதை எடுத்துப் படிக்க ஆரம்பித்தான்.

"சிதறிய கண்ணாடியின் சில்லுகளில்
எனது பிம்பங்கள் சொல்லும்
உண்மைகள்தான் என்ன?"

எப்பொழுது அது அனுப்பப்பட்டது என்பதைச் சரிபார்த்தான். நேற்றிரவு சரியாக 9.25க்கு பதிவாகியிருந்தது. யாரிடமிருந்து வந்திருக்கிறது என்று தெரியவில்லை என்றாலும் சந்தேகத்தின் பேரில் அர்ச்சனாவின் தொலைபேசியில் எண்ணை சரிபார்க்க, ஆர்த்தியின் பெயர் பளிச்சிட்டது. சட்டென முன்னே வலதுபக்கம் அமர்ந்திருந்த ஆர்த்தியைப் பார்க்க அவளும் இவனது பார்வையை சந்தித்து தலை தாழ்த்திக்கொண்டாள். ஏதோ அவளது முகத்தில் இப்பொழுது நிம்மதி வழிந்தது. அது பாண்டியன் தான் அனுப்பியதைப் படித்துவிட்டான் என்பதால்தானோ? பாண்டியன் சற்று நடுக்கமுற்றான். திரும்பவும் அதைப் படிக்க, கண்ணாடி உடையும் சம்பவம் எவ்வளவு முக்கியமானது என்பது அவனுக்கு நன்றாகவே தெரியும். மேலும் நேற்று அர்ச்சனாவை, "அக்கா" என்று ஆர்த்தி அனுப்பிய குறுஞ்செய்தி நினைவுக்குவர வேதனைப்படத் துவங்கினான். தன்னருகில் அமர்ந்திருந்த பாண்டியன் சட்டென அமைதியாகிவிட்டது, அர்ச்சனாவை கலக்கமுறச் செய்தது. சிலநொடி இடைவெளியில் அவன் ஆழ்ந்த சிந்தனைக்குச் சென்ற முகபாவனை கவலைப்பட வைத்தது. அவனைத் தொந்தரவு செய்யலாமா? வேண்டாமா? என நினைத்தவள்

திரும்பி மாணவர்களிடம், "என்னப்பா? பின்னாடி இந்நேரம் உங்க கச்சேரியை ஆரம்பிச்சு இருப்பீங்கன்னு பார்த்தேன்" எனச் சிரித்துக்கொண்டே சத்தமாகக் கேட்டாள்.

"மேடம், சார் இருக்காரு" என்றான் ஒரு மாணவன்.

"அதெல்லாம் ஒன்னும் சொல்ல மாட்டார்" என உறுதியளித்தாள். அதற்குள் பாண்டியன் அவளை மறித்து, "டிபன் சாப்பிட்டு அப்புறம் பாக்கலாம் அர்ச்சனா" என அவள் காதருகில் கிசுகிசுப்பாகச் சொன்னான். அர்ச்சனா தனது கட்டை விரலை உயர்த்தி மாணவர்களிடம் காட்டிப் பின் வலது கையைக் குவித்து சாப்பிட்டதற்குப் பிறகு என்பதாக சைகை செய்தாள். மாணவர்களும் "ஓகே மேடம்" எனக் கோரஸாக சத்தம் எழுப்பினார்கள். அப்பொழுது அவர்களின் பேருந்து நீண்ட நெடிய பாலத்தைக் கடக்க மெத்தனமாகச் சென்றது. அர்ச்சனா ஆற்றுப் படுகையை கவனித்துவிட்டு, "அங்கே பாரு பாண்டியன், பாறைக்கு மேல இருக்கிற கோயில், இந்த வீக் எண்ட் வந்து போவோம்" என்றாள். பாண்டியன் ஒவ்வொரு முறை தனது வீட்டிற்குச் செல்லும்போதும், திரும்பி வரும்போதும் அதைக் கவனித்திருக்கிறான். ஏறக்குறைய ஒன்றரை கிலோமீட்டர் நீளமுள்ள பாலத்தின் கீழே தென்பெண்ணை ஆறு ஓடிக்கொண்டிருக்கிறது. அந்த மணற்பாங்கான ஆற்றுப்படுகையின் மையத்தில் இருபதடி உயரமும் பதினைந்தடி அகலமும் கொண்ட பாறையின் மேற்பகுதியில் கோபுரத்துடன் ஆன சிறு கோயில் ஒன்றைக் கட்டியிருந்தார்கள். அதற்குச் சற்று தள்ளி இருபதடி உயரம் கொண்ட தரையடிப் பாலமும் இருந்தது. அருகிலிருக்கும் கிராமத்து மக்கள் அந்தத் தரையடிப் பாலத்தைத் தற்போது குறுக்குப் பாதையாகப் பயன்படுத்துகிறார்கள். மற்றபடி இருசக்கர வாகனத்தைத் தவிர வேறு எந்த

வாகனமும் செல்வதில்லை. அந்த ஆற்றில் தண்ணீர் முக்கால்வாசி பாலத்தைக் கடந்தபடி செல்வதைப் பலமுறை கவனித்திருக்கிறான். அப்பொழுதெல்லாம் பேருந்திலிருந்து இறங்கி அதை வேடிக்கைப் பார்க்க வேண்டும் என்ற ஆவல் எழுந்ததுண்டு. இப்பொழுதும் மழையின் பொருட்டு சில இடங்களில் தண்ணீர் அளவு சற்று உயர்ந்துள்ளது என்றாலும் மக்கள் நடந்தே கடந்துகொண்டிருந்தனர்."என்ன பாண்டியன் சண்டே வருவோமா இங்கே?" என அர்ச்சனா கூறியபொழுது பேருந்து அந்தப் பாலத்தைக் கடந்து விட்டிருந்தது.

"பாக்கலாம் அர்ச்சனா" என சுவாரசியம் இல்லாமல் பதில் அளித்தான் பாண்டியன். அதனால் அர்ச்சனாவுக்கு மேற்கொண்டு பேச்சைத் தொடர்வதில் ஆர்வம் இல்லாமல் போயிற்று. அவள் தனது கைபேசியில் பாடல்களைக் கேட்கத் தொடங்கினாள். பேருந்து அந்நகரத்தைக் கடந்து அரைமணி நேர அவகாசத்தில் சென்னை திருச்சி நெடுஞ்சாலையில் வந்து சேர்ந்தது. பாண்டியன் எழுந்து ஓட்டுநரிடம் சென்று சாப்பிட நிறுத்துமாறு சொல்ல, அவரும் சில நொடிகளில் கனரக வாகனங்கள் ஓய்வெடுக்கும் பகுதியில் பேருந்தை நிறுத்தினார்.

"எல்லாரும் அமைதியா டிபன் வாங்கிக்கோங்க, பத்து நிமிஷம்தான் முடிச்சிடணும்" எனப் பாண்டியன் கூற, முன்புறம் வைத்திருந்த இரண்டு பெட்டியை இரு மாணவர்கள் எடுத்துவந்து படிக்கட்டின் அருகில் வைத்தார்கள்.

"மேடம், நாங்க பாத்துக்குறோம். நீங்க இறங்குங்க" என அர்ச்சனாவிடம் அந்த ஐந்து மாணவிகளும் கூற, அர்ச்சனாவும் பாண்டியனும் பேருந்திலிருந்து இறங்க, மாணவர்களும் ஒவ்வொருவராகச் சாப்பாட்டுப் பொட்டலத்தைப் பெற்றுக்கொண்டு கீழே இறங்கினார்கள்.

பூரி, உருளைக்கிழங்கு மசாலா, இரு வடைகள் என அந்தப் பொட்டலத்தில் இருந்த உணவை அனைவரும் சாப்பிடத் தொடங்கினார்கள். விஜய் மூன்று பொட்டலங்களை எடுத்துவந்து அந்தக் குடை நிறுத்த சிமெண்ட் பெஞ்சில் அமர்ந்திருந்த பாண்டியன், அர்ச்சனா மற்றும் ஓட்டுநருக்கு வழங்கினான். கூடவே இரண்டு தண்ணீர் பாட்டில்களையும் அவர்களுக்கருகில் வைத்தான்.

"விஜய், எல்லாருக்கும் கிடைச்சிடுச்சா?" எனக் கேட்டான் பாண்டியன்.

"சார், பத்து பொட்டலம் எக்ஸ்ட்ராவா இருக்கு"

"யாருக்குத் தேவைப்படுதோ கொடுத்துடு" என்றாள் அர்ச்சனா.

அவர்கள் உணவை முடித்துக்கொண்டு பேருந்தின் உள்ளே ஏறும்முன் மாணவிகள் ஐந்துபேரும் அர்ச்சனாவை நெருங்கினார்கள். பாண்டியன் உள்ளே சென்று படிக்கட்டின் அருகிலிருந்த இருக்கையில் அமர்ந்துகொண்டான். அர்ச்சனா சிரித்த முகத்துடன் படியிலேயே, "பாண்டியன் வாங்க, நாம அங்க உட்காருவோம்" என்று ஓட்டுநர் இருக்கைக்கு பின்புறம் உள்ள காலியான இருக்கையைக் காட்டினாள். பாண்டியனும் அதைப் புரிந்துகொண்டு "ரொம்ப டான்ஸ் ஆடி டயர்ட் ஆகிடாதீங்கடா, கம்பனி உள்ள நாலு கிலோமீட்டர் நடக்க வேண்டியிருக்கும்" என எச்சரித்துவிட்டு அங்கே சென்று அமர்ந்தான். ஒரு மாணவன் தனது பென்-டிரைவை எடுத்துவந்து ஓட்டுநரிடம் கொடுத்தான். ஓட்டுநர் திரும்பிப் பாண்டியனைப் பார்க்க, அவன் ஆகட்டும் என்பது போல் தலையசைத்தான். முதல் பாடல் "டாடி மம்மி வீட்டில் இல்ல..." என்று தொடங்க, பின்புறம் மாணவர்கள் தங்கள் நடனத்தை சந்தோஷத்துடன் ஆட ஆரம்பித்தார்கள். அர்ச்சனா பாண்டியன் அருகில் வந்து அமர்ந்துகொண்டாள். பாண்டியன்

பின்புறம் திரும்பிப் பார்க்க, மாணவர்கள் மட்டுமே நடனம் ஆடிக்கொண்டிருந்தார்கள். மாணவிகள் கைத்தட்டி உற்சாகப்படுத்திக் கொண்டிருப்பதைக் கவனித்தான். அதில் ஆர்த்தி அவனைப் திரும்பிப் பார்த்து புன்னகைத்தாள்.

"அர்ச்சனா, நீ போ... அப்பதான் பொண்ணுங்களும் டான்ஸ் ஆடுவாங்க" என அவளிடம் சொன்னான். அதற்காகவே அவள் காத்திருந்தது போல் மாணவிகளிடம் சென்று சேர்ந்துகொண்டாள். பாண்டியனுக்குச் சட்டெனத் தான் தனிமைப்பட்டு விட்டோமோ என்று தோன்றியது. அந்த அமைதியை நிரப்ப ஆர்த்தியைப் பற்றி மனம் யோசிக்க யத்தனித்தது. உடனே அதை புறம்தள்ளிவிட்டு லண்டனில் பழகிய மெர்சியின் நினைவை புதுப்பித்தான்."உன்னோட சட்டைக் காலரை ஒரு பொண்ணு பிடிப்பா, அவதான் உனக்கு தகுந்தவ..." என்ற மெர்சியின் கடைசி சந்திப்பின் வார்த்தைகள் அப்போது மனதில் மேலெழுந்தது.

பகுதி–II
திருச்சி

8

"பாண்டியன், திருச்சி வந்துடுச்சு" என அர்ச்சனா பாண்டியன் தோளைத் தொட்டு உலுக்கியபோது கண் விழித்தவன், மெர்சியின் நினைவுகளில் அப்படியே தூங்கிவிட்டிருப்பதைப் புரிந்துகொண்டான்.

அவர்கள் அந்தத் தொழிற்சாலையின் இரண்டாவது வாசல் வழியாக உள்நுழைந்து தீயணைப்புத் துறையை அடைந்தார்கள். மாணவர்கள் தலைக்கவசத்தை அணிந்துகொண்டு பேருந்தைவிட்டு இறங்க, அர்ச்சனா ஷூவையும் தலைகவசத்தையும் அணிந்துகொண்டு கடைசியாக இறங்கினாள். தீயணைப்புத் துறை வாசலில் சரவணன் எல்லோரையும் வரவேற்க, அவனை அனைவருக்கும் பாண்டியன் அறிமுகப்படுத்தினான்.

"இவர் பெயர் சரவணன், என்னோடுதான் பயர் இன்ஜினியரிங் மாஸ்டர் டிகிரி லண்டன்ல முடிச்சுட்டு இங்க வேலை செய்யறாரு, ஊரு திருநெல்வேலி, நமக்கு எல்லாத்தையும் எக்ஸ்ப்ளைன் பண்ண போறவர் இவர்தான்" எனச் சுருக்கமாக முடித்துக்கொண்டான். மாணவர்கள் அனைவரும் சரவணனுக்கு ஒருமித்த குரலில் வணக்கத்தைக் கூறினார்கள்.

‘‘முதல்ல நாம சேப்டி டிபார்ட்மெண்ட்க்கு போவோம், அங்க உங்களுக்கு நாப்பது நிமிஷம் இண்டக்ஷன் டிரெய்னிங் கொடுப்பாங்க, அப்புறம் நாம இண்டஸ்ட்ரியைச் சுத்தி பாக்கலாம், இப்பவே அரைமணி நேரம் லேட்டாயிடுச்சு’’ எனக்கூறி அனைவரையும் பாதுகாப்புத் துறைக்கு அழைத்துச் சென்றான் சரவணன். அங்கு மாணவர்களுக்குத் தொழிற்சாலை பாதுகாப்பு விதிமுறைகளையும் ஏற்பாடுகளையும் விளக்கினார்கள்.

‘‘விபத்து நடப்பதற்கு முக்கியமான மூன்று காரணிகள் என்னென்ன?’’ இண்டக்ஷன் டிரெய்னிங் ப்ரோக்ராமை நடத்திக் கொண்டிருந்தவர் மாணவர்களைப் பார்த்து கேள்வி எழுப்பினார்.

‘‘அன்சேஃப் ஆக்ட் எண்பது சதம், பதினெட்டு சதம் அன்சேஃப் கண்டிஷன், என்விரான்மெண்டல் ஃபேக்டர் இரண்டு சதம்’’ என மாணவர்கள் பதிலளிக்கத் தொடங்கினார்கள். பாண்டியன் சரவணனை அழைத்துக்கொண்டு அந்த அறையிலிருந்து வெளியே வந்தான். சில விசாரிப்புக்களுக்குப் பின்பு அர்ச்சனா குறித்துப் பேச்சு எழுந்தது.

‘‘என்ன பாண்டியன்? மெர்சியை மறந்துட்ட போல’’ எனக் கேட்டான் சரவணன்.

‘‘மறக்க முடியாதுடா, இப்ப வரும்போது கூட அவள பத்திதான் யோசிச்சிட்டு வந்தேன்’’

‘‘ஆனா, உன் உடம்போட சைனிங் அப்படி சொல்லலையே, உன் கொலீக்கோட நல்ல அட்டாச்மெண்ட் இருக்கிற மாதிரி தெரியுது’’

“அது சிச்சுவேசன் நெஸசிட்டி சரவணா, எனக்கு ஏத்த மாதிரி அவளும், அவளுக்கு ஏத்த மாதிரி நானும் இருக்கறதுனால, க்ளோஸ்னஸ் அதிகமா இருக்கு”

“அப்புறம் என்ன? கல்யாணம் பண்ணிக்கோ, ரெண்டு பேரும் ஒரே ஃபீல்ட்ல இருக்கிறது நல்லதுதானே” எனச் சரவணன் சொன்னதைத் தலையசைத்து பாண்டியன் ஆமோதித்தாலும் பதில் ஏதும் சொல்லவில்லை. உள்ளே அத்தொழிற்சாலையைப் பற்றி விளக்கிக்கொண்டிருந்தவர் கேள்விக்கு மாணவர்கள் உற்சாகமாக பதிலளித்துக் கொண்டிருப்பதைக் கண்ணாடிக் கதவின் வழியே பாண்டியன் கவனித்தான். விபத்து குறித்து டொமினோ கோட்பாட்டைக் கொண்ட படம் ஒன்று திரையில் ஒளிர்ந்து கொண்டிருந்தது.

“சரி... உன்னோட பிஎச்.டி என்ன ஆச்சு?” என்று கேட்டான் சரவணன்.

“கைடு கிடைக்கலடா, மெக்கானிக்கல் ப்ரொபஸரைதான் அப்ரோச் பண்ணனும்”

“சீக்கிரம் முடி, நானும் உன்கிட்ட பிஎச்.டி ஸ்காலரா சேந்துட்றேன்” எனச் சிரித்துக்கொண்டே சொன்னான் சரவணன். மாணவர்களுக்கான அந்தப் பாதுகாப்புக் குறித்த பயிற்சி வகுப்பு முடிய அனைவரும் வெளியில் வந்து வரிசையில் நின்றார்கள். பாண்டியன் அந்தப் பயிற்சி ஏற்பாடு செய்தவர்களுக்கு நன்றி தெரிவித்துவிட்டு மாணவர்களிடம் வந்துசேர்ந்தான். அந்தக் கட்டிடத்துக்கு வெளியில் மழைத்தூறல் ஆரம்பித்து வீரியத்தைப் பறைசாற்றத் தொடங்கியது.

“என்ன சரவணா பண்றது, இப்பவே டைம் ஆயிடுச்சு, மழை வேற லேட் பண்ணும் போல” எனச் சொன்னான் பாண்டியன்.

“பரவாயில்லை... பாத்துக்கலாம், உங்களுக்கு சேஃப்டி அசெம்பிளி பாயிண்ட் காமிச்சாங்களா?” என மாணவர்களைப் பார்த்துக் கேட்டான் சரவணன்.

“எஸ் சார், அஞ்சு இடம் இருக்கு சார்” என மாணவர்கள் பதில் அளித்தார்கள்.

“எல்லோரும் ஞாபகத்துல வச்சுக்கோங்க, மழையால இப்ப நாம ரோட்ல போக முடியாது, அதனால வொர்க்-ஷாப் வழியா உள்ள போகப் போறோம், எந்தக் காரணத்தைக் கொண்டும் எதையும் தொட்டுடாதீங்க” என அவர்களுக்கு அறிவுரை சொல்லிவிட்டு முன்னே நடந்து வழிகாட்டினான். கூரை படர்ந்த தொழிற்சாலையின் உள்ளே செல்வதால் அவர்களுக்கு மழையினால் எந்தப் பாதிப்பும் இல்லை. அர்ச்சனா சரவணனுடன் சென்ற பாண்டியனை நிறுத்தி, அவனுடன் மாணவர்களுக்குப் பின் கடைசியாக நடக்கத் தொடங்கினாள்.

“பாண்டியன்... பசங்க பின்னிட்டாங்க” என மகிழ்ச்சியான குரலில் மெதுவாகப் பாண்டியனிடம் கூறினாள் அர்ச்சனா.

“என்ன?”

“உள்ள அவர் கேட்ட எல்லா கேள்விக்கும் பசங்க பளிச்சுன்னு பதில் சொன்னாங்க, அவரு ரொம்ப சந்தோஷபட்டாரு, நம்ம டிபார்ட்மெண்ட் ஸ்டாப் எல்லோரையும் பாராட்டினார்” என்றாள் பெருமிதக் குரலில். பாண்டியனுக்கு நிம்மதியும் பெருமிதமும் படர்ந்தது. தம் மாணவர்களை மற்றவர்கள்

பாராட்டும்போது கிடைக்கின்ற சுகமே அலாதியானது என்பதை உணர்ந்தான்.

"சரி, இத பத்தி டிபார்ட்மெண்ட் போய் விரிவா பேசுவோம்" என்று பாண்டியன் வேகமாக நடக்கத் தொடங்கினான். சரவணன் அங்கு தரையில் போடப்பட்டிருந்த மஞ்சள்நிற கோட்டை யாரும் மீறாத வண்ணம் பாதுகாப்பாக அழைத்துச் சென்றான். சில இடங்களில் நின்று அங்கு நடைபெற்றுக் கொண்டிருக்கும் இயந்திரத்தின் செயல்முறையையும் பயன்பாட்டையும் அது எவ்வாறு பாதுகாப்பாக இயக்கப்படுகிறது என்பதையும் சில நிமிடங்களில் விளக்கிவிட்டு அடுத்த இடத்திற்கு சென்றான். மாணவர்களும் சூழ்நிலையின் அழுத்தத்தைப் புரிந்துகொண்டு மேற்கொண்டு எந்தவித கேள்விகளையும் கேட்காமல் அவன் கூறியதைத் தங்களது சிறிய குறிபேட்டில் குறித்துக் கொண்டார்கள். சரவணன் அந்தக் கட்டிடம் முடியும் இடத்தில் நிற்க, மாணவர்களும் அந்தப் பரந்த நுழைவாயில் பகுதியில் கூடி நின்றார்கள்.

"அடுத்து நாம போகப் போறது பாய்லர் ஹவுஸ், பாய்லர் எத்தனை வகை?" எனச் சரவணன் மாணவர்களிடம் கேள்வி எழுப்பினான். மாணவர்களும் மூன்று, நான்கு, ஐந்து எனப் பதில் அளித்தார்கள். பாண்டியனும், அர்ச்சனாவும் வெளியில் எட்டிப் பார்த்தார்கள். மழையின் தீவிரம் பலமாக இல்லை என்றாலும் இரண்டு நிமிட நடைப் பயணத்தில் எவரும் நனைந்துவிடும் தன்மையோடிருந்தது.

"பாண்டியன், மணி பன்னெண்டு ஆகப் போகுது, மூனு மணிக்குள்ள முடிச்சிட முடியுமா" எனக் கேட்டாள் அர்ச்சனா.

‘‘முடிஞ்ச வரைக்கும் பாப்போம், இதுவே கால்வாசிதான் அர்ச்சனா, உள்ள நாலு நாள் பாக்குறதுக்கான ஃபயர் சேஃப்டி விஷயங்கள் இருக்கு’’ என்றான்.

‘‘மூணு மணிக்கு லன்ச் டைம், சாப்பாடு கிடைக்குமா? பசங்க டயர்ட் ஆயிட்டாங்க பாண்டியன்’’

‘‘அதெல்லாம் சரியாவே நமக்காக ஸ்பெஷல் ஏற்பாடு பண்ணி இருக்காங்க’’

‘‘அப்ப சரி’’என இருவரும் சரவணனிடம் வந்தார்கள். சரவணன் தன் விளக்கத்தை முடித்துக்கொண்டு திரும்பி, ‘‘உள்ளே போவோமா பாண்டியன்’’ எனச் சிறிது தொலைவில் தார் சாலையைக் கடந்திருந்த வாயிலைச் சுட்டிக்காட்டியவாறு கேட்டான். அவன் காண்பித்த திசையில் ஊழியர்கள் தலைதெறிக்க வெளியில் ஓடிவருவது தெரிந்தது. உடனே சரவணன் சூழ்நிலையைப் புரிந்துகொண்டு, ‘‘பாண்டியன், பாய்லர் பிளாஸ்ட் ஆகபோகுது, சீக்கிரம் எல்லாரையும் சேப்டி அசெம்பிளி பாயிண்ட்டுக்கு அனுப்பு’’ எனக் கூறிக்கொண்டே அந்தக் கட்டிடத்தில் இருந்த அவசரகால அலார சங்கை இயக்கினான். அது சத்தம் எழுப்பும் அதே வேளையில் அவர்கள் இருந்த கட்டிடத்தின் வாசலில் நின்றிருந்த கொடிக்கம்பத்தில் சிவப்புநிற கொடியையும் ஏற்றினான். இதைப் பார்த்துக்கொண்டிருந்த மாணவர்களுக்கு அவசரகால விபத்து நேரத்தில் மேற்கொள்ள வேண்டிய நடவடிக்கைகள் எல்லாமே தெளிவாகப் புரிய ஆரம்பித்தது. இருபதிற்கும் மேற்பட்ட ஊழியர்கள் அந்தக் கட்டிடத்திலிருந்து சிதறி ஓடினார்கள். சிலர் இவர்கள் இருந்த கட்டிடத்திற்கு வந்து கொதிகலன் வெடிப்பதற்கான நிகழ்வுகள் நடந்துகொண்டிருக்கின்றன எனத் தெரிவித்தார்கள். உடனே பாண்டியன் கட்டிடத்தின் இரும்புக் கதவை, ஷட்டரை கீழே

ஒரு அடி விட்டு மூடும்படி மாணவர்களிடம் கூறினான். சங்கின் சப்தம் குறைந்ததால் சரவணன் தன்னிடமிருந்த வாக்கி டாக்கியில் தகவலைப் பரிமாறிக் கொண்டிருந்தான். தொழிற்சாலையின் தலைமைத் தீயணைப்பு அதிகாரி மாவட்ட ஆட்சியரின் ஆலோசனைக் கூட்டத்தில் கலந்துகொண்டுவிட்டு திரும்பி வந்துக்கொண்டிருப்பதாகத் தகவல் பெற்றான்.

"சரவணா, எத்தனை நிமிஷம் ஆகும்? உன்னோட டீம் வர" எனப் பாண்டியன் கேட்டான்.

"பயர் பிரிகேட் கிளம்பிட்டாங்கன்னு நினைக்கிறேன்" எனத் தயக்கத்துடன் கூறினான் சரவணன்.

"எத்தனை டெண்டர் இருக்கு"

"நாலு இருக்கு"

"டிசிபி... ஃபோம்"

"எல்லாத்துலயும் இருக்கு"

"சரி, நீ எப்படியாவது சார்ஜ் எடுத்துக்கோ, செகண்டரி ஆக்சிடெண்டை, இப்ப நாம கண்ட்ரோல் பண்ணுவோம்" எனப் பாண்டியன் கூறிக் கொண்டிருக்கும் போதே தூரத்தில் 'டமார்' என்ற பெரும் சத்தமும் அதைத் தொடர்ந்து இரண்டாவது நிகழ்வின் பெரும் சத்தமும் அந்தப் பகுதியை ஒரு கணம் உலுக்கியது. இரும்புக் கிராதிகளும், கூரைகளும், பல உலோகப் பொருட்களும் இன்னபிற சாமான்களும் பறந்துவந்து விழுந்தன. காற்றின் மூலம் அந்த அதிர்வுகள் அந்தக் கட்டிடத்தில் இரும்புக் கவசங்களில் பட்டு அதிர்வை உண்டு பண்ணியது. சத்தத்தின் அதிர்வு எதிரொலியாய் மாறி பெரும் அச்சத்தை ஏற்படுத்தியது.

"நம்ம பயர் பிரிகேட் அசெம்பள் ஆகுங்க" எனப் பாண்டியன் கர்ஜிக்க, முப்பத்திரண்டு மாணவர்கள் நான்கு குழுவாகப் பிரிந்து அணிவகுத்து நின்றார்கள். மீதி இருந்த மாணவர்களை அதில் மாணவிகள் உட்பட விலக்கி அர்ச்சனாவிடம் ஒப்படைத்தான் பாண்டியன்.

"அர்ச்சனா, நீ இவங்களைக் கூட்டிட்டு சேஃப்டி அசெம்பிளி பாயிண்ட்டுக்கு போ, சீக்கிரம்" எனத் துரிதப்படுத்தினான். அதில் ஆர்த்தி இருக்கிறாளா எனப் பார்க்க அந்த நான்கு அணிகளில் ஒன்றில் அவள் தலைமைத் தாங்கி நின்றபடி இருந்தாள்.

பாண்டியன் அவள் அருகில் சென்று "நீ இதுல வேணாம்... கிளம்பு" என ஆணையிட்டான். அவளோ அந்த ஆணைக்கு இணங்க மறுத்து அப்படியே சிலையாக நின்றாள். அவனுக்குக் கோபம்வர, "மேல நாம பண்ண போறதே தப்பு, இதுல கேர்ள்ஸ் இருக்கறது தெரிஞ்சா அவ்வளவுதான் ஆர்த்தி, புரிஞ்சுக்கோ" என்றான். அவளும் அதை உணர்ந்து அவனுக்கு சல்யூட் அடித்துவிட்டு சற்றுத்தள்ளி நின்றுகொண்டாள். அவன் திரும்பவும் அவளைப் பார்த்து அர்ச்சனா உடன் சென்று சேர்ந்துகொள்ளுமாறு கூற, அவள் பரிதாபமாக அவனைப் பார்த்தாள்.

"சார், அவ இருக்கட்டும் சார்" என மாணவர்கள் முணு முணுக்கத் தொடங்கினார்கள். ஏனெனில் அவளின் திறமையை எல்லோரும் நன்கு அறிவார்கள். அவள் உடனிருக்கும் பட்சத்தில் நடக்கப்போகும் தீ உடனான போர் நிச்சயம் தங்களுக்குச் சாதகமாகவே முடியும் என்று நம்பினார்கள். மேலும் பெண் என்பதால் அவளைத் தள்ளி வைப்பது பாண்டியனுக்கு சற்று சங்கடத்தைக் கொடுத்தது.

“சரி, நீ பிரான்ச் பைப்பைப் பிடிக்கக் கூடாது, ஏன்? ரெட் ஸோன் பக்கத்துல கூட வரக்கூடாது, புரியுதா” என ஆர்த்தியிடம் கூறினான் பாண்டியன். ஆர்த்தியும் இந்தளவாவது தனக்கு வாய்ப்பு கிடைத்ததே என அவனுக்கு சல்யூட் அடித்து அதை ஏற்றுக்கொண்டாள்.

“டோனி, நீ லீட் பண்ணு இந்தக் குழுவை” என ஒரு மாணவனைப் பார்த்துக் கூறிவிட்டு, சரவணனிடம் திரும்பினான் பாண்டியன்.

“சரவணா, இப்ப நாம மொத வேலையா கட்டஸ்ட்ரோபிக்கை தடுக்கணும், நாம பண்றது தப்புதான், அஞ்சே நிமிசம் போதும், அதுக்குள்ள உங்க டீம் வந்தா அடுத்த செகண்ட் நாங்க போயிட்றோம், இவங்க எல்லாம் என்னோட ட்ரைனிங், நம்பு” என அவர்களின் தேவையை விளக்கினான்.

“பாண்டியன், உனக்கே தெரியும்... விசிட்டர்ஸ் இப்படியெல்லாம் பண்ணவே கூடாது, அதுவும் இல்லாம இது ரொம்ப ரிஸ்க் பாண்டியன்”

“சரி, நீயும் நானும் மட்டும் ரெட் ஸோன் உள்ள போவோம், இவங்க ஹைட்ரண்ட் ஆப்ரேட் பண்ணட்டும், எத்தனை ஹைட்ரண்ட், மானிட்டர் பாயிண்ட் இருக்கு”

“ஆறு, நாலு இருக்கு”

“காத்து எந்தப் பக்கம் வீசுது” எனப் பாண்டியன் சிறுகச்சிறுக சரவணனைத் தன்வழிக்கு கொண்டுவந்தான். பின் இருவரும் அந்தப் பகுதியை மூன்று பிரிவுகளாக பிரித்து வட்டமிட்டார்கள். மேலும் கொதிகலன் குறித்த தகவல்களையும், ஊழியர்கள் எண்ணிக்கையும், தண்ணீரைப் பீச்சியடிக்கும் பிரான்ச், ஸ்பிரிங்லர் மற்றும் பல விஷயங்களையும் அவனிடமிருந்து பெற்று அதை மாணவர்களுக்கு விளக்கினான். அதற்குள்

மூன்று முறை வெடிக்கும் சத்தமும் பல இரும்புக் கிராதிகளும் பொருட்களும் எண்ணற்ற இடங்களில் மோதிச்சிதறும் சத்தமும் கேட்டது.

எல்லோரும் டாங்கிரி உடையிலும், தலைக்கவசம் மற்றும் தொழிற்சாலையில் அணிந்துகொள்ளும் அதே வகையான ஷூக்களும் அணிந்திருந்ததால் மேற்கொண்டு எடுக்கப்போகும் நடவடிக்கைக்குத் தங்களை உட்படுத்திக்கொள்ள பெரியதாகத் தடை இல்லை என்று நினைத்தார்கள். காற்று அவர்கள் பக்கமாக வீசுவதால் சற்று விலகி எதிர்புறமாகச் சென்று எரிந்துகொண்டிருக்கும் அந்த ஆபத்து நிறைந்த பகுதியைச் சென்றடைய முடிவு செய்தார்கள்.

9

சரவணன் மீண்டும் மீண்டும் தனது வாக்கி டாக்கியில் தீயணைப்புத் துறைக்கு பல உத்தரவுகளை வழங்கியபடி இருந்தான். அவர்கள் வர சில நிமிடங்கள் ஆகும் என்பதை அவர்களது பேச்சிலிருந்து புரிந்துகொண்டான். எப்பொழுதுமே அவர்களுக்குள் சில ரகசிய சங்கேத வார்த்தைப் பரிமாற்றங்கள் நடைபெறும். அது அந்தத் துறையைச் சார்ந்த சிலருக்கு மட்டுமே தெரிந்த விஷயம். அதனால்தான் அவனால் தீயணைப்பு வீரர்கள் வர சில நிமிடம் ஆகும் என்பதைப் புரிந்துகொள்ள முடிந்தது. வெளியில் தீப்பிழம்பு ஜுவாலையின் சத்தமும் சில பொருட்கள் வெடிக்கும் எதிரொலியும் கேட்டபடியே இருந்தது. அங்கிருந்த மாணவர்களைப் பார்த்ததால் சற்று நம்பிக்கை வந்தது. மாணவர்களாக இருந்தாலும் அவர்களது நடத்தையில் தெரியும் ஒழுக்கம் அவனை நிம்மதியுறச் செய்தது.

"சரவணா, உள்ளே அசாடஸ் மெட்டீரியல், குறிப்பா எக்ஸ்ப்ளோசிவ் ஏதாவது இருக்குமா?"

"இருக்காது பாண்டியன், அதையெல்லாம் அங்க வைக்க மாட்டாங்க"

"அப்போ கோல் ஸ்டோரேஜ்"

"அது பக்கத்துல கொஞ்சம் தூரத்துல இருக்கு"

"என்னோட ஒரு டீமை முதல்ல அங்கு அனுப்பு, மத்த ரெண்டு டீமை மூனா பிரிச்சு ரெட் ஸோனுக்கு போவோம்"

"டெண்டர் வரட்டுமே பாண்டியன்" எனத் தயக்கத்துடன் சொன்னான் சரவணன்.

"அதுக்கெல்லாம் நேரம் இல்ல சரவணா, கோல்டன் மினிட்ஸ், பம்ப்பை முதலில் கால் பண்ணி ஸ்டார்ட் பண்ண சொல்லு, நம்ம ஹைட்ரண்ட் கிட்ட போவோம், முடிஞ்சா நம்ம ரெண்டு பேரும் ரெட்ஸோன் உள்ள போய் நிலவரம் என்னன்னு பார்ப்போம், நம்ம டீம் பின்னாடி எல்லோ ஸோன்ல இருந்து சப்போர்ட் பண்ணுவாங்க" என மாணவர்களிடம் தெளிவான உத்தரவுகளைப் பிறப்பித்தான்.

"தெளிவா ஒன்னு புரிஞ்சுக்கோங்க, உள்ள என்னவேணா நடந்திருக்கலாம், அதப்பத்திப் பெருசா நினைக்காம, முதல்ல நீங்க சேஃப்டியா இருக்க பாருங்க, உங்களுக்கு ஏதாவது ஒன்னு ஆச்சுன்னா, முழுக்க முழுக்க நான்தான் பொறுப்பு. எந்தக் காரணத்தைக் கொண்டும் ரெட் ஸோனுக்குள்ள என்ன நடந்தாலும் நுழையக் கூடாது, புரிஞ்சுதா? ஆர்த்தி முக்கியமா உனக்குத்தான் சொல்றேன், நீ கிரீன் ஸோன்லயேதான் இருக்கணும்" என்றான் பாண்டியன்.

"சார், நீங்கதான் நம்ம உயிரைக் கொடுத்தாவது மத்தவங்கள காப்பாத்தணும், அதுதான் நம்மோட தாரக மந்திரம்னு

சொன்னீங்க, சாக்கிரபைஸ் அவர் லைப் ஃபார் அதர்ஸ்''என ஒரு மாணவன் முணுமுணுத்தான். அவன் சொன்ன உண்மையை உணர்ந்த பாண்டியன், ''நீ வேலையில ஜாயின் பண்ணிட்ட பிறகு அதை ஃபாலோ பண்ணு, இன்னைக்கி வரைக்கும் நீ டிரைனிங்லதான் இருக்க, புரியுதா'' என்றான்.

''எஸ் சார்'' என அனைத்து மாணவர்களும் பதில் அளித்தார்கள். பாண்டியனும் சரவணனும் கட்டிடத்தின் இரும்புக் கதவை மெல்ல தூக்கினார்கள். பின் அக்கதவின் அடியில் குனிந்து சென்று வெளியே சூழ்நிலையை அவதானித்தார்கள்.

''பாண்டியன் நல்ல மழை பெஞ்சா நம்ம வேலை சுலபமாயிடும், ரொம்ப கஷ்டப்படத் தேவையில்லை'' என்றான் சரவணன்.

''அடிக்கிற காத்துல தீ வேற கட்டிடத்துக்கு பரவிடும் போல, பக்கத்துல இருக்கற மரங்கள்ல தீ பிடிச்சா ப்ராப்ளம் அதிகமாயிடும்'' எனச் சொல்லிக்கொண்டே சுற்றும்முற்றும் பார்த்தான். கொதிகலன் கட்டிடத்திலிருந்து மேலெழுந்த தீயையும் கரும்புகைத் திரளையும் நிச்சயம் பல கிலோமீட்டர் தூரத்திலிருந்து வெறும் கண்களாலே கணித்துவிட முடியும்.

''சரவணா, இப்பவே ரெண்டு நிமிஷமாயிடுச்சு, ஆபரேஷன் ஆரம்பிச்சிடலாம், எதுக்கும் நீ பாயிலர் ஹவுஸ்ல இருந்து எல்லோரும் வெளியே வந்துட்டாங்களா, இல்ல யாராவது மாட்டிக்கிட்டு இருக்காங்களான்னு கன்ஃபார்ம் பண்ணு'' எனச் சொல்லிவிட்டு உள்ளிருந்த மாணவர்களை வெளியில் வருமாறு அழைத்தான்.

''காதர், உன்னுடைய டீம் அங்கே தெரியுது பார் கோல் ஸ்டேஷன் அங்க போய் ஹைடெரண்ட் அஞ்சு பேர் ஆப்ரேட் பண்ணுங்க, மத்த மூனு பேர் மானிட்டர் ஆபரேட் பண்ணுங்க,

விஜய், டோனி, ஆனந்த் உங்க மூனு டீம் எங்க கூட வாங்க, ஆர்த்தி... நீ அங்கே தூரமா அந்த ரோட்ல பேரிக்காட் ரெண்டு மூனு ஏற்பாடு பண்ணி அங்கே கவனிச்சுட்டு நில்லு, அதுதான் கிரீன் ஸோன், ஏதாவது தப்பா போச்சுன்னா அலர்ட் சிக்னல் கொடு" என அவர்களை அழைத்துக்கொண்டு தீ பரவும் திசைக்கு எதிர்புறத்தை அணுகினான்.

"சார், எல்லாம் ரெடி" என்று சரவணனின் வாக்கி டாக்கியில் குரல் ஒலித்தது.

"பாண்டியன், பம்ப் ஹவுஸ் ரெடி, ஹைடெரண்ட் பிரச்சனை இருக்காது" எனத் தகவல் தெரிவித்தான் சரவணன். அவர்கள் கட்டிடத்திற்கு அருகில் மண்டியிருந்த சிறுசிறு முட்புதர்களைத் தாண்டி அந்த இடத்தை அடைந்தார்கள்.

ஆர்த்தி தனக்கு வழங்கப்பட்ட உத்தரவை மதித்து தூரத்திலேயே நான்கு சக்கரத்திலான மஞ்சள்நிற இரும்புத் தடுப்புகளை கொண்டுவந்து நிறுத்திவிட்டு அங்கேயே சாலையில் நின்று யாரும் உள்ளே நுழையாதவண்ணம் பார்த்துக்கொண்டாள். அவள் திரும்பி அவர்கள் என்ன செய்கிறார்கள் எனப் பார்க்க, முதற்குழு நிலக்கரி கிடங்கை அடைந்து அதைப் பாதுகாக்க முயற்சி செய்வதைப் புரிந்துகொண்டாள்.

"கோல் ஸ்டோரேஜ் பாதுகாப்பா இருக்கு சரவணா"

"காத்து இந்தப் பக்கமா வீசுது பாண்டியன், ஒருவேளை திரும்பியிருந்தா, முதல்ல அந்த இடம்தான் தீப்பிடிச்சிருக்கும்"

"ஃபயர் இஸ்...." பாண்டியன் மாணவர்களிடம் திரும்பி நின்று கேட்டான்.

"....குட் சர்வண்ட் பட் பேட் மாஸ்டர்" என மாணவர்கள் பதிலளித்தார்கள். அங்கு எரிந்துகொண்டிருக்கும் அப்பெரும்

தீயை மாணவர்கள் மிரட்சியுடன் பார்த்தார்கள். இதைத்தான் நாம் அணைக்க வேண்டுமா? இதனுடன்தான் நாம் சண்டையிட்டு வெற்றிபெற வேண்டுமா? இதை முழுவதும் அணைத்தால்தான் நமக்கு வெற்றி கிடைக்குமா? தீயின் பசிக்கு எத்தனை விஷயங்கள் பலியாகப் போகின்றனவோ என்னவோ?

“இதோ இந்த மாஸ்டரைதான் நாம சர்வெண்டா மாத்த போறோம், அதுக்கு முன்னாடி இந்தப் பெருந்தீயைப் பாத்து மிரளாதீங்க, இப்ப வரைக்கும் பொருட்கள்தான் சேதாரமாகியிருக்கு, அதப் பரவவிடக் கூடாது, அதுதான் இப்போதைக்கு நம்ம கடமை, மத்த விஷயங்களை இன்னும் சில நிமிசத்தில வர்ற அவங்க பாத்துப்பாங்க, புரியுதா?” என உரக்கச் சொன்னான்.

மாணவர்களும் “எஸ் சார்” என உரக்க பதில் அளித்தார்கள்.

அந்தக் கட்டிடத்தை சுற்றி இருந்த சிவப்புநிற ஹைடெரண்ட் பைப் லைன் டெலிவரி பாயிண்டை அவர்கள் அணுகினார்கள்.

பாண்டியனும் சரவணனும் ஹைடெரண்ட்டை இயக்கி அதை எவ்வாறு கையாள வேண்டும் என்பதைச் செய்து காட்டினார்கள்.

“சரவணா, இந்த மூணு பாயிண்ட் ஆப்ரேட் பண்ணா போதும். எப்படியும் கண்ட்ரோலுக்கு கொண்டு வந்துடலாம்” எனப் பாண்டியன் சொல்லிக்கொண்டிருக்கும் போதே கட்டிடத்தின் உள்ளே இருந்து வெடிக்கும் பெரும் சத்தம் எழுந்தது. அதைத் தொடர்ந்து நீராவியுடன் கரும்புகையும் மேலெழுந்தது.

“ஸ்டீம் பைப் பிளாஸ்ட் ஆயிடுச்சு பாண்டியன், முதல்ல அதைப் பாப்போம்” எனச் சரவணன் துரிதப்படுத்தினான்.

அவர்கள் இருவரும் சேர்ந்து அந்த மூன்று குழுக்களை இயங்க வைத்தார்கள். பிரான்ச் பைப் ஜெட் நாசிலை இரண்டு பேர் பிடிக்க, கூட ஒருவன் அருகில் நின்றபடி அவர்களுக்கு உதவி செய்தான். வால்வ் ஆப்ரேட்டிங் இடத்தில் ஒருவனும், சிக்னல் புரிவதற்கு ஒருவனும் என ஒவ்வொரு குழுவிலும் மாணவர்கள் தங்களுக்கு இடப்பட்ட வேலையைச் செய்யத் தொடங்கினார்கள்.

காற்றின் வேகத்திற்கு நெருப்பின் ஜுவாலை தன்னுடைய தீ நாக்குகளை முடிந்தவரை எட்டி அருகில் இருந்தவற்றைத் தொட முயற்சி செய்துகொண்டிருந்தது. மழையின் தீவிரம் அதிகமாகவில்லை என்றாலும்கூட மிதமான அளவை ஒத்திருந்தது. பாதைகளிலும் சாலைகளிலும் தரைப் பரப்பிலும் உருவாகிய சகதி அவர்கள் அனைவரின் ஷூக்களிலும் படிந்த வண்ணம் இருந்தது.

"சிக்ஸ் பாருக்கு மேல யாரும் பிரஷரை அதிகப்படுத்தாதீங்க" எனப் பாண்டியன் எச்சரிக்கைக் குரலில் கட்டளையிட்டான். ஏனெனில் அதிக பிரஷரைப் பீய்ச்சியடிக்கும் தண்ணீரின் வேகத்தில் ஒருவேளை மாணவர்கள் அதைத் தாங்க முடியாமல் தவறுசெய்ய நேரிட்டு விடலாம். அது மாணவர்களுக்கு புரிந்தாலும் அவர்கள் தற்போது தாங்கள் முழுமையான தீயணைப்பு வீரர்களாகவே மாறிவிட்டதாக எண்ணத் தொடங்கி இருந்தார்கள். ஆதலால் முடிந்தவரை தண்ணீரின் வேகத்தை அதிகப்படுத்தும் ஏதோ ஒருநிகழ்வு நடந்துவிடக் கூடாதா என ஏங்கத் தொடங்கினார்கள். தீ கட்டிடத்தின் உள்ளேயிருந்து உடைந்த கண்ணாடி பகுதிகளிலும், ஓட்டைப் பகுதிகளிலும் தலைக்காட்டியது. மாணவர்கள் அதை நோக்கி தண்ணீரைப் பீய்ச்சியடிக்க முயற்சித்தார்கள்.

“டேய், அங்க டார்கெட் பண்ணாதீங்கடா, நமக்கு தீ பரவக்கூடாது, அதை மட்டும் ட்ரை பண்ணுங்க” எனப் பாண்டியன் அறிவுறுத்தினான். உள்ளே தொடர்ந்து தீ எரிவதற்கான சங்கதிகள் எவ்வளவு இருக்கின்றன என்பது தெரியாத பட்சத்தில் இப்படி முயற்சிப்பது வீணான விஷயமாகி விடும் என்பது அவனது எண்ணம். அதனால் முடிந்தவரை அருகிலிருந்த மற்ற எல்லாவற்றையும் தீப்பிடிக்கா வண்ணம் குளிர்ந்த நிலையில் வைத்திருக்க முயற்சித்தான்.

“பாண்டியன் மூனு டெண்டர் கிளம்பிடுச்சு, சீஃப் பத்து நிமிஷத்துல வந்துடுவார், நம்ப ரெண்டு பேரும் உள்ளே போலாமா” எனக் கேட்டான் சரவணன்.

“இல்ல சரவணா, நான் உள்ள வந்தா உனக்குப் பிரச்சனை ஆயிடும், அதுவுமில்லாம என் பின்னாடியே பசங்களும் வந்துடுவாங்க, முடிஞ்ச வரைக்கும் தீயை இப்படியே கண்ட்ரோல் பண்ணி வைப்போம், உங்க ஆளுங்க வந்துட்டா அப்புறம் இவங்களை அனுப்பிட்டு நாம மட்டும் கலந்துக்குவோம்” என்றான்.

“அதுவும் சரிதான் பாண்டியா, பசங்கள விட்டா இப்பவே உள்ள பூந்துடுவாங்க போல, அவங்கள நல்லாதாண்டா டிரைனிங் பண்ணி இருக்கே” எனப் பாராட்டும் தொனியில் கூறினான் சரவணன். பாண்டியன் அதை ஆமோதித்தாலும் மேலும் பதிலேதும் தராமல் சுற்றும்முற்றும் பார்த்தபடி இருந்தான். தீயின் வெடிப்புகள் குறைந்தாலும் அதன் ஜுவாலைகள் கொழுந்துவிட்டு எரிந்த வண்ணமே இருந்தன.

“உள்ளே நிலக்கரியைத் தவிர வேற ஏதாவது கம்பஸ்டபிள் மெட்டீரியல் இருக்கா என்ன? தீ அதிகமா ஆயிட்டே இருக்கு” எனப் பாண்டியன் சந்தேகம் எழுப்பினான்.

"ஒருவேளை ஸ்டோரேஜ் அதிகமா வச்சிருப்பாங்களோ என்னவோ, எதற்கும் சரிபாக்கறேன்"

"உள்ளே ஏதாவது co2 இல்ல dcp ஃபிளடிங்க் சிஸ்டம் இருக்கா"

"இருக்கு, ஆனா ஒருவேளை டேமேஜ் ஆயிட்டு இருக்கும்னு தோனுது, இல்லன்னா இந்நேரம் புகையோட கலரே வேற மாதிரி இருக்கும், ஃபிளடிங்க் சிஸ்டம் ஆரம்பிச்சிருந்தா நமக்கு அலாரம் சத்தம் கேட்டிருக்கும், இப்போதைக்கு எதுவும் சொல்ல முடியாது பாண்டியா" என்றான் சரவணன் சந்தேகமாக.

தீப்பிழம்புகள் முப்பது மீட்டர் உயரத்துக்கு மேலே எழுந்து நர்த்தனமாடிக் கொண்டிருந்தன. அதன் கோரத்தாண்டவ நடனம் பார்ப்பவரைப் பீதிகொள்ளச் செய்யும் தோற்றம் கொண்டிருந்தது. அது அடக்க முடியாதவாறு திமிறி மேலும் உந்துதலைப் பெற்றுக்கொண்டிருந்தது.

"சரவணா உண்மையச் சொல்லு, உள்ள வேற ஏதோ பொருட்கள் இருக்குன்னு நினைக்கிறேன்"

"நெஜமாவே எனக்குத் தெரியாது பாண்டியன்" எனக் கவலையுடன் பதில் அளித்தான் சரவணன்.

மாணவர்கள் தங்கள் இடத்தை மாற்றிக்கொண்டு அவர்களது பணியைக் குழுவாகத் தொடர்ந்தபடி இருந்தார்கள். அவர்கள் தீயைத் தடுத்து நிறுத்தியதில் வெற்றிபெற்ற களிப்பில் இன்னும் முன்னேற மாட்டோமா என ஏதோ ஒரு கணத்தை எதிர்பார்த்தபடி இருந்தார்கள்.

"சார், ஆர்த்தி உங்களைக் கூப்பிடுறா" என ஒரு மாணவன் குரல் கேட்க, சரவணனும் பாண்டியனும் திரும்பி

அவனைப் பார்த்துவிட்டு பின் ஆர்த்தியின் திசையில் பார்வையைச் செலுத்தினார்கள். அங்கே அவளுக்கருகில் அத்தொழிற்சலையின் மூன்று ஊழியர்கள் தங்களது சீருடையுடன் நின்றுகொண்டிருப்பதைப் பார்த்தார்கள். ஆர்த்தி தலைக்குமேல் இரு கைகளையும் உயர்த்தி உள்ளங்கை தெரியும்படி அசைத்து அவர்களுக்கு அவசரம் என்ற சமிக்ஞை செய்தாள். மேலும் தன் சிவப்புநிற தலைக்கவசத்தை எடுத்து மூன்றுமுறை அசைத்து மிகமிக அவசரம் என்பதை உணர்த்தினாள்.

“என்னடா எமர்ஜென்சின்னு சொல்றா உன்னோட ஸ்டூடெண்ட்” எனக் குழப்பமாகக் கேட்டான் சரவணன்.

“தெரியல சரவணா, நீ இவங்கள பாத்துக்கோ, நான் போய் என்னன்னு கேட்டுட்டு வரேன்” என ஆர்த்தியை நோக்கி ஓடினான் பாண்டியன். அதே சமயம் ஆர்த்தியும் அவனை நோக்கி அவனை விட வேகமாக ஓடிவந்தாள். அவர்கள் சந்திக்கும் இடைவெளியில் பாண்டியன் முப்பது சதவீதம் தூரத்தைக் கடந்திருக்க அவளோ எழுபது சதவீதம் கடந்து அவனிடத்தில் வந்து நின்றாள்.

“என்ன ஆர்த்தி?”

“சார், ரெண்டு ஒர்க்கர்ஸ் பின்னாடி மாட்டிக்கிட்டாங்கன்னு சந்தேகப்படறாங்க”

“எங்க?”

“சிம்னிக்கு அந்த பக்கம்”

“யாரு அவங்க?”

“காண்ட்ராக்ட் ஆளுங்களா இருக்கலாம்”

"அவங்க எதுக்கு அங்க போனாங்க?" எனப் பாண்டியன் கேட்க, ஆர்த்தியால் பதிலளிக்க முடியாமல் அவனை அழைத்துக்கொண்டு தனக்கு அந்த இடம் தெரியும் என்ற தோரணையில் நடக்கத் தொடங்கினாள். சரவணன் வந்து அவர்களுடன் கலந்துகொண்டான்.

ஆர்த்தி பாண்டியனிடம் சொல்ல முடியாததை சரவணனிடம் சொன்னாள். "சார், அவங்க ஏதோ பாக்கு போட போனாங்களாம், என்னோட சார் கிட்ட என்னால சொல்ல முடியாது, நீங்களே பாத்துக்கோங்க" என அவனிடம் ரகசியமாகத் தெரிவித்துவிட்டு அங்கிருந்த ஒரு மாணவர் குழுவில் நயமாக புகுந்து சேர்ந்துகொண்டாள். சரவணன் பாண்டியனிடம் மறைமுகமாகக் கூறி அவனை அழைத்துக்கொண்டு சிக்குண்ட ஊழியர்கள் இருக்கும் பகுதிக்கு சென்றான். அங்கு உடைந்த சாளரங்களில் வழியாகத் தெறித்துக்கொண்டிருந்த தீயின் வெப்பம் அவர்களுக்கு உண்மை நிலையைப் புரிய வைத்தது.

"பயர் சூட் இல்லாம அங்க போக முடியாது பாண்டியன்" என்றான் சரவணன் கைகளைப் பிசைந்தவாறு. வாக்கிடாக்கியில் இரண்டு தொழிலாளிகள் சிக்குண்டிருப்பதையும், ஃபயர் சூட் அணிந்தவாறு இருவர் வருமாறும் அறிவுரை வழங்கினான்.

"சரவணா... ஃபயர் சூட் போட்டுகிட்டு அவங்க வந்து இந்த சகதியில உள்ள போறது ரொம்ப கஷ்டம், ஏற்கனவே தொழிலாளிங்க புகையால அன்கான்சியஸா இருக்கலாம், இல்லனா இந்நேரம் வெளியே வந்து இருக்கணும்"

"இப்ப என்ன பண்ணலாம் பாண்டியன்?"

“கர்சிப் எடுத்து தண்ணில முக்கி முகத்தைக் கட்டிட்டு நாம ரெண்டு பேரும் போலாம் வா” என்று யோசனை தெரிவித்தான் பாண்டியன். சரவணனும் அப்படியே செய்வோம் எனக் களத்தில் இறங்கினான். அதேநேரம் ஆர்த்தி அவர்களிடம் வந்து, “சார் நாங்க இங்கிருந்து சப்போர்ட் பண்றோம்” என ஒரு ஹைட்ரண்ட் பாயிண்ட்டை காண்பித்து அவ்விடத்தைக் காட்டினாள். பாண்டியன் அவளை அங்கிருந்து விலகிச் செல்லுமாறு நாக்குவரை வந்த கோபத்தின் வார்த்தைகளை வெளியில் உச்சரிக்க முடியாமல் மீண்டும் அதை முழுங்க வேண்டிய கட்டாயத்திற்கு உள்ளானான். ஆர்த்திக்குப் பாண்டியனின் அவஸ்தைகள் புரிந்தாலும் இந்த நெருக்கடி நேரத்தில் தன்னாலும் திறம்பட பணிபுரிய முடியும் என்பதை அவனிடம் நிரூபிக்கவே அவள் ஆவலாய் இருந்தாள்.

“அவங்க சொல்றதும் சரிதான் பாண்டியன்” எனச் சரவணன் அவளுக்கு ஆதரவளித்தான். வேறு வழியின்றி இருவரும் சிக்குண்ட தொழிலாளர்களைக் காப்பாற்ற முன்னேறிச் சென்றார்கள். அவர்கள்மீது கட்டிடத்திலிருந்து எந்தவித வெப்பமும் தாக்காதவாறு தண்ணீரைப் பீச்சியடிக்கும் சமயோசிதத்தை யார் செய்கிறார்கள் எனத் திரும்பி பார்க்க அங்கே ஆர்த்தியும் விஜய்யும் ஹைடெரண்ட்டைப் பிடித்துக்கொண்டு இருந்தார்கள். மேலும் அவர்கள் இருவரும் இதில் தாங்கள் கை தேர்ந்தவர்கள் என்பதை நிரூபிக்கும் வண்ணம் அந்த பிரான்ச் முனையை திறம்பட கையாளத் தொடங்கினார்கள். அவர்கள் இருவருமே பலமுறை இந்த மாதிரி இணைந்து பயிற்சி எடுத்திருப்பதால் புதியதாய் எந்தவித நெருடலும் இல்லாமல் இருவருமே தங்களுக்குள் ஒத்திசைவாய் அதை சமாளித்தார்கள். பாண்டியனும் சரவணனும் சில மீட்டர்கள் சென்றபின் தரையில் படுத்து குழந்தையைப் போல் தவழ்ந்து முன்னோக்கி நகர்ந்தார்கள்.

இதைக் கவனித்த மறுநிமிடமே ஆர்த்தி, "இன்க்ரீஸ் பிரஷர்" என்றாள் சத்தமாக.

விஜய், "ஆர்த்தி... சார் திட்ட போறார்" என்றான் அதே தொனியில். ஆனால் அவளோ, "இன்க்ரீஸ் பிரஷர்" என சிக்னல் செய்பவனைப் பார்த்து சத்தமாகக் கத்தினாள். அவன் அவளது குரலின் உக்கிரத்தைப் புரிந்துகொண்டு இன்னும் தண்ணீரின் அழுத்தத்தை உயர்த்து என தனது வலதுகையை நீட்டி சமிக்ஞை செய்தான். கட்டிடத்தின் அருகில் வந்த பாண்டியனும் சரவணனும் அவர்கள் தவழ்ந்து சென்றுகொண்டிருக்கும் போது திடீரென தங்கள்மீது அதிகமான தண்ணீர் சுவரில் இருந்து பட்டுத்தெறிப்பதை உணர்ந்து இருவரும் சற்று தலை நிமிர்ந்து பார்த்தார்கள். இவருக்குமே புரிந்துவிட்டது அவர்கள் தண்ணீர் பிரஷரின் வேகத்தை கூட்டி இருக்கிறார்கள் என்று. ஆர்த்தியும் எதுவும் தெரியாதது போல், "முன்னேறுங்கள் முன்னேறுங்கள்" என அந்த ஹைடெரண்ட் குழாயைப் பிடித்தபடியே தலையசைத்து அவர்களை உற்சாகப்படுத்தினாள்.

பாண்டியனுக்கு அவளை அப்படியே கன்னத்தில் அறைய வேண்டும் போல் சினம் எழுந்தது. அதைப் பல்கலைக் கழகத்திற்கு சென்றபின் பார்த்துக்கொள்ளலாம் என முன்னேறினான். ஆனால் சரவணனுக்கு அவள் திறமையின்மீது மதிப்பு கூடிக்கொண்டே சென்றது. பையன்களை விட அவளது புத்திக்கூர்மை திகைக்க வைத்தது. அவனும் எதுவும் சொல்ல முடியாமல் முன்னேறத் தொடங்கினான். அவர்கள் இருவரும் சிக்குண்ட தொழிலாளர்களைத் தவழ்ந்தபடியே தேடத் தொடங்கினார்கள். சற்று தூரத்தில் மஞ்சள்நிற தலைக்கவசம் ஒன்று தரையில் விழுந்து இருப்பதைப் பாண்டியன் கவனித்து அதை சரவணனிடம் தலையசைப்பில் கூறினான். இருவரும்

சிறிது தூரம் தவழ்ந்து சென்றபின் எந்த இடையூறும் இல்லாததால் எழுந்து நடக்கத் தொடங்கினார்கள்.. ஆர்த்தி, விஜய் இருவரின் கண்பார்வையிலிருந்து அந்தப் பெரிய புகை குழாயின் மறுபுறத்திற்குச் சென்று மறைந்துவிட்டிருப்பதை உணர்ந்துகொண்டார்கள். எனவே அவர்கள் அந்தப் புகைக்குழாயை நோக்கி தங்களது ஜெட்டை திருப்பினார்கள். பாண்டியனும் சரவணனும் அந்த இடத்திற்கு சென்றவுடன் மீண்டும் தங்கள் மீது தண்ணீர் தெளிப்பதை உணர்ந்து ஆர்த்தி மற்றும் விஜய்யின் கெட்டிக்காரத்தனத்தை மெச்சிக்கொண்டார்கள். அவர்கள் இருவரும் சுற்றுமுற்றும் தேடியபொழுது அருகில் இரு தொழிலாளர்கள் வீழ்ந்து கிடப்பது தெரிந்தது. அதில் ஒருவனை சரவணன் தொட்டு எழுப்ப முயற்சிக்க அவனுக்குச் சிறிது வெற்றி கிடைத்தது. சரவணன் தொட்டு உலுக்கி எழுப்பிய தொழிலாளி சற்று எதிர்வினை ஆற்றினான். ஆனால் பாண்டியன் தொட்டு உலுக்கி எழுப்பிய தொழிலாளியோ எந்தவித எதிர்வினையும் ஆற்றாமல் வீழ்ந்தபடியே இருந்தான். பாண்டியன் அவனுடைய இதயத் துடிப்பையும் கழுத்தடியில் கை வைத்து நாடித்துடிப்பையும் உணர்ந்து இன்னும் உயிருடன்தான் இருக்கிறான் என்பதைத் தெரிந்து கொண்டான். ஒருவேளை அதிர்ச்சியாலோ, அல்லது தரையில் விழுந்தோ, ஏதோ பொருள் தலையில் பட்டோ மயங்கி விழுந்திருக்கலாம் என சோதனை செய்தான். பாண்டியன் நினைத்தது போலவே அவன் தலையில் தலைக்கவசம் இல்லாமல் சிறு ரத்த காயம் ஏற்பட்டிருந்தது.

அதே நேரம் உள்ளேயிருந்து மீண்டும் வெடிக்கும் சத்தம் கேட்க, கண்ணாடி சில்லுகள் அவர்களுக்கருகில் வந்து விழுவதை இருவருமே பார்த்தனர். அந்தப் பெரிய புகைபோக்கி அவர்களை மறைத்திருந்ததால் அவர்களுக்கு

எந்தவித காயமும் ஏற்படவில்லை. தங்கள்மீது தெளித்த தண்ணீர் குறைந்துவிட்டதை உணர்ந்து நிமிர்ந்து பார்க்க, தண்ணீர் இப்பொழுது வெடிச்சத்தம் வந்த திசையில் சென்றுகொண்டிருப்பதைப் பார்த்தார்கள். சரவணன் தன் கைக்குட்டையை அகற்றி, "பாண்டியன் இவனுக்கு ஒன்னும் பிரச்சனை இல்லை, கொண்டு போயிடலாம், அவனுக்கு என்ன ஆச்சு?" எனக் கேட்டான். பாண்டியன் தன் முகத்தை மூடியிருந்த கைக்குட்டையைத் தாடைக்குக் கீழே தளர்த்தி, "அன்கான்சியஸ் சரவணா, சிபிஆர் பண்ணியாகணும்" எனக் கவலையோடு தெரிவித்தான்.

"சரி, நான் இவனைக் கொண்டு போறேன், நீ அவனை குரோச்சிங் மெத்தட்ல கொண்டு வா, நாம இங்க சிபிஆர் பண்ணா ஒருவேளை நாமளும் மாட்டிக்குவோம்" எனச் சூழ்நிலையின் ஆபத்தை விளக்கினான். பாண்டியனுக்கும் சரவணன் சொன்னது சரி என்று தோன்றியது.

இருவரும் உடனடியாக தங்களால் முடிந்தவரை அந்த தொழிலாளர்களைத் தூக்கத் தொடங்கினார்கள். சரவணன் ஒரு தொழிலாளியை தன் முதுகில் சுமந்து குனிந்தவாறு நடக்கத் தொடங்கினான். பாண்டியனும் இன்னொரு தொழிலாளியின் தோளை இரு கைகளால் பிடித்து சற்று தூரத்திற்கு இழுத்துச் சென்றான். அதற்குமேல் அப்படிச் செய்ய முடியாதவண்ணம் உள்ளே இருந்து நெருப்பும் புகையும் அவர்களை நெருங்கி வந்தது.

10

"சரவணா, நீ அவன வேகமா கொண்டு போ, நான் இவனை வேற ஐடியா பண்ணி தூக்கிட்டு வரேன்" என பாண்டியன்

கூறினான். சரவணன் மெல்ல குனிந்து தூக்க முயன்றான். ஆனால் அவனால் முடியாமல் போகவே, தொழிலாளியைத் தரையில் கிடத்தி தொழிலாளியின் கைகளின் அக்குள்களில் தன் ஷூ கால்களை சொருகிய சரவணன், தொழிலாளியின் தலைமாட்டில் அமர்ந்து அந்தத் தொழிலாளியை கால்களால் இழுத்தபடி பின்னோக்கியவாறு அந்த இடத்தைவிட்டு வெளியேற முயற்சித்தான். பாண்டியன் தான் கட்டியிருந்த கைக்குட்டையை அவிழ்த்து அந்த தொழிலாளியின் இரு கைகளையும் இணைத்தவாறு அவனது மணிக்கட்டை சுற்றி முடிச்சுப் போட்டான். இப்போது அந்தத் தொழிலாளியின் கைகள் ஏதோ கைவிலங்கு பொருத்தப்பட்டது போல் காட்சி அளித்தது. பாண்டியன் தொழிலாளியின் வயிற்றுக்குமேல் இருபுறமும் தன் கால்களைப் போட்டு கட்டியிருந்த கைகளுக்கு நடுவில் தன் தலையை நுழைத்து தனது கழுத்தில் தாங்கிக்கொண்டான். பூனை தன் குட்டியை வாயில் கவ்வியபடி போவதுபோல் பாண்டியன் அந்த தொழிலாளியை தன் கழுத்தில் சுமந்து தன் இரு கைகளால் நிலத்தில் ஊன்றியவாறு மெல்ல மெல்லத் தவழ்ந்து சென்றான். இந்த முறையான தப்பிக்கும் நுட்பத்தை வாழ்வில் பயன்படுத்துவோம் என்று ஒருநாளும் அவன் நினைத்ததில்லை. ஆனாலும் இந்த சந்தர்ப்பம் அமைந்ததற்கு தன்னுள்ளே பெருமிதம் கொண்டு இரண்டு இரண்டு அடி என்ற அளவில் தவழ்ந்தபடியே முன்னேறினான்.

அவர்கள் இப்படி அந்த இடத்தைக் கடப்பதற்கு சில மீட்டர்கள் இருந்தன. ஆனாலும் அவர்கள் விரைவாகவும் அதேசமயம் நேர்த்தியாகவும் அதை செய்துகொண்டிருந்தார்கள். ஏனெனில் அத்தொழிலாளர்களின் உயிர் தற்பொழுது "கோல்டன் மினிட்ஸ்" எனப்படும் விலைமதிக்க முடியாத நிமிடங்களில் இருக்கிறது என்பதாலேயே. ஒருவேளை இந்த முயற்சி

தாமதமானால் அவர்களது உயிருக்கு அதுவே ஆபத்தாக முடிய வாய்ப்பு இருக்கிறது.

அதே நேரம் சரவணனின் சிவப்புநிற தலைக்கவசத்தைப் பார்த்த கணமே ஆர்த்தியும் விஜய்யும் ஆபத்தைப் புரிந்துகொண்டார்கள். உடனடியாகத் தங்களது பணியின் தீவிரத்தை உணர்ந்து சரவணனைத் தீயில் இருந்து பாதுகாக்கும் நோக்கில் தங்களது தண்ணீரைப் பீய்ச்சி அடிக்கும் இலக்கை மாற்றினார்கள். எந்தவித தீ ஜுவாலையும் தங்களது தண்ணீர் பாதுகாப்பைத் தாண்டி சரவணனையும் பாண்டியனையும் தொட்டுவிடக் கூடாது என்பதை உறுதிப்படுத்திய வண்ணம் இருந்தார்கள். சரவணனும் பாண்டியனும் தொழிலாளர்களைக் காப்பாற்ற சிரமப்பட்டுக் கொண்டிருக்கும் அவர்களின் முயற்சி ஆர்த்தியையும் விஜய்யையும் வெகுவாகப் பாதித்தது. உடனே ஆர்த்தி, "விஜய்... பின்னாடி ரெண்டு பேரைக் கூப்பிடு, நாம அங்க போலாம்" என்றாள். ஆனால் விஜய் சற்றுத் தயங்கினான். தீயினால் மேலும் விபத்து ஏற்படும் என்பதாலும் அதனால் பாண்டியன் ஒருவேளை கோபித்துக்கொள்ளக் கூடும் என்ற எண்ணத்தினாலும்தான்.

"விஜய், நமக்கு சார் ரொம்ப முக்கியம்டா, இப்ப நீ வரல, அப்புறம் நானே தனியா போவேன்" எனக் கோபமாக அவனை முறைத்தபடி கூறினாள். விஜய்க்கு மனம் இளகியது. உடனே பின்னால் இருந்து தங்களுக்கு உதவி செய்துகொண்டிருந்த இரு மாணவர்களைக் கூப்பிட்டு *"பிரஷர் டிக்ரிஸ்"* என்றான். அவர்களும் தண்ணீர் வெளிப்படும் அழுத்தத்தைக் குறைக்கச் சமிக்ஞை செய்தவுடன், *"சுந்தர், பிரபு ரெண்டு பேரும் இதை ஹேன்டில் பண்ணுங்க"* என அவர்களிடம் ஒப்படைத்தான். சுந்தரும், பிரபுவும் குழாயைப் பிடித்துக்கொள்ள விஜய்யும் ஆர்த்தியும் சற்று விலகி தங்களை உதறிக்கொண்டார்கள்.

சரவணனும் பாண்டியனும் அந்த ஆபத்தான இடத்தைவிட்டு சற்று வெளியில் வந்துகொண்டிருந்தார்கள். யாராவது உதவிக்கு வந்தால் நன்றாக இருக்குமே என இருவரும் நினைத்த கணத்தில்தான் விஜய்யும் ஆர்த்தியும் அவர்களைச் சென்றடைந்தார்கள். விஜய் சரவணனுக்கு உதவிபுரிய ஆர்த்தி பாண்டியனுக்கு உதவி புரிந்தாள். அந்த இரு தொழிலாளர்களை நால்வருமே விரைவாகப் பத்திரமாக, அந்த இடத்திலிருந்து சுமந்து வெளியில் கொண்டு வந்தார்கள். சரவணன் சுமந்த தொழிலாளி சற்று இருமத் தொடங்கினான். அதைப் பார்த்த சரவணன் நிம்மதி பெருமூச்சு விட்டான். ஆனால் பாண்டியன் சுமந்துவந்த தொழிலாளி இன்னும் அசைவற்றே கிடந்தான்.

‘‘சார் இவருக்கு என்ன ஆச்சு?’’ என ஆர்த்தி பாண்டியனிடம் கேட்டாள்.

‘‘அவருக்கு சிபிஆர் தேவைப்படுது, சீக்கிரம் கொண்டு போ, என்னால இப்ப பண்ண முடியாது, எப்படியும் ரெண்டு மூணு நிமிஷமாகும் என்னோட சுவாசம் நார்மலாக, நீ தூக்கிட்டு போ’’ என அவளை அவசரப்படுத்தினான். ஆர்த்தி உடனடியாக அந்தத் தொழிலாளியை தீயணைப்பு வீரர்கள் சுமக்கும் நுட்பத்தில் தனது தோளில் சுமந்து வேகமாகச் சென்றாள். விஜய்யும் அவனது தொழிலாளியை அதே முறையில் தூக்கிக்கொண்டு வேகமாகச் சென்றான். சரவணனும் பாண்டியனும் சற்று அயர்ச்சியான நடையுடன் பழைய இடத்திற்குத் திரும்பினார்கள். அதே நேரம் அவசர மருத்துவ ஊர்தி மற்றும் தீயணைப்பு வாகனத்தின் அலறல் ஒலி அவர்களை வந்தடைந்தது.

“சரவணா, இனிமே நாங்க இங்க இருந்தா பெரிய பிரச்சினையாகும், அதனால சீக்கிரமாவே கிளம்பறோம், நைட் போன் பண்றேன்” என்றான் பாண்டியன்.

“என்ன சொல்றதுன்னு தெரியல பாண்டியா, இதப்பத்தி இப்ப பேச முடியாது, கண்டிப்பா நாம பேசுவோம், பசங்க பத்திரம்” என அவன் தோளைத் தட்டி பின் பாண்டியனை அணைத்துக்கொண்டான்.

அத்தொழிற்சாலையின் தீயணைப்பு வீரர்கள் வந்துவிட, மாணவர்கள் அவர்களிடம் அனைத்தையும் ஒப்படைத்துவிட்டு பாண்டியனுக்குப் பின்னே அணிவகுத்தபடி அவ்விடத்தை விட்டு வேகமாக நகர்ந்தார்கள். பாண்டியன் அந்த ஆபத்தானப் பகுதியைத் தாண்டும்பொழுது அது அங்கிருந்த இரும்பு தடுப்புச் சுவர்களால் தடுக்கப்பட்டு இருந்ததைப் பார்த்தான். எல்லா மாணவர்களையும் அழைத்துக்கொண்டு அவன் பத்திரமாக சேஃப்டி அசெம்பிளி பாய்ண்ட்டை அடைந்தான். அங்கே குழுமியிருந்த அர்ச்சனா மற்றும் பிற மாணவர்களுடன் ஐக்கியமாகி ஆர்த்தியைத் தேடினான். அவளை அங்கு காணாத பட்சத்தில் பதற்றமாகி, “ஆர்த்தி எங்கே?” எனக் கர்ஜித்தான். அவனது அக்குரலைக் கேட்ட அர்ச்சனாவுக்கும் சிறு உதறல் எடுக்க ஆரம்பித்துவிட்டது. அவளுக்கே அந்த நிலை என்றால் மாணவர்களுக்குச் சொல்லவா வேண்டும். மாணவர்கள் அனைவரும் மின்னல் வேகத்தில் தங்கள் அணிகளின் வரிசையை ஏற்படுத்திக் கம்பீரமாக நின்றார்கள். எல்லோரையும் கோபமாகப் பார்த்துவிட்டு அர்ச்சனாவிடம் திரும்பினான் பாண்டியன். அவள் தன்னைத் தவிர வேறு யாரும் அவனிடம் பேசமுடியாது என்பதை உணர்ந்து அவன் அருகில் சென்றாள். பாண்டியன் அர்ச்சனாவையும் ஏதோ மாணவர்கள் பார்க்கும் தோரணையில் பார்க்க, உண்மையிலேயே

அவளுக்கு ஒருகணம் தான் ஒரு மாணவிதானோ என்று தோன்றியது. ஆனாலும் அதை மறைத்துக்கொண்டு, "அவ ஆம்புலன்ஸ்ல போனா பாண்டியன் சார்" எனச் சன்னமான குரலில் சொன்னாள்.

"யார் பர்மிஷன் கொடுத்தது?" என அர்ச்சனாவின் தவறான செயலைச் சுட்டிக்காட்டினான் பாண்டியன். அர்ச்சனாவுக்கு அவனது கோபத்தின் உண்மை நிலை புரிய ஆரம்பித்தது. அவன் இல்லாத பட்சத்தில் அர்ச்சனாதான் அங்கு எல்லாவற்றிற்கும் முழுப்பொறுப்பு ஏற்றிருக்க வேண்டும். ஆனால் அவள் அதை எப்படியோ உணராமல் போய்விட்டாள் என்று தோன்றியது.

அதே நேரம் ஆர்த்தி வேகவேகமாக தூரத்திலிருந்து ஓடிவந்து தனது சிவப்புநிற தலைக்கவசத்தை அணியும்முன் முகத்தில் வழியும் மழைநீரை துடைத்துவிட்டுப் பாண்டியனுக்கு சல்யூட் அடித்து, தானும் அந்தக் குழுவில் சேர்ந்துகொள்ளலாமா எனக் கேட்டாள் கம்பீரமாக. அர்ச்சனாவுக்கு ஆர்த்தியைக் கடிந்துகொள்ளத் தோன்றியது என்றாலும் அவளின் இந்த நேர்த்தியான அணுகுமுறை எல்லாவற்றையும் மறக்கச் செய்தது. பாண்டியன் ஆர்த்திக்கு எந்தப் பதிலும் சொல்லாமல் அவளது கண்களை ஊடுருவிப் பார்த்தான். அவன் பார்வையின் தீட்சண்யம் தாங்காமல் தலை குனிந்தாள் ஆர்த்தி. அதைப் பார்த்த அர்ச்சனா ஆர்த்தியிடம் "சரி போ" எனக் கூற, ஆர்த்தி அதைப் புறந்தள்ளிவிட்டு பாண்டியன் உத்தரவுக்கு காத்திருந்தாள். அப்போதுதான் அர்ச்சனாவுக்கு அவர்களின் கீழ்படிதலின் மேன்மை புரிந்தது.

"இதுவே உங்க எல்லோருக்கும் கடைசி விசிட்டா ஆயிடும், இனிமே நான் சொல்லாம நீங்க ஏதாவது பண்ணா" எனத் தன் கவலையை வேறுவிதமாகத் தெரிவித்தான் பாண்டியன். மாணவர்கள் சிறு அசைவுகூட செய்யாமல் அவனைப்

பார்த்தபடியே இருந்தார்கள். அத்தொழிற்சாலை ஊழியர்கள் பலர் அக்காட்சியைக் காண்பதை உணர்ந்த பாண்டியன், "போ" என ஆர்த்தியிடம் கூற, அவளும் அந்த அணியில் கலந்துகொண்டாள்.

"அர்ச்சனா, அட்டண்டன்ஸ் எடு" என்றான் பாண்டியன். அவளும் உடனே அப்பணியைச் செய்து முடித்துவிட்டு எல்லோரும் வந்துவிட்டதாகப் பாண்டியனிடம் தெரிவித்தாள். அதேசமயம் அவர்களது வாகனத்தின் ஓட்டுநர் முத்து அவர்களை நோக்கி ஓடிவந்து பாண்டியனிடம், "சார் கணபதி சார் லைன்ல" என்றான்.

பாண்டியன் "நீங்க ஏதாவது சொன்னீங்களா?" எனக் கேட்டான்.

அவனோ "ஏதோ டிவியில பிளாஷ் நியூஸ் போகுதாம், அதான் உங்க எல்லோருக்கும் போன் பண்ணிப் பாத்துட்டு எனக்குப் பண்ணார்" என்றான். அவனிடமிருந்து தொலைபேசியை வாங்கி, "சார் பிரச்சனை ஒன்னுமில்ல, நாங்க கிளம்பிட்டோம் சார்" என்றான் அவர் ஏதாவது கேட்பதற்குள் முந்திக்கொண்டு.

"எல்லோரும் சேஃப் தானே" எனக் கேட்டார் கணபதி.

"ஆமாம் சார்"

"நீங்க உடனே அங்கிருந்து கிளம்பிடுங்க, மணி ஒன்னுதான் ஆகுது, லஞ்ச் வழியிலே எங்கேயாவது சாப்பிடுங்க, முதல்ல அங்க இருக்காதீங்க" என்றார் கணபதி ஆணித்தரமாக.

"இன்னும் ரெண்டு நிமிஷத்துல கிளம்புறேன் சார்" எனத் தொடர்பைத் துண்டித்துவிட்டு மாணவர்களிடம் திரும்பினான்.

“நாம இண்டஸ்ட்ரிக்குள்ள வந்த மறுநிமிஷமே பாய்லர் வெடிக்கும் சத்தம் கேட்டு, எல்லோரும் சேஃபா இங்க வந்துட்டோம் புரியுதா”

“எஸ் சார்” என மாணவர்களும் அவன் சொல்வதில் உள்ள அர்த்தத்தை உணர்ந்தபடி கூறினார்கள்.

“சரியா பனிரெண்டு மணிக்கு முன்னே நாம வெளிய வந்துட்டோம், ரைட்?” எனத் திரும்பவும் சொன்னான் பாண்டியன்.

“எஸ் சார், நாம பனிரெண்டு மணிக்கு முன்னாடியே வெளியே வந்துட்டோம்” என மாணவர்களும் அதே தொனியில் சொன்னார்கள். அவர்களின் அதிகாரத் தோரணையில் தெரிந்த ஒற்றுமையைப் பார்த்த அர்ச்சனாவுக்கு சிரிக்கத் தோன்றியது. எப்படி இவர்கள் இப்படி ஏமாற்றுகிறார்கள் என்று நினைத்தாள்.

“சரி எல்லோரும் பேக், போன் எல்லாம் எடுத்துட்டு பஸ்ல ஏறுங்க” எனக் கூறிவிட்டு அர்ச்சனாவின் அருகில் வந்தான் பாண்டியன். அவள் நிமிர்ந்து அவனைப் பார்த்து புன்முறுவல் செய்தாள்.

“இதையெல்லாம் கண்டுக்காத அர்ச்சனா, இதைவிட மோசமா நாங்களும் எங்க சீனியரும் பண்ணியிருக்கோம்” எனச் சிரித்தப்படி கூறினான்.

“எல்லாம் புரியுது, உங்களை எப்படிபட்ட ஒழுக்கமான பசங்கன்னு நினைச்சேன், இப்படி களவாணித்தனமெல்லாம் கூட பண்ணுவீங்களா நீங்க” எனக் கேலியாகக் கேட்டாள் அர்ச்சனா.

"இன்டெலிஜெண்டா இருக்குற எங்களுக்கு, வேற மாதிரியும் நடந்துக்க தெரியும்" என அவளுக்குப் பதில் அளித்துவிட்டு விரைவாகப் பேருந்து நோக்கி நடந்தான் பாண்டியன். ஓட்டுநர் முத்து அவர்களது பேருந்தை உயிர்ப்பிக்கும் நேரம் அத்தொழிற்சாலையின் தீயணைப்பு வீரர் ஒருவர் இருசக்கர வாகனத்தில் வேகமாக வந்தார். பாண்டியன் பதற்றத்துடன் பேருந்திலிருந்து கீழிறங்கி அவரை நெருங்கினான்.

"சார், உங்கள சரவணன் சார் இங்கேயே இருக்க சொன்னார், இன்னும் பத்து நிமிஷத்துல வந்துடுவாங்க எல்லாரும்"

"ஏன்? என்ன பிரச்சனை?"

"மீடியா மோப்பம் பிடிச்சு வந்துட்டாங்க சார், கொஞ்சம் செக்யூரிட்டி பிரச்சினை இருக்கும் போல" என மேற்கொண்டு சொல்லத் தயங்கினான்.

"சரி, நீங்க போங்க" எனக் கூறிவிட்டு பேருந்தில் ஏறினான் பாண்டியன்.

"டிரைவர் அண்ணே, வண்டியை ஆப் பண்ணுங்க" எனச் சொல்லிவிட்டு மாணவர்களிடம் திரும்பினான்.

"எல்லாரும் கண்ணாடி ஸ்கிரீனை விரிச்சு விடுங்க, இன்னும் பத்து நிமிஷம் நாம இப்படித்தான் இருக்கணும், வெளியே மீடியா வந்துருச்சு, நாம பண்ணது தெரிஞ்சா ரொம்ப பிரச்சினையாயிடும், நீங்க யாருக்கும் எந்தத் தகவலையும் பகிரக்கூடாது, புரிஞ்சுதா" எனக் கூறிக்கொண்டே அமைதியாக இருக்குமாறு பாண்டியன் சமிக்ஞை செய்தான். மாணவர்களும் அதை ஆமோதிக்க, பாண்டியன் அர்ச்சனா அருகில் அமர்ந்தான்.

“ஏன்? பாண்டியன் நம்ம பசங்க ஹெல்ப் பண்ணது வெளிய தெரிஞ்சா நமக்குத்தானே பெருமை, நாம என்ன தப்பா பண்ணிட்டோம், நல்லதுதானே பண்ணோம், நம்ம யுனிவர்சிட்டிக்கு இது ஒரு விளம்பரமா கூட இருக்கலாமில்லையா” என ஆதங்கத்துடன் கேட்டாள்.

“வெளியிலிருந்து பாத்தா அப்படிதான் தெரியும் அர்ச்சனா, நாம விசிட்டர்ஸ், இந்த மாதிரி பண்ணக்கூடாது, ஏதோ நல்ல வேளையா நமக்கு எதுவுமாகல, ஏதாவது தப்பா போயிருந்தா நெனைச்சு பாரு, நாம பண்ணது ஹெல்ப்பா இருந்தாலும் அது இல்லீகல், நாளைக்குப் பெரிய விசாரணையே வச்சிருவாங்க, உனக்கு ரியாலிட்டி புரியலன்னு தெரியுது” என்றான் பாண்டியன். அர்ச்சனாவுக்கு அவனது எண்ணங்கள் புரிந்தாலும் அது தப்பான விஷயம் என்பதை ஏற்றுக்கொள்ள அவளது மனம் மறுத்தது. அதே வேளையில் அந்தத் தொழிற்சாலையின் தீயணைப்பு துறையின் வாகனம் ஒன்று அவர்களது பேருந்தை நெருங்க, பாண்டியன் விரைவாகப் பேருந்திலிருந்து இறங்கி அவர்களை அணுகினான்.

அந்த நான்கு சக்கர வாகனத்தின் பின்புறமிருந்து சரவணன் இறங்கி பாண்டியனிடம், “சீப் ஆபிஸர் உன்னைப் பார்க்கணும்னு சொன்னார்” என்றான். பாண்டியன் முன்புறம் சென்று அவருக்கு தீயணைப்பு வீரர்கள் முறையில் சல்யூட் செய்தான். அவரும் அவனது மரியாதையை ஏற்றுக்கொண்டு வாகனத்திலிருந்து கீழே இறங்கினார்.

“நல்ல வேலை பண்ணி இருக்கீங்க பாண்டியன், யாருக்கும் தெரியாம இப்படி ரகசியமா, எங்களுடைய பாதி வேலையை நீங்களே பண்ணி கொடுத்திருக்கீங்க”

“அது எங்க கடமை சார்” என்றான் பாண்டியன்.

"உங்க பசங்கள நான் பார்க்க முடியுமா?" எனக் கேட்டார். பாண்டியன் சற்று தயங்கினான்.

"பயப்படாதீங்க, நாம எல்லாம் ஒரே ஜாதிதான், உயிரைக் கொடுக்கிற இனம், அவங்களும் என்னோட ஜூனியர்ஸ் தானே" எனப் பாண்டியனின் தோளைத் தட்டியவாறு மழை அங்கியுடனே பேருந்து உள்ளே ஏறினார். மாணவர்கள் அனைவரும் எழுந்து நின்று மரியாதை செலுத்த முயற்சித்தார்கள்.

"நீங்க ரொம்பவே எங்களுக்கு மரியாதை கொடுத்துட்டீங்க, உட்காருங்க... உட்காருங்க" என அவர் சாவகாசமாக பேருந்தின் நடுமையத்தில் சென்று நின்றார்.

"என்னோட பேரு அபய் ரஞ்சன், உங்க எல்லோருக்கும் எங்கள் கம்பெனி சார்பாக நான் நன்றி தெரிவிக்கிறேன், குறிப்பா இரண்டு உயிரைக் காப்பாத்தி இருக்கீங்க, அதை நீங்க செய்யாம போயிருந்தா, எங்க டிபார்ட்மெண்ட்டே விசாரணையைச் சந்திச்சிருக்கும், உங்க திறமையைப் பத்தி சரவணன் சொல்ல சொல்ல உண்மையிலேயே இப்ப இருக்கிற யங் ஃபயர் ஃபைட்டர் ஜெனரேஷன் அசாத்திய திறமையோடு இருக்காங்கன்னு சந்தோஷமா இருக்கு, அப்புறம் அந்த ஒரு பெண் குழந்தையைப் பத்தி..." என மாணவிகள் பக்கம் தன் பார்வையைத் திருப்பினார் அவர். ஆர்த்தி எழுந்து நிற்காமல் பாண்டியனுக்குப் பயந்தவாறு தலைகுனிந்து அமர்ந்திருந்தாள். சரவணன் அவளை நோக்கி கையைக் காட்டிய பொழுதும் அவள் சிறிதும் வினையாற்றாமல் அடக்கமாகவே அமர்ந்து இருந்தாள்.

பாண்டியன் "ஆர்த்தி" என்று குரல் கொடுக்க அவள் துரிதமாக எழுந்து நின்றாள்.

“உன்ன மாதிரி பெண் பிள்ளைங்க நம்ம பீல்டுக்கு வர்றது எவ்வளவு பெரிய வரம் தெரியுமாம்மா, சில நேரத்துல பெண்கள் தீ ஆபத்துல மாட்டிக்கிட்டு வெளியே வரமாட்டாங்க, அப்ப நாங்க எப்படி துடிச்சு போவோம் தெரியுமா, உன்ன மாதிரி நாலு பேரு எல்லா இடத்திலும் இருந்தா நம்ம பீல்டு எங்கேயோ போயிடும், நீ அந்த தொழிலாளியை மவுத் டூ மவுத் மூலமா சிபிஆர் பண்ணது, அதுவும் பாக்கு போட்டிருக்கிற வாயோட, உன்னோட தியாகத்தை நினைச்சா...” எனக் கூறியபடி அவளை இருக்கையில் அமரச்சொல்லி கைக்காட்டினார். அந்த நிமிடத்தில் எல்லார் மனதிலும் ஆர்த்தி வெற்றியின் சிகர பிம்பமாக உயர்ந்து நின்றாள். “இங்க நடந்ததை வெளியே சொல்லாதீங்கன்னு உங்க ப்ரொபசர் சொல்லி இருப்பார்” என அவர் சொல்லி முடிக்கும் முன்னரே மாணவர்கள் “எஸ் சார்” எனச் சன்னமாய் பதில் அளித்தார்கள்.

“அது உண்மையான விஷயம்தான், நீங்க தப்பா சொல்ல மாட்டீங்க, ஆனா மத்தவங்க அதைத் தப்பா பரப்பிடுவாங்க, அதனால இந்த பிரச்சனை முடியற வரைக்கும் எதுவும் வெளியே சொல்லிடாதீங்க” எனக் கூறிவிட்டு எல்லோரையும் சுற்றும்முற்றும் பார்த்தார். அனைவரும் அதை ஆமோதிப்பது போல் தலையாட்ட, மேலும் தொடர்ந்தார்.

“உங்கள எப்படி பாராட்டுறதுன்னு தெரியல, ஆனா உங்க லைஃப் நல்லா இருக்க எங்களால நிச்சயமா உதவ முடியும், அடுத்த வருஷம் பிப்ரவரி மாசத்துல உங்க டிபார்ட்மெண்டுக்கு கேம்பஸ் இன்டர்வியூக்கு வர்றோம், அப்படியே சேப்டி டிபார்ட்மெண்டையும் கூட்டிட்டு வர்றோம், போதுமா?” என அவர் புன்னகையுடன் கூற, அனைத்து மாணவர்களும் திகைத்துப் பின் சிரித்துத்

தங்கள் சந்தோஷத்தை வெளிப்படுத்தினார்கள். பல மாணவர்கள் தங்களுக்குள் கைகுலுக்கி மகிழ்வைப் பரிமாறிக் கொண்டார்கள். அர்ச்சனா வலது கையைத் தூக்கி கட்டை விரலை உயர்த்தி வெற்றி என்பது போல் சமிக்ஞை செய்தாள். மாணவர்களும் அவளுக்கு அதே மாதிரி செய்து தங்கள் பதிலை அளித்தார்கள்.

"பாண்டியன், உங்க ப்ளேஸ்மென்ட் ஆபிஸர் நம்பர் குடுத்துட்டு போங்க, நாங்க காண்டாக்ட் பண்றோம்" எனப் பாண்டியனிடம் அவர் கூறினார்.

"சார், இவங்கதான் நம்ம டிபார்ட்மெண்ட் ப்ளேஸ்மென்ட் கோ ஆர்டினேட்டர், பேரு மிஸ் அர்ச்சனா" என அவருக்கு அர்ச்சனாவை அறிமுகப்படுத்தினான் பாண்டியன்.

"வணக்கம் மேடம், உங்க பசங்க ரொம்ப திறமைசாலிங்க, நிச்சயம் இதே மாதிரி டேலண்ட் பசங்கதான் எங்களுக்குத் தேவை, உங்க நம்பர் குடுத்துட்டு போங்க, சரவணன் வாங்கிக்கோங்க" எனச் சரவணனிடம் திரும்பினார். அவனும், "நான் பார்த்துக்கிறேன் சார்" என உறுதி அளித்தான்.

"உங்களுக்கு சாப்பாடு கூட போட முடியாம அனுப்பறது கொஞ்சம் கஷ்டமாதான் இருக்கு, மீடியா வெளியே தயாரா இருக்கு, நீங்க இப்ப பின்புற கேட் வழியாதான் போகப்போறீங்க, உங்க யுனிவர்சிட்டிக்கு நான் வரும்போது நிறைய பேசலாம், எல்லோரும் பத்திரமா போய்ச் சேருங்க, பாய்...பாய்" என அனைவருக்கும் அன்பாகவும் நட்புடனும் கை அசைத்துவிட்டு கீழே இறங்கிச் சென்றார். மீண்டும் பாண்டியன் அவர்களிடம் சென்று கைக்குலுக்கி விடைபெற்றான்.

அவர்களது பேருந்து அந்தத் தொழிற்சாலையைக் கடக்கும்முன் போலீஸ் வாகனங்கள் சில உள்ளே நுழைவதைப் பார்த்தார்கள். அது வழக்கமான ஒன்று என்று அவர்களால் கடந்துபோக முடியவில்லை. சட்டென்று அனைவரும் அமைதியாகி விட்டனர். ஆனால் அர்ச்சனாவோ "உங்க ஆளுங்க எப்படி இப்படி இருக்காங்க பாண்டியன், ஒரே செகண்ட்ல அந்நியோன்யம் ஆகிட்றாங்க, அவர் பேசறதைக் கேட்ட எனக்கே ஒரு மாதிரியா ஆயிடுச்சு, நம்ம பசங்க எவ்வளவு க்ளோசா அதை ஃபீல் பண்ணி இருப்பாங்க" எனச் சொன்னாள்.

"அது அப்படித்தான் அர்ச்சனா, சாவோட நாக்கு நுனியையே தொட்டுட்டு வந்தப்புறம் இந்த வாழ்வோட மகிமையே மாறிடும், அப்ப வரும்பாரு ஒரு திமிரு, அது இயல்பாவே எங்க ஃபீல்டுல இருக்கிறவங்களுக்கு வந்துடும், சாவு எங்களுக்கு ஒரு பெரிய விஷயமே இல்லை, ஆனா மத்த உயிரை காப்பாத்திட்டோம்னு இருக்கிற திருப்தி இருக்கே, அது மனுசனோட உயர்ந்தபட்ச தியாக குணம், அதுக்கு ஈடு எந்த சாதனையிலிருந்தும் நமக்குக் கிடைக்காது"

"ரொம்ப பிலாசிபிக்கலா பேசாத பாண்டியன்"

"அதுதான் நிஜம் அர்ச்சனா, நாம ரெண்டு பேர காப்பாத்தி இருக்கோம், இப்ப இது ஒரு சாதாரண விஷயமா தெரியுது, இன்னும் கொஞ்ச நாள் போனா அதனுடைய உண்மையான உயர்ந்த தன்மையே வேறமாதிரி இருக்கும், வாழ்க்கையில நாமும் ரெண்டு பேர காப்பாத்தி இருக்கிறோம்ன்னு நம்ம மேல ஒரு பெருமிதம் வரும்பாரு, அனுபவிச்சாதான் புரியும் அந்த சுகம்" எனப் பரவசமாய் பேசினான் பாண்டியன். அவள் அவனது தோளைத் தட்டி ஏற்றுக்கொண்டாலும் தனக்குப் பசி எடுக்கிறது என்பதை எப்படி சொல்வது என்று யோசித்தாள்.

“பாண்டியன், மணி ஒன்னாகுது, காலையில சாப்பிட்டது, பசங்களுக்கு பசி எடுக்கும், அவங்க முகத்தைப் பாரு ரொம்ப டயர்டா இருக்காங்க” என்றாள். அவனும் சுற்றும்முற்றும் பார்த்துவிட்டு, “முத்து அண்ணே, நல்ல ஹோட்டலா பாத்து நிறுத்துங்க” என்றான் சத்தமாக.

அதைக் கேட்ட மறுநொடியே மாணவர்கள், “ஓஓஓஓஓஓ” எனக் குரலெழுப்பினார்கள்.

“அட்லீஸ்ட் 5000 ஆகும் பாண்டியன், உங்ககிட்ட எவ்வளவு இருக்கு”

“அதைப்பத்தி எல்லாம் கவலைப்படாதே, நம்ப எச்ஓடி அனுப்பிடுவார், எல்லாம் டிபார்ட்மெண்ட் அக்கவுண்ட்ஸ்” என்றான் பாண்டியன் சிரித்தவாறு.

11

பேருந்து ஓட்டுநர் நன்றாகப் பளபளப்பாகக் காட்சியளித்த ஓர் உணவகத்தில் வாகனத்தை நிறுத்தினார். பாண்டியனும் அர்ச்சனாவும் இறங்கி உள்ளே செல்ல, மாணவர்கள் அனைவரும் அவர்களைத் தொடர்ந்தார்கள். அனைவரும் இருக்கையில் அமர்ந்தவுடன் அர்ச்சனா, “பாய்ஸ் அண்ட் கேர்ள்ஸ் நல்லா சாப்பிடுங்க, பில் பத்தி கவலைப்படாதீங்க, இது நம்ம டிபார்ட்மெண்ட்டோட ட்ரீட்” என்றாள். மாணவர்கள் சந்தோஷத்தில் சத்தம் எழுப்ப, விஜய்யுடன் சில மாணவர்கள் அர்ச்சனாவை நெருங்கிச் சென்றார்கள்.

“என்னப்பா? என்ன விஷயம்?” எனக் கேட்டாள் அர்ச்சனா.

விஜய், "மேடம், ஒரு நிமிஷம் இப்படித் தனியா வாங்களேன்" என அழைத்தான். அர்ச்சனா பாண்டியனைப் பார்த்துவிட்டு அவர்களுடன் தனியாகச் சிறிது தூரம் சென்றாள்.

"மேடம், ரொம்ப பசிக்குது, இந்தச் சாப்பாடு எல்லாம் பத்தாது" என்றான் அந்தக் குழுவில் இருந்த ஒரு மாணவன்.

"எவ்வளவு வேணா சாப்பிடுங்கடா, ஒன்னும் பிரச்சனை இல்லை" என்றாள் அர்ச்சனா.

"அது இல்ல மேடம், இது வெஜ் ஹோட்டல், நான்வெஜ் ஹோட்டல் போனா நல்லா இருக்கும், சிக்கன் பிரியாணியை ஒரு கட்டு கட்டலாம்" என்றான்.

"ஆமாண்டா, எனக்கும் தெரியாம போயிடுச்சே, சரி வா... பாண்டியன் சார் கிட்ட பேசலாம்"

"மேடம், அவர் ப்யூர் வெஜ் மேடம், அவர் நம்ம கூட எல்லாம் சாப்பிட வரமாட்டார்" என்றான் விஜய். அர்ச்சனாவுக்கு மேற்கொண்டு என்ன செய்வது என்று தெரியாமல் யோசித்தபடி இருந்தாள்.

"மேடம், இன்னும் ரெண்டு கிலோமீட்டர் போனா, நல்ல நான்வெஜ் ஹோட்டல் ஒன்னு இருக்கு, எங்க குடும்பத்தோடு வரும்போது அங்கதான் அப்பா காரை நிறுத்துவார், அங்கேயே போலாம்" என்றான் ஒரு மாணவன்.

"சரி, நீங்க கிளம்புங்க, நான் பாத்துக்கிறேன்" எனச் சொல்லிவிட்டு அர்ச்சனா பாண்டியனிடம் வந்தாள்.

"பாண்டியன், பக்கத்துல இன்னொரு நல்ல ஓட்டல் இருக்காம், பசங்க சொல்றாங்க, வாங்க அங்கே போலாம்" என்றாள் அர்ச்சனா.

"இதுவே டீசண்டா தான் இருக்கு" எனப் பாண்டியன் சொல்லிக்கொண்டிருக்கும் போதே அர்ச்சனா எழுந்து விஜய்க்கு கை அசைத்து எல்லோரும் வெளியில் செல்லுமாறு சைகை செய்தாள். ஒன்றும் புரியாமல் பாண்டியனும் எழுந்து அவர்களுடன் வெளியில் சென்றான். அதற்குள் அங்கிருந்த மேனேஜர் அவர்களை நோக்கி ஓடிவந்து, "மேடம் என்ன ஆச்சு? ஏதாவது தப்பு நடந்துடுச்சா" என அர்ச்சனாவிடம் கேட்டான்.

"பாண்டியன், நீங்க வண்டில ஏறுங்க, நான் பேசிட்டு வரேன்" என்றாள் அர்ச்சனா. பாண்டியன் அங்கு என்ன நடக்கிறது என்பதைப் புரிந்துகொள்ள முடியாமல் அமைதியாகப் பேருந்து அருகே சென்று நின்றுகொண்டான். அவர்கள் செய்துகொண்டிருக்கும் காரியங்கள் தனக்கு சம்பந்தம் இல்லாதது என்பதை மட்டும் புரிந்துகொண்டான். அர்ச்சனா மாணவர்களைத் தூர அனுப்பிவிட்டு அந்த மேனேஜரிடம், "நாங்க நான்வெஜ் கிடைக்கும்னு வந்தோம், ஆனா வெஜ்தான் இங்க கிடைக்கும்ன்னு சொல்றாங்க, அதான் வேற ஓட்டல் பாக்கலாம்னு போறோம்" என்றாள் இணக்கமாக.

"மேடம், அவ்வளவுதானே... பக்கத்துல எங்களோட நான்வெஜ் ஹோட்டல் இருக்கு, அதுல ஏற்பாடு பண்றேன்" எனக் கூறிவிட்டு ஓர் உணவக சிப்பந்தியை அழைத்தார்.

"டேய், நம்ப நான்வெஜ் ஹோட்டலுக்கு இவங்கள கூட்டிட்டுப் போ" எனக் கட்டளையிட, அவனும் இருசக்கர வாகன நிறுத்துமிடத்திற்கு சென்றான்.

"எங்களுக்கு டிஸ்கவுண்ட் வேணும்" என்றாள் அர்ச்சனா அந்த மேனேஜரைப் பார்த்து தீர்க்கமாக.

"எவ்வளவு மேடம்?"

"இருபது பர்ஸெண்ட்"

"பத்து பர்ஸெண்ட் வேணா தரேன் மேடம்"

"இங்க பாருங்க, எல்லோரும் ஸ்டுடென்ட், நான் குடும்பத்தோட வந்திருந்தா உங்ககிட்ட டிஸ்கவுண்ட் கேக்கவே மாட்டேன், இது பசங்களோட பணம். அம்பது பேருக்கு மேல இருக்காங்க, பார்த்துச் செய்யுங்க" என்றாள். அந்த மேலாளர் மாணவர்களை திரும்பிப் பார்த்துவிட்டு தயங்கியபடியே இருந்தான். இருபது சதவீதம் ஒன்றும் பெரிய நஷ்டமான விஷயம் இல்லை. லாபத்தில் குறையும், அவ்வளவுதான். இதற்கெல்லாம் முதலாளி ஒன்றும் கடிந்துகொள்ளப் போவதில்லை. அவன் யோசித்தபடி இருந்தான்.

"அண்ணே, நான் கிளம்பிட்டேன்" என அந்தச் சிப்பந்தி இருசக்கர வாகனத்தை ஓட்டியபடி அருகில் வந்து நிறுத்தினான்.

"சரி மேடம், ஸ்டுடென்ட்ஸ்னு சொல்றதுனால, நான்வெஜ் 15%, வெஜ் 10% அவ்வளவுதான் என்னால முடியும் மேடம்" என்றான்.

"சரி, அப்படியே பில் போடுங்க" எனக் கூறிவிட்டு மாணவர்கள் இருந்த பேருந்தை நோக்கி நடந்தாள். பேருந்தில் ஏறி "வெஜ் மட்டும் சாப்பிடறவங்க கையை தூக்குங்க" என்றாள். ஒரு மாணவியும் மூன்று மாணவர்களும் கையைத் தூக்கினார்கள்.

"நீங்க பாண்டியன் சார் கூட இங்கேயே சாப்பிடுங்க" என அவர்களிடம் சொல்லிவிட்டு, "பாண்டியன்... நீங்க இங்கேயே சாப்பிடுங்க, நாங்க அரைமணி நேரத்துல வந்திட்றோம்" எனச் சொன்னாள். அப்படியே ஓட்டுநரை அழைத்து

அந்த உணவகச் சிப்பந்தியின் இருசக்கர வாகனத்தைத் தொடருமாறு கூறினாள்.

பாண்டியன் தனது ஏடிஎம் கார்டை எடுத்து அர்ச்சனாவிடம் கொடுக்கச் சென்றான்.

"அதெல்லாம் ஒன்னும் வேணாம், நீங்க இங்கேயே இருங்க, பில் போடும்போது நான் வந்துட்றேன்" என அர்ச்சனா அவனுக்கு சூசகமாக சில விஷயங்களைக் கூறிவிட்டுச் சென்றாள்.

பாண்டியன் தன்னுடன் இருந்த நான்கு மாணவர்களையும் அழைத்துக்கொண்டு மீண்டும் அந்த உணவகத்திற்குள் நுழைந்தான். பேருந்து செல்லும்பொழுது மாணவர்களின் பலத்த சிரிப்புச் சத்தமும் கரகோஷமும் கூடவே சென்றது.

சரியாக முப்பது நிமிட இடைவெளியில் அர்ச்சனா மீண்டும் வந்துசேர்ந்தாள். மாணவர்கள் யாரும் பேருந்தை விட்டு இறங்காமல் இருக்கையிலேயே அமர்ந்திருந்தார்கள். பாண்டியனுடன் இருந்த மாணவர்கள் பேருந்தில் ஏறிக்கொண்டார்கள். அர்ச்சனா பாண்டியனுடன் பணம் செலுத்துமிடத்திற்கு வந்தாள். அதே நேரம் மேலாளரும் வந்துவிட, அவர்கள் செய்துகொண்ட ஒப்பந்தப்படி பணத்தைச் செலுத்தினாள் அர்ச்சனா. பாண்டியன் ஒன்றும் புரியாமல் அர்ச்சனாவைப் பார்த்து விழித்தபடியே இருந்தான்.

"இந்தாங்க 1100, இது நம்ம டிஸ்கவுண்ட்" எனத் தான் மேற்கொண்ட முயற்சிகளை நடந்துகொண்டே விவரித்தாள் அர்ச்சனா. பாண்டியன் இப்படியெல்லாம் செய்ய முடியுமா என்ற ஆச்சர்யத்துடன் அவளுடனே நடந்தான்.

"நாங்களும் இன்டெலிஜென்ட் தான் பாண்டியன் சார்" என நையாண்டிக் குரலில் பாண்டியனைக் கேலி

செய்தாள் அர்ச்சனா. பாண்டியன் அதைப் புன்முறுவலுடன் ஒப்புக்கொண்டான். அவர்கள் இருக்கையில் அமர, வாகனம் தனது பயணத்தைத் தொடர்ந்தது. மாணவர்கள் உண்ட களைப்பில் தூங்கத் தொடங்கினார்கள். ஆனால் பேருந்து சில மீட்டர் தொலைவு செல்வதற்குள் கருத்திருந்த மேகங்கள் ஒன்றையொன்று மோதி மின்னலையும் இடிச் சத்தத்தையும் வாரி வழங்கின. மாணவர்கள் வாகனத்தின் அனைத்துக் கண்ணாடி சாளரத்தையும் மூடிவிட்டு வேடிக்கைப் பார்க்க ஆரம்பித்தார்கள்.

“முத்து அண்ணே, லைட் ஆன் பண்ணுங்க, ஸ்டூடண்ட்ஸ் எல்லோரும் திரைச்சீலையை மூடுங்க, யாரும் வெளியே மின்னலைப் பார்க்காதீங்க, பெருசா மழை வரும்போல இருக்கு, கவனமாக இருங்க” என்றான் பாண்டியன். அவன் கூறியது போலவே அப்பொழுது அருகில் மின்னல் ஒன்று தெறித்து வெடிச்சத்தம் எழுந்தது. அர்ச்சனா பாண்டியனின் கையை யாருக்கும் தெரியாதவண்ணம் கெட்டியாகப் பிடித்துக்கொண்டு கண்களை மூடிக்கொண்டாள்.

“அர்ச்சனா, இடி மின்னல்னா பயமா உனக்கு”

“பெருசா ஒன்னுமில்ல, அது அனிச்சை செயலாய் நடக்கறதுதானே, உண்மைய சொன்னா சிக்கன் சாப்பிட்டது நல்லா தூக்கம் தூக்கமா வருது, உன் தோள்ல அப்படியே சாய்ஞ்சு படுத்துக்கலாம்ன்னு தோனுது” என்றாள்.

“சரி, என் மேல சாஞ்சிக்க, முடியலன்னா இந்தப் பக்கம் வந்து ஜன்னலில் சாஞ்சுக்கோ”

“அதெல்லாம் வேணாம், பசங்க இருக்காங்க, நீயும் நல்லாதானே சாப்பிட்ட, உனக்கு தூக்கம் வரலையா”

“இல்ல அர்ச்சனா... சரியா சாப்பிட முடியல”

"ஏன்? என்ன ஆச்சு? சாப்பாடு சரியில்லையா"

"மனசுதான் சரியில்லை, எங்கேயோ ஏதோ நடக்குதுன்னு மனசு சொல்லுது, அது எங்கன்னுதான் புரிஞ்சுக்க முடியல"

"உங்க ஆளுங்களே இப்படித்தானா, ஆர்த்தி கூட இதைத்தான் சொன்னா பாண்டியன், அவளும் சரியா சாப்பிடல, பாதி சிக்கனை வச்சுட்டா"

"சாப்பாடு எப்படி இருந்துச்சு"

"சும்மா சொல்லக் கூடாது, இந்த நனைஞ்சிபோன குளிர்ல அவ்வளவு அருமையா இருந்துச்சு, பசங்களும் ஒரு வெட்டு வெட்டிட்டாங்க, எல்லோருக்கும் ரொம்ப சந்தோசம் பாண்டியன், எத்தனை முறை தேங்க்ஸ் சொன்னாங்க தெரியுமா, பாவம் ஆர்த்திக்குத்தான் என்ன ஆச்சுன்னு தெரியல" என அவள் சொல்லிக்கொண்டிருக்கும் போதே பின் இருக்கையில் அமர்ந்திருந்த மாணவிகளைத் திரும்பிப் பார்த்தான் பாண்டியன். ஆர்த்தியும் சுகுணாவும் ஏதோ தீவிரமாகப் பேசிக்கொண்டிருந்தார்கள்.

"ஆர்த்தி" எனப் பாண்டியன் கூப்பிட அவள் அவனை நிமிர்ந்து பார்த்து, "எஸ் சார்" என்றாள்.

"ஏன் நீ சரியா சாப்பிட்லயாம், ஏதாவது பிரச்சனையா?"

"அதெல்லாம் ஒன்னுமில்ல சார்" என்றாள் தெளிவான குரலில் ஆர்த்தி.

"அப்புறம் எதுக்குப் பாதி சாப்பாட்டை வைச்சிட்டே" எனக் கேள்வி எழுப்பினான் பாண்டியன்.

ஆர்த்தி அர்ச்சனாவைப் பார்த்து என்ன மேடம் இப்படி மாட்டி விட்டுட்டீங்களே என்பது போல் பார்த்தாள்.

"நீ காப்பாத்தின ஆளுக்கு ஏதாவது ஆயிடுச்சுன்னு கவலைப்படுறியா?"

"இல்ல சார், ஆம்புலன்ஸ்ல சிபிஆர் கொடுத்தோம், நார்மல் ஆயிருச்சு"

"வேறென்ன?" தங்களது உரையாடலை முடித்துக்கொள்ளும் தொனியில் கூறினான்.

அதற்குள் சுகுணா "சார் சேஃப்டி ஆபீஸரை அரெஸ்ட் பண்ண போறாங்கன்னு பேசிக்கிட்டாங்க" என்றாள். அதைக் குறித்து அவர்களிடம் விவாதிப்பதற்கு பாண்டியனுக்குச் சற்று சங்கடமாக இருந்தது. ஏனெனில் படிக்கும் மாணவர்களிடத்தில் இந்த மாதிரியான எதிர்மறை விஷயங்கள் பேசும்போது மனதளவில் அவர்கள் பாதிப்படையக் கூடும். எனவே அதைத் தவிர்க்கும் பொருட்டு முன்புறம் திரும்பிக்கொண்டான். பலத்த மழையின் காரணமாகச் சாலையில் சிறுவெள்ளம் ஓடத் தொடங்கியிருந்தது. பேருந்தும் அறுபது கிலோமீட்டர் வேகத்திற்குக் குறைவாகவே சென்று கொண்டிருந்தது. ஆனால் நான்கு சக்கர வாகனங்கள் எதைப் பற்றியும் கவலைப்படாமல் வேகவேகமாக அவர்களைக் கடந்து முன்னே சென்றுகொண்டிருந்தன. அது ஆறுவழிச் சாலை என்பதால் சுற்றி இருந்த பரந்த நிலப்பரப்பு தெளிவாகக் கண்களுக்குத் தெரிந்தன. அர்ச்சனா தூக்கக் கலக்கம் அதிகமாகிக் கொட்டாவி விடத்தொடங்கினாள்.

12

சுகுணா பாண்டியனிடம் கேட்ட கேள்வி எப்படியோ மாணவர்களிடம் பரவிவிட்டது. அவர்களும் காவல்துறை வாகனங்கள் தொழிற்சாலையின் உள்ளே நுழைந்ததைப்

பார்த்தவர்கள் என்பதால் அனைவரும் அதைக் குறித்து விவாதிக்கத் தொடங்கினார்கள். தாங்கள் படித்த புத்தகங்களிலிருந்து, அது குறித்தான அம்சங்களைத் தங்களுக்குள் பரிமாறிக்கொண்டார்கள். அவர்களின் பேச்சு சத்தம் முன்னேயிருந்த பாண்டியனையும் அர்ச்சனாவையும் மழை சத்தத்தையும் மீறி வந்தடைந்தன.

"பாண்டியன், பசங்களுக்குப் பின்னாடி என்னவோ பிரச்சனை போல" என்றாள் அர்ச்சனா.

பாண்டியன் திரும்பிப் பார்க்க அங்கு சில மாணவர்கள் இருக்கையில் அமராமல் நின்றபடி இரண்டு மூன்று குழுக்களாக எதையோ காரசாரமாகப் பேசிக்கொண்டிருப்பது தெரிந்தது.

"நான் போய் பாத்துட்டு வரேன்" எனப் பாண்டியன் எழுந்து சென்றான். சில மாணவர்கள் பின்புற படிக்கட்டிலும் சில மாணவர்கள் அதை சுற்றியிருந்த பகுதியிலும் நின்று கொண்டிருந்தனர். பின்புறக் கதவு மூடப்பட்டிருந்ததைப் பார்த்த பாண்டியனுக்குச் சிறு நிம்மதி ஏற்பட்டது.

"எல்லாரும் சீட்ல உட்காராம, என்னடா பேசிட்டு இருக்கீங்க?" எனக் கேட்டான் பாண்டியன். யாரும் எதுவும் சொல்லாமல் அமைதியாக இருந்தார்கள்.

"செல்வம் நீ சொல்லு, என்ன பிரச்சனை?"

"ஒன்னுமில்ல சார், சும்மாதான் பேசிட்டு இருந்தோம்" என அவன் பதிலளிக்க, பாண்டியன் டோனியின் முகத்தைப் பார்த்து, "நீ சொல்லு" என்பது போல் புருவத்தை உயர்த்தினான். அதற்குள் விஜய், "சார், நீங்க இங்க உட்காருங்க" என இரண்டு நபர் இருக்கையைக் காட்டி அதில் அமர வைத்தான். அப்படியே முன்புறம் இருந்த மாணவிகளைக்

கையசைத்து அருகில் வருமாறு கூறினான். முன்புறம் இருந்த மாணவர்களும் எழுந்துவர, எல்லா மாணவர்களும் அவனைச் சுற்றி நின்றவாறு சூழ்ந்துகொண்டார்கள். அர்ச்சனாவும் ஏதோ பிரச்சனை என்பது போல் அந்த இடத்தை அடைந்தாள். மாணவர்கள் பாண்டியனுக்கு முன்புறம் இருந்த இருக்கையை ஒதுக்கி அவளை அங்கு அமர வைத்தார்கள். அவன் அமரும்முன் அனைவரையும் பார்க்க, அதில் சிலர் இன்னும் தலைக்கவசம் அணிந்து பிறருக்கு இடைஞ்சல் செய்தபடி இருந்தார்கள்.

“முதல்ல எல்லாரும் ஹெல்மெட் கழட்டி வையுங்க” எனச் சொல்லிவிட்டு, இருக்கையில் அமர்ந்தவுடன் “சரி இப்ப கேளுங்க, என்ன விஷயம்?” எனக் கேட்டான் பாண்டியன்.

“நாங்க கேள்விப்பட்டோம் சார், அந்த ரெண்டு ஓர்க்கர்ல ஒருத்தர் செத்துப் போயிருந்தாலும் சேஃப்டி ஆபிஸரை தான் கைது பண்ணி ஜெயில்ல போட்டு இருப்பாங்களாமே சார், அது உண்மையா?” என விஜய் கேட்டான். மாணவர்களும் அவனது கேள்வி சரியானதுதான் என்பது போல் தலையசைத்து ஆமோதித்தார்கள்.

“அதெல்லாம் ஒன்னுமில்லடா, ரெண்டு பேரும் பொழச்சிட்டாங்க, அப்படி எல்லாம் யாரையும் போலீஸ் அரெஸ்ட் பண்ணாது” என்றான் இது அவர்களுக்குத் தேவையில்லாத விஷயம் என்பதுபோல் பாண்டியன். ஆனால் மற்றொரு மாணவனோ, “சார்... போன வாரம் பேப்பர்ல படிச்சேன், திண்டுக்கல்ல ஏதோ ஒரு தொழிற்சாலையில ஏற்பட்ட விபத்துல சேஃப்டி ஆபீஸர் கைதுன்னு வந்து இருந்துச்சு” என்றான். அவன் பேச்சுக்கு வலுசேர்க்கும் விதமாக மற்றொரு மாணவன், “சார், அந்த விபத்துக்கு சேஃப்டி ஆபிசர் காரணமே இல்ல சார், தொங்குற கிரேன்

கீழே தேவையில்லாம ஒரு தொழிலாளி போய் இருக்கான், இது அவனோட அன்சேப் ஆக்ட், அது டிரைனிங்ல சொல்லி கொடுக்காமலா போயிருப்பாங்க, அவன் ரூல்ஸ மதிக்காம தப்பு பண்ணதுக்கு சேஃப்டி ஆபீஸரைக் கைது பண்ணி இருக்காங்க, இது எந்த விதத்தில சார் நியாயம்?'' எனக் கேட்டான்.

அர்ச்சனா பாண்டியன் இதற்குச் சரியானதொரு பதிலைத் தருவான் என அவனையே கூர்ந்து கவனித்தபடி இருந்தாள். ஆனால் பாண்டியன் எந்தவித சுவராசியமும் காட்டாமல் அமைதியாக மாணவர்கள் கேட்கும் கேள்விகளை உள்வாங்கிக் கொண்டிருந்தான்.

''சார்... எந்த காரணத்துக்கு அரெஸ்ட் பண்ணி இருக்காங்க தெரியுமா, இக்னோரன்ஸ் ஆப் தி டூட்டி, எவ்வளவு கொடுமையான விஷயம் சார் இது''

''டேய், அதெல்லாம் அப்படி இல்லை, சுப்ரீம் கோர்ட் அப்படி எல்லாம் சேஃப்டி ஆபீஸரை அரெஸ்ட் பண்ண கூடாதுன்னு ஜட்ஜ்மெண்ட் கொடுத்து இருக்காங்க, இன்வெஸ்டிகேஷன் முடிஞ்ச பிறகுதான் அப்படி எல்லாம் பண்ண முடியும்''

''ஆனா யாரும் மதிக்கலையே சார், ஒரு தொழிலாளிக்கு எந்த பிரச்சனை வந்தாலும் உடனே மற்ற தொழிலாளிங்க எல்லாம் ஒன்னு சேந்து கம்பெனி ஸ்டிரைக் பண்றாங்க, ஆனா நம்மள அரெஸ்ட் பண்ணா யார் சார் வந்து கேள்வி கேக்குறாங்க, ஒருத்தருமே வரதில்லையே''

''கம்பெனி எப்பவுமே சேஃப்டி ஆபீசருக்கு சப்போர்ட் பண்ணும், அதெல்லாம் சும்மா விட்டுடாது''

''அங்கதான் சார் பிரச்சனையே இருக்கு'' எனப் பலதரப்பட்ட மாணவர்கள் தங்கள் ஆதங்கங்களைப் பாண்டியனிடம்

கொட்டித் தீர்த்தார்கள். வேலைக்குச் சேர்வதற்கு முன்னே இவர்கள் இந்த அளவு பிரச்சனைகளை யோசிக்கிறார்கள் எனில் நிச்சயம் இவர்கள் தங்கள் பணியைச் சிறப்பாக செய்வார்கள் என்பதில் நம்பிக்கை குறைந்தது பாண்டியனுக்கு. எனவே இதுகுறித்து மாணவர்களுக்குத் தெளிவான பார்வையைக் கொடுத்தேயாக வேண்டும் என்ற கட்டாயத்துக்குத் தள்ளப்பட்டான். மேலும் இதை எங்கிருந்து ஆரம்பிக்கலாம் என யோசித்துக் கொண்டிருக்கும் போதே ஒரு மாணவன், "சார் எங்க மாமா கவர்ன்மெண்ட் ஜீப் டிரைவர் சார், ஒரு ஆக்சிடெண்ட் பண்ணிட்டாரு, அந்த கேசு 15 வருஷம் நடந்துச்சு சார், கடைசியில அவரை யாரும் அரெஸ்ட் பண்ணல, திரும்பவும் ஒரு மாசம் ட்ரைனிங்குக்கு தான் அனுப்புனாங்க" என்றான். பாண்டியன் அவன் கூறுவது பாதிதான் உண்மை என்பதைப் புரிந்துகொண்டு சிரித்தான்.

"சரிங்கடா, இதப்பத்தி உங்ககிட்ட பேசலாம்னு தோனுது, பாதி பேருக்கு மேல ஜாப் கன்ஃபார்ம் ஆயிடுச்சு" என ஆர்த்தியைப் பார்த்தபடி கூறினான். அதை ஆமோதிப்பது போல் அவளும் தலையாட்டினாள்.

"இப்ப ஒரு இண்டஸ்ட்ரியில ஆக்சிடெண்ட் நடந்து ஒருத்தரு செத்துப் போயிட்டாருன்னு வச்சுக்கோங்க, என்ன நடக்கும்"

"ஸ்ட்ரைக்"

"கலவரம்"

"கம்பெனிக்குள்ள புகுந்து அடிதடி"

"ரோட்ல படுத்து பஸ்ஸை மறிக்கிறது"

"இன்னும் ஒருபடி மேலே போய் ஹைவேல டிராபிக் ஜாம் பண்றது" இப்படி தங்களுக்குத் தெரிந்த அல்லது பார்த்த

விஷயங்களை மாணவர்கள் கூறினார்கள். எல்லோரும் சொல்லி முடிக்கும்வரை காத்திருந்த பாண்டியன் கடைசியாக, "இது எல்லாம் எதுக்கு?" எனக் கேட்டான்.

"தொழிலாளி சாவுக்கு நீதி வேணும்"

"காம்பன்சேஷன்"

"அவங்க குடும்பத்துல ஒருத்தருக்கு வேலை"

"இனி அந்த மாதிரி நடக்க கூடாதுன்னு ப்ராமிஸ்"

"ஒர்க்கர்ஸ் பாதுகாப்பை உறுதி செய்யணும்"

"காலாவதியான மெஷின்களை ரீப்ளேஸ் பண்ணணும்" என மாணவர்கள் தங்களுக்குத் தெரிந்ததை எல்லாம் கூறினார்கள்.

"சரி, இப்ப கலவரம் அதிகமாயிடுச்சு, அத கண்ட்ரோல் பண்ணியே ஆகணும், அதுக்கு என்ன வழி?"

"தப்பு பண்ணவங்களை உடனடியா அரஸ்ட் பண்ணா, ஒருவேளை மக்கள் சமாதானமாகலாம் சார்"

"தப்பு யார் செஞ்சாங்கன்னு உடனடியா கண்டுபிடிச்சிட முடியுமா என்ன? அதுக்கு இன்வெஸ்டிகேஷன் பண்ணாத்தானே தெரியும், அதுவரைக்கும் அந்த கும்பல் காத்திருக்குமா என்ன?"

"இல்ல சார், இதுல சில அரசியல் கட்சிங்க உள்ள புகுந்து பாலிடிக்ஸ் பண்ண ஆரம்பிச்சிடுவாங்க"

"அப்ப போலீசுக்கு முன்னாடி இருக்கிற ஒரே ஆப்சன் சேஃப்டி ஆபீஸர்தான், அவர்தான் ஒர்க்கர்சோட பாதுகாப்பை உறுதி செய்யக்கூடிய ஆர்தரைஸ்டு பர்சன்"

“சார், அப்படி பார்த்தா இன்னைக்கு நடந்த கம்பெனியோட சேஃப்டி ஆபிசர் ரொம்ப அற்புதமான மனுசன்னு பேசிக்கிறாங்க சார், சிலபேர் அவரை அரெஸ்ட் பண்ண விடமாட்டோம்னு கோபமா இருக்காங்க, அவ்வளவு நல்லது பண்ணி இருக்காரு சார்” என்றான் ஒரு மாணவன்.

“அப்படியும் பல இடத்தில நடக்கலாம், இப்ப நாம மேட்டருக்கு வருவோம், இப்ப கும்பலைச் சமாதானப்படுத்தி கண்ட்ரோல் பண்ணனும்னா, ஏதாவது ஒரு வழியை, ஒரு முடிவை எடுத்துதானே ஆகணும், மக்களோட கோபத்தைத் தணிக்கணும்னா சில வேலைகளைப் பண்ணித்தானே ஆகணும்” என எப்படி எல்லா உண்மைகளையும் சொல்வது என்று அமைதியானான் பாண்டியன். அவனுக்கு உதவும் வண்ணம் அர்ச்சனாவும் “டேய் சில விஷயங்களை உங்களுக்கு சொல்ல முடியாது, பீல்டுக்கு போய் அந்த மாதிரி விஷயங்களைக் கத்துக்கோங்க, எங்களால் எந்த அளவு ப்யூரா உங்களை அனுப்ப முடியுமோ அந்த அளவு வெளியே அனுப்புவோம், வெளி உலகம் பொலிட்டடா இருக்குன்னு உங்களையும் பொலிட் பண்ணி அனுப்ப முடியாது, எவ்வளவு சுத்தமா எத்தனை வருஷம் உங்களால ஒர்க் பண்ண முடியுதோ அதுவரைக்கும் நாங்க கத்து கொடுத்தது பலனளிக்கும், இப்போதைக்கு இதுபோதும்” என எழுந்து முன்னே செல்ல முயன்றாள். அப்படியே பாண்டியனைப் பார்த்து, “வாங்க போவோம்” என்றாள். அர்ச்சனாவின் பேச்சில் தெரிந்த சில விஷயங்கள் மாணவர்களுக்குப் புரிந்தாலும் அது பாண்டியன் வாயால் சொல்லப்பட்டிருக்கும் பட்சத்தில் அவர்கள் அடங்கி இருப்பார்கள்.

“சார், நாம ஏன் ஒரு யூனியன் ஸ்டார்ட் பண்ணக் கூடாது, சேஃப்டி ஃபயர் ஆபீஸர் யூனியன்” என ஒரு மாணவன் கேள்வி

கேட்க அர்ச்சனா மீண்டும் சுணங்கியவாறு இருக்கையில் அமர்ந்துகொண்டாள்.

“நிறைய அசோசியேசன் இருக்குடா, அதை அப்புறம் பேசலாம், முதல்ல நான் கேட்டதுக்குப் பதில் சொல்லு, ஒரு கம்பெனியில நம்ம ஆளுங்க எத்தனை பேர் இருப்பாங்கன்னு நினைக்கிறே” எனப் பாண்டியன் கேள்வி எழுப்பினான்.

“இருபது முப்பது பேர்”

“அதெல்லாம் பெரிய கம்பெனியில, அதுவும் மேஜர் ஹசார்டஸ் உள்ள கம்பெனிகள்லதான், மத்த கம்பெனிகள்ல மேக்சிமம் ஏழு இல்ல எட்டுப்பேர் இருந்தா அதுவே அதிகம், இதுல அவங்களே நைட் ஷிப்ட் பாக்கணும், சில சமயத்துல லீவு கிடைக்காது”

“சார் ஃபேக்டரி ஆக்ட் சொல்ற மாதிரி எல்லாம் இருக்காதா சார்”

“அதையெல்லாம் தெளிவா சொல்ல முடியாது” என முகத்தைத் திருப்பிக்கொண்டு வெளியில் பார்த்தான். மழையின் தீவிரம் அதிகரித்தபடி இருந்தது. வாகனத்தின் வேகம் மட்டுப்பட்டுள்ளதை உணர்ந்தான். ஒருவேளை போக்குவரத்து நெரிசல் ஏற்படக் கூடும் என்று தோன்றியது.

“சார், உங்கள விட்டா வேற யார் கிட்ட நாங்க இப்படிப் பேசமுடியும்” என விஜய் சொல்ல பாண்டியன் திரும்பி அவனைக் கூர்ந்து பார்த்தான்.

“நீங்க தானே முதல்ல நான் உங்களோட சீனியர், வாத்தியார் மரியாதை எல்லாம் அப்புறம்தான்னு சொன்னீங்க, இப்ப நீங்க எங்க சீனியரா நாங்க கேக்குற கேள்விக்குப் பதில் சொல்லுங்க” என்று ஒரு மாணவன் கேட்க, பாண்டியனின்

முகத்தில் சிறு புன்னகை மலர்ந்தது. அதைப் பார்த்த மாணவர்களும் பலமாகச் சிரிக்கத் தொடங்கினார்கள். பாண்டியன் அதிகம் விவாதிக்கலாம் எனத் திரும்பி சாவகாசமாக உட்கார்ந்து கொண்டான். அர்ச்சனா அருகில் இருந்த ஒரு மாணவனிடமிருந்து தண்ணீர் பாட்டிலை வாங்கிக் குடித்துவிட்டு பாண்டியனிடம் கொடுத்தாள். பாண்டியனும் தண்ணீரைக் குடித்து முடித்து, “சரி நாம பேசுவோம், ஆனா இத பத்தி நீங்க யார் கிட்டயும் மூச்சுவிடக் கூடாது” எனக் கேட்டுக்கொண்டான். மாணவர்களும் அமைதியாகத் தலையசைக்க அவனுக்கு மிகுந்த நம்பிக்கை பிறந்தது.

“சரி, இப்ப கேளுங்க”என்றான் பாண்டியன்.

“சார், நமக்கு பைபிள் தி ஃபேக்டரி ஆக்ட் 1948”

“ஆமாம்”

“அப்படி இருக்க, அதை ஏன் கம்பெனியில் ஒழுங்கா ஃபாலோ பண்றது இல்ல”

“அதை ஃபாலோ பண்ணாம எந்தக் கம்பெனியும் ரன் ஆக முடியாதுடா, அதுக்குத்தான் நாம வேலை செய்றோம், நம்ம வேலையே கம்பெனிங்க ஸ்மூத்தா நடத்த உதவி பண்றதுதான், நம்ம கவர்ன்மெண்ட்டோட எல்லா ஆக்டும் ரூல்ஸும் கைட் லைனும் கம்பெனியில இம்ப்ளிமெண்ட் பண்றதுதான் நம்ப டியூட்டி”என்றான் பாண்டியன்.

“சின்ன சந்தேகம் சார்”

“என்ன கேளு?”

“சேஃப்ட்டி ஆபிசரை ஏன் கவர்மெண்டே நியமிக்கக் கூடாது?”

‘‘எல்லா கவர்மெண்ட் கம்பெனியிலும் இருக்காங்களேடா’’

‘‘சார், நான் பிரைவேட் கம்பெனியை பத்திப் பேசுறேன்’’

‘‘அது ரொம்ப கஷ்டம், ஏன்னா... பிரைவேட் கம்பெனி 10 வருஷம் இருக்கும், இல்லைன்னா 20 வருஷம் இருக்கும், அவங்களுக்கு நஷ்டம் ஆயிடுச்சுன்னா இழுத்து மூடிட்டு போயிடுவாங்க, அதுவுமில்லாம எத்தனை பேரை கவர்மெண்ட் அப்பாயிண்ட்மெண்ட் பண்ணும், அதுக்குதான் எல்லா மாநிலத்திலும் ரீஜினல் வைசா ஆபீஸர் இருக்காங்க, அவங்களோட வேலையே கம்பெனி சேஃப்டி ஆபிசர்கிட்ட இருந்து எல்லாத் தகவலையும் வாங்கி, அவங்கள சரியான பாதையில் போக வைக்கிறதுதான், அதை மானிட்டர்ன்னு கூட சொல்லலாம், கூடவே நிறைய ப்ரோக்ராமும் பண்ணுவாங்க’’ என்று நிறுத்தினான் பாண்டியன். மேற்கொண்டு இதைப் பற்றி அடுத்த மாதம் நடைபெற இருக்கிற இரண்டு நாள் கருத்தரங்கில் ஒரு பகுதியை ஒதுக்கி சம்பந்தப்பட்ட அதிகாரியைக் கூப்பிட்டுப் பேச வைக்க வேண்டும் என நினைத்துக்கொண்டான்.

‘‘அப்ப சேஃப்டி ஆபிஸரை அரெஸ்ட் பண்ணா இவங்க வந்து காப்பாத்துவாங்களா சார்’’ என ஒரு மாணவன் கேட்டான்.

‘‘பெரும்பாலும் ஆக்சிடெண்ட் இன்வெஸ்டிகேஷன் பண்ண பிறகுதான், சரியான காரணத்தைக் கண்டுபிடிச்ச பிறகுதான் எல்லாம் நடக்கும், அது எந்த ஆபிஸரையும் உடனடியா தண்டிக்கிற விஷயமா அமையாது, நாமளே கூட முதல் முறை தொழிலாளி தப்பு செஞ்சா என்ன செய்வோம்’’

‘‘வார்னிங் பண்ணுவோம்’’

‘‘திரும்பவும் அதே தப்பைப் பண்ணா’’

“திரும்பவும் வார்னிங் பண்ணுவோம் இந்த முறை மிரட்டல் தொனியில”

‘திரும்பவும் அதே தப்பை பண்ணா”

“பனிஷ்மென்ட் கொடுப்போம்... சம்பளத்தில் கை வைப்போம்”

“அதுதான் கூடாது” என்றான் பாண்டியன். மேலும் தொடர்ந்து, “மொத தடவை தப்பு பண்ண உடனே அவனைப் பத்தி தெரிஞ்சுக்கணும், ஒருவேளை அவன் தெரிஞ்சி செய்யறானா இல்ல தெரியாம செய்றானான்னு, தெரிஞ்சு செய்றான்னா ஏதோ அவன்கிட்ட பிரச்சனை இருக்குன்னு கண்டுபிடிக்கணும், ஒருவேளை பர்சனல் பிராப்ளமா கூட இருக்கலாம் இல்ல ஏமாற்றத்துல, வெறுப்புல செய்யற மாதிரியும் இருக்கலாம்”

“சார் இதுவரைக்கும் நாங்க இப்படி படிக்கல”என ஒரு மாணவன் குறுக்கிட்டான்.

“நெக்ஸ்ட் செமஸ்டர் படிக்க போறீங்க, அதுக்கு பேரு பிபிஎஸ், பிஹேவியர் பேஸ்டு சேப்டி, எர்கானாமிக்ஸ் சப்ஜெக்ட்ல ஒரு சேப்டர் வரும்”

“யார் சார் எடுப்பாங்க?”

“சீனியர் பேகல்டிதான் எடுப்பாங்க, அதை அப்புறம் பாக்கலாம், இப்ப ரெண்டாவது ரகம், அதாவது தெரியாம செஞ்ச தப்பு, இப்ப நாம என்ன பண்ணனும்”

“அவனுக்கு டீச் பண்ணனும் சார், இல்ல ட்ரைனிங் கொடுக்கணும்”

“அது சரிதான், இப்ப நாம அவனுக்கு எப்படி வேலை செய்யணும்னு கத்து கொடுக்கணும், அப்படியே அவனை ரெண்டு மூணு முறை செய்ய வைச்சு சரியா பண்றானான்னு

பாக்கணும், எப்ப சரியா பண்றான்னு நமக்கு நம்பிக்கை வருதோ அப்பதான் அவனை அந்த வேலையை செய்யவே அனுமதிக்கணும், இப்ப சொல்லுங்க நாம என்ன செய்யணும்''

''ஒழுங்கா சொல்லிக் கொடுக்கணும் சார்'' என்றான் ஒரு மாணவன்.

அதற்குள் அர்ச்சனா அவனைக் குறுக்கிட்டு, ''அதுக்கு நீங்க ஒழுங்கா நாங்க சொல்லிக் கொடுக்குறத கத்துக்கணும்'' என்றாள். மாணவர்கள் அனைவரும் அவளது பேச்சைக் கேட்டு பலமாக சிரித்தார்கள். இந்தச் சத்தம் முடியும் வரை காத்திருந்த பாண்டியன் பின் தனது பேச்சைத் தொடர்ந்தான்.

''நம்ம டிபார்ட்மெண்ட் ஆளுங்க எல்லோருமே ரொம்ப மென்மையானவங்க, கொஞ்சம் இன்டெலிஜென்ட் கூட, ஏன்னா நாம படிக்கிற சப்ஜெக்ட் அப்படி, நமக்கு எல்லா துறை சார்ந்த அறிவும் தேவைப்படுது, சிவில், மெக்கானிக்கல், எலக்ட்ரிக்கல், எலக்ட்ரானிக்ஸ், கம்ப்யூட்டர், மெடிக்கல், சைக்காலஜி, ஹியூமன் ஃபேக்டர் இன்ஜினியரிங், என்விரான்மென்டல், ஹசார்ட்ஸ், ஏன்? இப்பகூட புதுசா வந்திருக்கிற ரோபாடிக் டெக்னாலஜி, சைபர் சேஃப்டி இப்படி நாம டெய்லி நம்பள அப்டேட் பண்ணிட்டே இருக்கணும், அதே சமயம் நம்ம உயிரை பணயம் வச்சு மத்த உயிர்களைக் காப்பாத்துற மனநிலையும் நமக்கு வேணும், இதனால என்ன ஆகும்னா கடைசி எல்லைக்குப் போயிட்டு வந்தவனுக்கு இந்த உயிரோட அருமை என்னென்னு புரிஞ்சிரும், அதனால ஒவ்வொரு உயிரோட வேல்யூவும் நமக்கு முக்கியம், இது சாதாரணமா நம்ம ஆளுங்களுக்கு கேரக்டராகவே ஆயிடும், இப்ப கூட நாம கிளம்பறதுக்கு முன்னாடி பேசினாரே அந்த சீஃப் பையர் ஆபிசர், எத்தனைப் பேருக்கு பிடிச்சு இருந்திச்சு''

எனக் கேட்டான். எல்லோருமே தாங்கள் நெருக்கமாய் உணர்ந்ததாகச் சொன்னார்கள்.

“சார், அவர் உங்கள மாதிரிதான் சார், ஒரு சீனியர் மாதிரிதான் எங்களுக்கு பீல் ஆச்சு, வயசு வித்தியாசம் தெரியல சார், ஏதோ சொந்த மாமாவே அட்வைஸ் பண்ற மாதிரிதான் இருந்துச்சு” என்றான் ஒரு மாணவன்.

“அதுதான் நம்மளோட பலம், எந்த ஒர்க்கர்ஸ் கிட்டயும் நாம நெருக்கமாக இருக்கிற பீலிங்கை அவங்களுக்குக் கொடுத்துட்டாலே போதும், அவங்க நம்ம வழிக்கு வந்துடுவாங்க, அதே சமயம் அந்த புரிதலை அவங்க தப்பா யூஸ் பண்ணாம நாமதான் பாத்துக்கணும், இது அஞ்சாறு வருஷ அனுபவத்துல உங்களுக்கு வந்துடும்” எனப் பேச்சை முடித்துக்கொள்வோம் என்ற தோரணையில் எழுந்து நின்றான். ஆனால் மாணவர்கள் அவன் செல்வதற்கு வழிவிடாமல் நின்றுகொண்டே இருந்தார்கள்.

13

“பாண்டியன், ஆர்த்தி ஏதோ ஒன்னு கேக்கறா” என அர்ச்சனா சொல்ல, திரும்பிய பாண்டியன் ஆர்த்தியைப் பார்த்தான். ஆர்த்தி பாண்டியனைப் பார்த்து, “சார் எனக்கு ஒரு ஐடியா, சேஃப்டி ஆபீஸருக்கு பாதி பணம் கவர்மெண்ட்டும், பாதி பணம் கம்பெனியும் கொடுத்தா ஒருவேளை சேஃப்டி ஆபீஸர் சிறப்பா எந்தவித நெருக்கடியும் இல்லாம வேலை பார்க்கலாமே” என்றாள். பாண்டியனுக்கு அவள் சொல்ல வருவதன் உள்ளர்த்தம் புரிந்தது. ஆனால் அதை வேறொரு சமயத்தில் விவாதிக்கலாமே என்று தோன்றியது. அதே நேரம்

மாணவர்களும் சேர்ந்துகொண்டு கேள்வி கேட்க, பாண்டியன் மீண்டும் இருக்கையில் அமர்ந்தான்.

"நீ சொல்ற யோசனை நல்லா இருந்தாலும் அமல்படுத்தும் போது ஏகப்பட்ட பிரச்சினை வரும், எப்படி கேண்டிடேட் செலக்ட் பண்ணுவீங்க, அரசாங்கம் அதுக்கு நிதி ஒதுக்குமா என்பது சந்தேகம்தான், ஆனா இதுல ஒரு நல்ல விஷயம், சம்பந்தப்பட்ட சேஃப்டி ஆபீஸர் துணிச்சலா மேனேஜ்மெண்ட் கிட்ட பேச முடியும், என்னோட ஆடிட்டர் நண்பன் சொல்வான் "நான் எப்படிக் கணக்கை ஏமாத்தி சரியா வச்சிருக்கேன் என்பதுதான் என்னோட திறமை, மத்தபடி ஒழுங்கா வச்சி இருக்கேன்னு சொல்றது எல்லாம் அப்பட்டமான பொய்" அப்படித்தான் நம்ம நிலைமையும் ஆகிட்டு இருக்குன்னு தோனுது, அவன் டீல் பண்றது பணம், நாம டீல் பண்றது தொழிலாளிகளோட உயிர், அப்புறம் இந்தச் சுற்று சூழ்நிலை" என்றான் பாண்டியன் சலிப்புடன். மாணவர்கள் தங்களுக்குள் ஏதோ ஒன்றை விவாதித்தார்கள். அதில் ஒருவன், "மேடம் நீங்கதான் பொல்யூஷன் பத்தி எதையெல்லாமோ கத்து கொடுக்கறீங்களே, நீங்க ஏதும் பண்ண முடியாதா மேடம்" என அர்ச்சனாவிடம் கேட்டான்.

"உங்கள மாதிரிதான்டா... நாங்களும். எவ்வளவுதான் படிச்சு படிச்சு சொன்னாலும் கேக்கறாங்களா, ஒரு சம்பவத்தைச் சொல்றேன், எங்க ஊரு பத்தி உங்களுக்கே தெரியும், காட்டன் மில்ஸ் அதிகமா இருக்குற இடம், அங்க இருக்குற பல கம்பெனில இடிபி (ETP) பிளான்ட் சில சமயம் நிறுத்தி வைச்சிடுவாங்க, யாராவது மானிட்டர் பண்ண வந்தா உடனே ஆபரேட் பண்ணுவாங்க, அங்கே இருக்கிற சேஃப்டி ஆபீஸர்தானே அதுக்குக் காரணம், அந்த சுத்திகரிக்கப்படாத கழிவுநீர் வெளியே போய் என்னவெல்லாம் பொலிஷன்

உண்டு பண்ணிட்டு இருக்கு தெரியுமா, நானும் காலேஜ் படிக்கும்போது கம்ப்ளைன்ட் பண்ணேன், ஏதோ ஒரு துணிச்சல்ல என்னோட அட்ரஸை அட்டாச் பண்ணிட்டேன், அப்ப நான் வெளியூர்ல எம்.டெக் என்விரான்மென்ட் படிச்சிட்டு இருந்த நேரம், மூணு நாள் கழிச்சு எங்க அப்பா கிட்ட இருந்து போன் வருது, அப்படி அவர் சத்தம் போட்டு நான் கேட்டதே இல்லை, யாரோ மினிஸ்டர் லெவல்ல இருந்து வந்து மிரட்டிட்டு போய் இருக்காங்க, அப்பதான் எனக்கு உண்மையே புரிஞ்சுது, என் அட்ரஸை இந்தக் கவர்மெண்ட்ட நம்பி கொடுத்தது எப்படிப்பட்ட வெகுளித்தனம்னு, அதுக்கு அப்புறம் நான் கம்பெனியில சேர்ந்த பிறகுதான் என்னால அதை என்னோட கம்பெனியில ஸ்ட்ரிக்டா இம்ப்லிமென்ட் பண்ண முடிஞ்சது" எனத் தன் அனுபவத்தைப் பகிர்ந்துகொண்டாள் அர்ச்சனா.

"மேடம், அப்படி ஈடிபி பிளான்ட் ஆஃப் பண்ணிட்டு கம்பெனி நடத்துன அந்த சேஃப்டி ஆபீஸர் போலியான சேஃப்டி ஆபிசர் மேடம்"

"எப்படி போலின்னு சொல்லுவே, அவரும் ஒரு வருஷம் சேஃப்டி கோர்ஸ் பண்ணிட்டு அஞ்சு வருஷம் எக்ஸ்பீரியன்ஸோட வேலை செய்யறாரு" என்றாள் அர்ச்சனா.

"இத வேற மாதிரி யோசிக்கலாம்" எனப் பாண்டியன் சொல்ல, மாணவர்கள் சற்று சுவாரஸ்யமானார்கள்.

"ஒரு காலத்துல ப்ரொடக்சன் ஆட்கள்தான் சேஃப்டியும் பாத்துக்கிட்டாங்க, நான் வேலை செஞ்ச கம்பனியில ஒரு வயசான மேனேஜர் 'என்ன சார் நீங்க ரொம்ப ஓவரா பேசுறீங்க, நாங்க முப்பது வருஷமா இந்தப் பீல்டுல வேலை பண்றோம், விபத்து நடக்கத்தான் செய்யும், உங்களாலதான்

சார் ப்ராஜெக்ட் டிலே ஆகுதுன்னு புலம்பினார்', நான் ஒரே ஒரு கேள்விதான் கேட்டேன், "இதுவரைக்கும் எத்தன பேரு ஆக்சிடெண்ட்ல செத்திருப்பாங்க உங்க கண்ட்ரோல்ல இருக்கிற ப்ராஜெக்ட்லன்னு" கேட்டேன், அவரு கொஞ்சம் யோசனை பண்ணிட்டு ஒரு நாலுபேர் இருக்கும்ன்னு சொன்னார், நான் சொன்னேன் 'ஆனா என் வாழ்க்கையில ஒரு தொழிலாளியைக் கூட சாக விட மாட்டேன் சார், ஏன்னா மனுஷ உயிரோட வேல்யூ என்னன்னு எங்களுக்கு, இந்த ஜெனரேஷனுக்கு தெரியும், ஆனா உங்களுக்குப் பணம்தான் சார் ஒரே குறிக்கோள்ன்னு'நான் பேசி முடிக்கிறதுக்கு முன்னாடியே அவர் போயிட்டார், அவர் இத்தனைக்கும் ஜெனரல் மேனேஜர், அப்புறம் என் கம்பெனியில எந்த சேஃப்டி மீட்டிங் நடந்தாலும் கலந்துகொள்வார், ஆனா ஒரு வார்த்தைகூட எதிர்ப்பா பேசவே மாட்டார், இப்படியும் நமக்கு முன்னே பிரச்சனை இருக்கு, இப்பதான் கவர்மெண்ட் சேஃப்டி ஆபீஸர் அப்பாயிட்மெண்ட் பண்ணியே ஆகணும்ன்னு கொஞ்சம் ஸ்டிரிக்டா இருக்காங்க, அப்பவும் சில கம்பெனிக்காரங்க என்ன பண்றாங்க தெரியுமா, சரியான தகுதியான கேண்டிடேட் கெடைக்கலன்னு தப்பிச்சிக்கிட்டே இருக்காங்க, இத்தனைக்கும் ஸ்டேட் கவர்மெண்ட் அப்புறம் சென்ட்ரல் கவர்ன்மெண்ட் டிப்ளமோ கோர்ஸ் நடத்துற எத்தனையோ இன்ஸ்டிட்யூட் இருக்கு" எனச் சற்று தன் பேச்சை நிறுத்தினான். அவன் விவாதிக்க நினைத்த விஷயங்களை விட்டுவிட்டு விலகிச் செல்வதாய் உணர்ந்து மீண்டும் சரியான பாதைக்கு வர சில வினாடிகள் யோசித்தான்.

அதற்குள் ஒரு மாணவன், "சார் பிரைவேட் இன்ஸ்டியூட் கூட எவ்வளவோ வந்துருச்சு, காளான் முளைச்ச மாதிரி" என்றான்.

பாண்டியனுக்கு அவன் சொன்னதிலிருந்து பேச்சுக்கு ஒரு பிடிமானம் கிடைத்தது.

“அதுக்குத்தான் வரேன், நம்ப ஃபேக்டரி ஆக்ட் 1948 என்ன சொல்லுது சேஃப்டி ஆபீஸர் குவாலிபிகேஷன் பத்தி?” என வினா எழுப்பினான்.

“ரெண்டு வருஷம் ஏதாவது டெக்னிக்கல் இன்ஸ்டியூட்டுல மினிமம் டிப்ளமோ முடிச்சிருக்கணும்னு இருக்கு”

“ஆனா அப்படி எங்கயாவது பார்க்க முடியுதா, கடந்த சில வருஷமாதான் பி.டெக் ஃபயர் சேஃப்டி, எம்.டெக் இண்டஸ்ட்ரியல் சேஃப்டி, ஏடிஐஎஸ் கோர்ஸ் நடத்துறாங்க சில காலேஜ்ல, அதுவும் அவங்க அவங்க இஷ்டத்துக்கு சிலபஸ் இருக்கு, இதுல ஒரு வருஷ கோர்ஸ் பத்தி சொல்லவே வேணாம், இது எல்லாம் ஒரு ஒழுங்கான வலிமையான அமைப்புக்கு கீழே வந்தாதான் சாத்தியம்”

“எப்படி சார்?”

“இப்ப டாக்டருக்குப் படிச்சு முடிச்சதும் என்ன பண்ணு வாங்க?” என வினவ, மாணவர்களுக்கு விடை தெரியாமல் முழித்தார்கள். அர்ச்சனாவும் யாராவது பதில் சொல்வார்கள் எனச் சுற்றுமுற்றும் பார்த்தாள்.

“ஏன்டி உங்களுக்குமா தெரியாது? இங்க யாரோட அப்பாவது இல்ல அம்மாவது டாக்டரா இருக்காங்களா?” என அனைவரையும் பார்த்துக் கேட்டாள் அர்ச்சனா. துரதிர்ஷ்டமாக யாரும் இல்லை என்பதை அவர்களது மௌனத்திலிருந்து புரிந்துகொண்டாள்.

“ஆர்த்தி உனக்குமா தெரியாது?” என ஆர்த்தியிடம் கேட்டாள். அவளும் பதில் சொல்ல முடியாமல் திணறினாள்.

"சரி, இப்ப லாயர் ப்ராக்டிஸ் பண்ணனும்னா என்ன பண்ணுவாங்க படிப்பு முடிஞ்சதும்?" எனக் கேட்டான் பாண்டியன்.

"பார் கவுன்சில்ல மெம்பர் ஆவாங்க" என ஆர்த்தி உடனடியாகப் பதில் அளித்தாள். அவளின் பதிலில் எல்லா மாணவர்களும் நிம்மதிப் பெருமூச்சு விட்டார்கள்.

"இப்பதான் நீங்க சரியான வழிக்கு வந்திருக்கீங்க, இப்ப பார் கவுன்சில், மெடிக்கல் அசோசியேசன், அக்ரிகல்சர் அண்ட் வெட்னரி இப்படி எல்லாத்துக்கும் ஒரு ஸ்ட்ராங்கான ஆர்கனைசேஷன் இருக்கு, இதுல அவங்களே கோர்ஸ், சிலபஸ் எல்லாமே டிசைன் பண்றாங்க, ஆனா அப்படி நம்மகிட்ட ஒரு அமைப்பு இல்லை, அப்படி இருந்தா, நீங்க சொன்ன மாதிரி எந்த சேஃப்டி ஆபிசர் மேலேயும் யாரும் கைவச்சிட முடியாது"

"சார், நம்மகிட்ட தான் நேஷனல் சேஃப்டி கவுன்சில் இருக்கே" என்றான் ஒரு மாணவன் துடிப்புடன். அவனது பதிலைப் பாண்டியன் எதிர்பார்த்தான் என்றாலும் இப்படிக் குதூகலத்துடன் சொல்வான் என எதிர்பார்க்கவில்லை. அவனது நம்பிக்கையைச் சிதைக்க மனம் இல்லாமல் சிலநொடி அமைதியாக இருந்தான். ஒருவேளை அவனுக்குச் சரியான விளக்கம் கொடுக்காமல் போனால் மாணவர்கள் மத்தியில் நேஷனல் சேஃப்டி கவுன்சில் (என்எஸ்சி) குறித்து தவறான அபிப்ராயம் ஏற்பட்டுவிடும் என நினைத்தான். அப்படியே வெளியே பார்க்க மழை வலுத்தபடி இருந்தது. மின்னல்கள் எதுவும் தெறிக்கவில்லை. கருமை இருள் சூழ்ந்து, மாலை ஆறுமணியைக் கடந்துவிட்டதான வெளிச்சத்தைக் கொடுத்துக் கொண்டிருந்தது.

"அர்ச்சனா... டைம் என்ன?" எனக் கேட்டான் பாண்டியன்.

“மூனு மணி ஆகப்போகுது” என்றாள் அர்ச்சனா கைகடிகாரத்தைப் பார்த்துவிட்டு.

“சரி, இப்ப நான் சொல்ல போறதை கவனமா கேளுங்க, இது நம்ம எதிர்காலம் சம்பந்தப்பட்டது, ஒருவேளை நான் சொல்ற மாதிரி விஷயங்கள் நடந்தா, நாம முழுசா சப்போர்ட் பண்ணனும்” எனப் பீடிகையுடன் தன் பேச்சை ஆரம்பித்தான் பாண்டியன்.

“என்எஸ்சி (NSC) ஒரு லாபத்தை ஈட்டாத நிறுவனம், அதனோட குறிக்கோள்கள் தொழிற்சாலையில் உள்ள அனைத்துப் பிரிவினருக்கும் சேஃப்டி சம்பந்தமான விழிப்புணர்வையும், அவர்களைப் பண்படுத்துறதும், பாராட்டுப் பத்திரம் வழங்கி ஊக்குவிக்கிறதும், பாதுகாப்பான தொழில்கள் கொழிக்கக்கூடிய கலாச்சாரத்தை ஏற்படுத்துவதும்.., இப்படி நிறைய சொல்லலாம், ஆனா அது ஒருபோதும் நேரடியா தொழிற்சாலையின் நடவடிக்கையில குறுக்கிடறது கிடை யாது, ஏன்னா? ஏற்கனவே ஸ்டேட் அப்புறம் சென்ட்ரல் கவர்ன்மெண்டோட அலுவலகங்கள் இருக்கு, அவங்கதான் தொழிற்சாலையின் எல்லா நடவடிக்கைகளை கண்காணிக்கவும், முடிஞ்சா தண்டனை கொடுக்கவும் முடியும், கொடுக்கும் அதிகாரம் அவங்ககிட்டதான் இருக்கு”

“அப்ப அவங்க சேஃப்டி ஆபிசரை காப்பாத்தலாமே சார்” என ஒருவன் குறிப்பிட, மற்றவர்கள் அவனைத் தடுத்தார்கள்.

“அது வேற மாதிரியான பிரச்சினை, முதல்ல நாம என்ன செய்ய முடியும்னு பார்ப்போம், நான் முன்னமே சொன்ன மாதிரி என்எஸ்சி ஒரு பார் கவுன்சில் மாதிரி வளர்ந்துருச்சுன்னா ஏறக்குறைய 90 சதவீத பிரச்சனை முடிஞ்சுடும்”

“அது எப்படி சார் முடியும்? அவங்கதான் அகாடமியில இன்வால்வ் ஆகிறதே இல்லையே” என ஒரு மாணவன் சொன்னான்.

“அதுக்குத்தான் வரேன், எப்படி மற்ற கவுன்சில்கள் எல்லாம் தங்களுக்கு தேவையான கோர்ஸ் மற்றும் சிலபஸ்ஸ டிசைன் பண்றாங்களோ, அதேமாதிரி என்எஸ்சியும் அந்தப் பொறுப்பை, பொறுப்பு கூட இல்லை, பவர்–அதுதான் சரியான வார்த்தை, அந்த பவருடைய இடத்துக்கு போகணும், அவங்களே ஒரு வருஷம், ரெண்டு வருஷம், மூனு வருஷம், நாலு வருஷம், அப்புறம் மாஸ்டர் இரண்டு வருஷம், டிகிரி முடிச்சு ஒரு வருஷ படிப்பு, இப்படி டிசைன் பண்ணி அதுக்கு ஏத்த அப்ரூவல் பண்ற பவர் அவங்ககிட்ட இருக்கணும்”

“இது ஈசியா தான் தெரியுதே சார்” என்றாள் ஒரு மாணவி. அவளைப் பார்த்து மெல்ல புன்னகைத்தான் பாண்டியன். பின் தன் பேச்சைத் தொடர்ந்தான்.

“அதுக்கு நம்ம ஃபேக்டரி ஆக்ட் 1948ல ஒரு திருத்தம் செய்யணும், அதுக்கு சென்ட்ரல் கவர்ன்மெண்டோட ஒப்புதல், அதுவும் நாடாளுமன்றத்துல வாங்கணும், இதை ஸ்டேட் கூட செய்யலாம், ஆனா அதிலேயும் நிறைய பிரச்சனைகள் இருக்கு, அதனால இந்தியா முழுக்க ஒரு அமெண்ட்மெண்ட் பண்ணிட்டா எல்லாம் சரியாயிடும்”

“அதனால பெருசா வித்தியாசம் இருக்கா பாண்டியன்? ஒரு வருஷமோ இல்ல ஆறு மாசமோ சர்டிபிகேட் கோர்ஸ் பண்ணவங்க சேஃப்டி ஆபீஸரா தானே ஆகப் போறாங்க” எனக் கேட்டாள் அர்ச்சனா உரிமையுடன். அவள் கூறியதை மறுக்கும் தொனியில் தன் பதிலைச் சொல்லத் தொடங்கினான் பாண்டியன்.

"இப்ப, இங்கதான் உண்மையான சவாலே இருக்கு, எப்படி தகுதியான படிப்புக்கு ஏத்த மாதிரி வேலையை நிர்ணயம் பண்றது" என அனைவரையும் பார்த்து சற்றுக் கவலையுடன் கேட்டான் பாண்டியன். அவர்கள் சொல்லும் பதிலிலிருந்து தன் பேச்சைத் தொடர்வோம் என நினைத்தான். ஆனால் மாணவர்களோ எந்தவித முகச்சலனத்தையும் காட்டாமல் அவனையே வெறித்துப் பார்த்தார்கள். அவன் அர்ச்சனாவின் உதவியை நாடினான். மாணவிகளைப் பார்த்து ஏதாவது தெரியுமா எனத் தலையசைத்துக் கேட்டான். அவர்களும் பதில் சொல்லாமல் போக அவன் மௌனத்தைத் தொடர்ந்தான். சில நொடிகளிலே ஆர்த்தி அவனுக்கு உதவிபுரியும் வண்ணம் தன் யோசனையைத் தெரிவித்தாள்.

"சார், நாலு வருஷம் படிச்சவங்களுக்கு ஏத்த மாதிரி பொசிஷன், ரெண்டு வருஷம் படிச்சவங்களுக்கு ஏத்த மாதிரி பொசிஷன் அல்லது அதிகாரம் அப்படின்னு நிர்ணயிக்கலாம்"

"இதைக் கொஞ்சம் உதாரணமா சொல்லு" எனக் கேட்டான் பாண்டியன். அவள், பதிலை வச்சுக்கிட்டே கேள்வி கேட்டா எப்படி என்பதுபோல் அவனைப் பார்த்தாள். இருந்தாலும் சற்று யோசிப்போம் எனச் சிந்தனை செய்ய, சட்டென அவளுக்கு ஒருவழி தென்படத் தொடங்கியது.

"சார், இப்ப டாக்டர், நர்ஸை எடுத்துக்கோங்க, என்னதான் நர்ஸ் முப்பது வருஷம் அனுபவம் இருந்தாலும் அவங்களால டாக்டரா ஆகவே முடியாது, அதே மாதிரிதான் என்னதான் எம்பிபிஎஸ் படிச்சிட்டு நிறைய அனுபவம் இருந்தாலும், அவங்களால பெரிய பெரிய பதவிக்கு எல்லாம் போக முடியாது, ஏன் புரொபசரே கூட பிஎச்டி முடிச்சா தானே சார் ப்ரொபசர் ஆக முடியும், என்னதான் நாலெட்ஜ் இருந்தாலும் பி.டெக் முடிச்சவங்க லெக்சரா தானே ஆக முடியும், உதவிப்

பேராசிரியர் கூட ஆக முடியாது" எனத் தான் சரியாக சொல்லிவிட்டதான நிம்மதிப் பெருமூச்சில் எல்லோரையும் சுற்றிப் பார்த்தாள். பலர் அவளுக்கு தங்களது வலதுகை கட்டை விரலை உயர்த்தி வாழ்த்துகள் சொன்னார்கள்.

"நீ சொல்ற விஷயம் எல்லாம் சரிதான், இப்ப நானே கல்ஃப் கண்டிரிக்கு போகணும்னு வச்சிக்கோ, அவங்க கேட்கிற முத கேள்வியே... நீங்க 'அதை' முடிச்சு இருக்கீங்களான்னு தான், இதுல நம்ம பி.டெக் கோர்ஸுக்கு முன்னே அது எந்த மூலை... அது மூனு மாசமோ ஆறு மாசமோ டிப்ளமோ கோர்ஸ், அவ்வளவுதான்" என ஆற்றாமையுடன் சொன்னான்.

வெளிநாடுகளுக்குச் செல்லும் அவனது நண்பர்கள், சம்பந்தப்பட்ட அந்தப் படிப்பைப் படித்துவிட்டுதான் செல்கிறார்கள் என்பதில் எரிச்சலே மிஞ்சியது. அதில் உள்ள மேற்குலக அரசியலை எப்படி புரியவைப்பது என்பதுதான் தெரியவில்லை. வேலை கிடைத்தால் போதும். அதைக் குறித்து மேலும் பேசி மாணவர்களின் தன்னம்பிக்கையைச் சிதைத்துவிட வேண்டாம் எனத் தன்னைக் கட்டுப்படுத்திக் கொண்டான்.

பாண்டியனின் இந்த உளைச்சலை அர்ச்சனா கவனித்து, "சரி சரி... எல்லோரும் இப்போதைக்கு அவங்க அவங்க இடத்துல போய் உட்காருங்க, நம்ம டிபார்ட்மெண்ட் போயி மத்ததை பேசிக்கலாம்" என்றாள். ஆனால் மாணவர்களோ பாண்டியன் தனது பேச்சைத் தொடர்வார் என அப்படியே இருந்தார்கள். பாண்டியன் தன்னை நிதானப்படுத்திக்கொண்டு பேச்சைத் தொடர்ந்தான்.

"வெளிநாட்டுக்குப் போறத பத்தி எல்லாம் அப்புறம் யோசிக்கலாம், முதல்ல நம்ம நாட்டுக்கு வருவோம், நாம எங்க பேச்ச விட்டோம்" எனக் கேட்டான்.

“கோர்ஸ் வைஸ், அப்படியே அதற்குண்டான வேலை வாய்ப்புகள்” என ஆர்த்தி பதில் அளித்தாள்.

“ஆமா... சரிதான், இப்ப அர்ச்சனா உங்களுக்கு ஒரு தகவலைச் சொல்லுவாங்க, அவங்க என்விரான்மென்ட் அடிப்படையில” என அர்ச்சனாவிடம் திரும்பினான்.

“என்னையும் உங்களோட ஸ்டூடண்ட்டா ஆக்கிட்டிங்களே பாண்டியன் சார், சரி கேளுங்க தெரிஞ்சா சொல்றேன்” எனத் தன்னை தயார்படுத்திக் கொண்டாள் அவள்.

14

“பொல்யூஷன் அடிப்படையில் இண்டஸ்ட்ரி எத்தனை கேட்டகிரி இருக்கு, அதை பத்தி சொல்லுங்க” என கேட்டான். அவள் சிரித்தபடி தப்பித்தேன் என்ற தொனியில் எல்லோரிடமும் அதை விளக்கினாள்.

“ரெட், ஆரஞ்சு, கிரீன், அண்ட் வைட் இதெல்லாம் இண்டஸ்ட்ரி வெளியிடற பொல்யூஷனோட இன்டெக்ஸ் பொருத்தது” எனச் சுருக்கமாக முடித்துக்கொண்டாள்.

“அவங்கள மாதிரி நமக்கும் அசார்ட் லெவலைப் பொறுத்து கேட்டகிரி இருக்கு, இப்ப என்எஸ்சி ரெண்டுத்தையும் கம்பைல் பண்ணி, ஒரு ஆறு வகையா பிரிச்சிடணும், அதை பேஸ் பண்ணி இப்ப ஒரு வருஷம் படிச்சவங்க அசார்ட் லெவல் கம்மியா இருக்கிற இன்டஸ்ட்ரில மட்டும்தான் ஒர்க் பண்ண முடியும், அதேமாதிரி நாலு வருஷம் டிகிரி படிக்கிறவங்க அதற்கான சரியான தொழிற்சாலைக்குத் தேர்வு செய்யப்படணும், இப்படியே படிப்புக்கு ஏத்த மாதிரி கம்பெனியில வேலை ஆப்பர்சுனிட்டி கொடுக்கணும்,

புரியுதா நான் சொல்றது?'' என மாணவர்கள் முகம் பார்த்து சந்தேகமாய் கேட்டான் பாண்டியன்.

''புரியுது சார், எல்லாம் புரியுது சார்'' என விஜய் பதில் அளித்தான். சில மாணவர்கள் அவனிடம் கேள்விகளைக் கேட்க, அவன் அனைவருக்கும் பாண்டியன் என்ன சொல்கிறான் என்பதை விளக்கினான்.

''இப்ப அடுத்த கட்டத்துக்கு வருவோம், நீங்க பழைய சினிமால பார்த்திருப்பீங்க ஹெல்த் இன்ஸ்பெக்டர் அப்படின்னு நகைச்சுவை காட்சியில, அது எவ்வளவு பவர்ஃபுல்லான அதிகாரமான ஜாப் தெரியுமா, எவன் தப்பு செஞ்சாலும், 5 ஸ்டார் ஹோட்டலா இருந்தாலும் அது அவர் கட்டுப்பாட்டுல இருந்தா அதை அவரால மூட முடியும்''

''ஆமா சார், நாங்களும் பாத்திருக்கோம், முனிசிபாலிடில ஹெல்த் இன்ஸ்பெக்டர் போஸ்ட் இப்பவும் இருக்கு சார்'' என ஒரு மாணவன் சந்தோஷமாய் கூறினான்.

''அதையும் நம்ம கண்ட்ரோல்ல கொண்டு வந்துடனும், அப்படியே ஒரு வருஷம், ரெண்டு வருஷம் படிச்சவங்க இருப்பாங்க பாருங்க, அவங்களையும் கொஞ்சம் நல்லா டிரைனிங் பண்ணி, இந்த ஸ்கூல், காலேஜ் அங்கெல்லாம் ஒரு சேஃப்டி ஆபிஸர் போஸ்டிங் உருவாக்கி அனுப்பிடணும், அப்படி இல்லன்னா, மேல்நிலைப்பள்ளி பாட திட்டத்துல நம்மோட பேசிக்கான விஷயங்களை ஒரு சப்ஜெக்ட்டா வைக்கணும், அப்படி காலேஜ் லெவல்ல பேரிடர் மீட்புக்கான ஒரு பாடத்திட்டத்தையும் சேர்த்து வச்சுட்டா போதும்''

''புரியல சார்'' என மாணவர்கள் சிலர் குரல் எழுப்பியபோதுதான் தான் எந்த அளவு அந்த விஷயத்தை விளக்காமல் வேகமாக வந்துவிட்டோம் என்று அவனுக்குப் புரிந்தது. மீண்டும்

சொல்வதில் தயக்கம் ஏற்பட, அர்ச்சனாவின் முகத்தைப் பார்த்தான். அவளும் சற்று முழிக்க, சரி நாமே விளக்குவோம் எனத் தொடந்தான்.

“இந்தியா 2020ல ஒரு வல்லரசு நாடா மாறும்ன்னு நிறைய பேருக்கு கனவு, ஆனா விஞ்ஞானத்துலயும் பொருளாதாரத்துலயும் ராணுவ பலத்தாலும் சாதிச்சிட்டா அது வல்லரசா மாறிடுமா என்ன? மக்களோட வாழ்க்கைத் தரம், அவங்க வாழற வாழ்க்கை முறை சிறப்பா இருந்தாதான் அது உயர்ந்த இடத்தைப் பிடிக்க முடியும், அந்த விஷன்ல நம்மோட பங்களிப்பையும் சேத்துக்கிட்டா நல்லா இருக்கும்னு தோனுது, ஏன்னா... இந்தியாவோட பலமே இளைஞர்களின் அபரிமிதமான சக்தியால நிரம்பி இருக்கறதுதான், ஆனா பாருங்க எவ்வளவு ஆக்சிடெண்ட்ல பசங்க செத்து மடியுறாங்க, ஒரு வருஷத்துல ஏறக்குறைய 2 லட்சம்பேர் உயிர விடுறாங்க, அதுவும் அன்சேஃப் ஆக்ட் மூலமா, அதைக் குறைக்கணும்னா அவங்களுக்கு அதைப்பத்தி ஆழமான விழிப்புணர்வைக் கொடுக்க ஆரம்பிச்சுடனும், இன்னும் சொல்லப்போனா, இந்தியா வல்லரசு ஆகுதோ இல்லையோ எல்லா ஜனங்களுக்கும் பேரிடர் தொடர்பான விழிப்புணர்வு இயற்கையா இருக்கலாம் அல்லது மேன்-மேடா இருக்கலாம், அதிலிருந்து எப்படித் தங்களைக் காப்பாத்திக்கறதுன்னு தெரிஞ்சாலே போதும்”

“ஆமாம் சார், அதுக்குப் போபால் பேரிழிவு ஒரு உதாரணம்” என்றான் விஜய்.

“அங்க என்ன ஆச்சு?” எனக் கேட்டான் பாண்டியன். ஏனெனில் அதைக் குறித்து ஒரு டாக்குமெண்டரியை உருவாக்கியவன் விஜய் என்பதால் அவனால் விரிவாக விளக்க முடியும் என்று நினைத்தான்.

“எம்ஐசி கசிவு ஏற்பட்டுச்சு, அது ஒரு விஷவாயு, மக்கள் தண்ணியில நனைஞ்ச கைகுட்டையால முகத்தை மூடி இருந்தாலே அவங்க தப்பிக்க அவகாசம் கிடைச்சிருக்கும் சார், அதுவும் இல்லாம, அதப்பத்தி சுத்தி இருக்கிற ஜனங்களுக்கு எப்படி விவரம் தெரியாம போச்சின்னு எங்களால நம்பவே முடியல சார்” என்றான் விஜய்.

“அது 25 வருஷத்துக்கு முன்னாடி நடந்தது, அதே மாதிரி ஒரு சம்பவம் இப்பவும் எங்கேயாவது நடந்தா, நிலைமை வேற மாதிரி இருக்குமா” என அனைவரையும் பார்த்துக் கேட்டான்.

“உண்மையை சொன்னா நிலைமை மாறவே இல்ல சார், இப்ப டாக்ஸிக் கேஸ் இல்லாம போகலாம், ஆனால் ரேடியேஷன் மாதிரி நடந்தா நினைச்சுப் பார்க்கிறதுக்கே பயமா இருக்கு சார்” என்றாள் சுகுணா என்ற மாணவி. மாணவர்கள் அனைவரும் எதிர்காலம் குறித்து அவநம்பிக்கையும், வேதனையும் கொள்ளும் மனநிலைக்கு சென்றுகொண்டிருப்பதைப் பாண்டியனும் அர்ச்சனாவும் உணர்ந்தார்கள். அர்ச்சனா உடனே “அதான் நீங்க இருக்கீங்கலேடா, மக்களை காப்பாத்திட மாட்டீங்களா”என அவர்களை உற்சாகப்படுத்தும் குரலில் பேசினாள். மாணவர்கள் மனநிலையும் சற்று மாறத் தொடங்கியது.

“சிகரெட், பாக்கு விளம்பரத்துக்கு வர்ற ஹீரோக்கள் ஒரு சேஃப்டி விளம்பரத்துல கூட வர்றதில்லையே சார்” என ஒரு மாணவன் கேட்டான்.

“நீயே ஹீரோவா நடிச்சா, அப்படி பண்ணுவியான்னு சொல்ல முடியாது” என்றான் பாண்டியன்.

"பத்து வருஷத்துக்கோ அல்லது 20 வருஷத்துக்கோ ஒருமுறை தான் அந்த மாதிரி பேரிடர் வருது, ஆனா அதுக்குள்ள மக்கள் மறந்திடுவாங்க" என அர்ச்சனா எதார்த்தத்தைச் சொன்னாள். ஆனால் மாணவர்களோ வேறு மாதிரியான சிந்தனைகளை வெளிப்படுத்தினார்கள்.

"ஏன் சார்? மோக் டிரில் மாதிரி ப்ராக்டிஸ், வருஷத்துக்கு ஒரு தடவையாவது அட்லீஸ்ட் பஞ்சாயத்து லெவல்ல நடத்த முடியாதா?" எனக் கேட்டான்.

"அதுக்கு தகுதியான ஆட்கள் தேவை, அதற்குத்தான் என்எஸ்சி போன்ற நிறுவனம் தகுதியான ஆட்களை உருவாக்க முடியும், அரசாங்கம் அதுக்கேத்தபடி நிதியுதவி அளிச்சா தானே அவங்களும் தங்கள் எல்லையை விரிவாக்கம் செய்வாங்க, நம்ம நாட்டுல விபத்துல யாரும் சாகாத நிலையை உருவாக்கிடலாம், கொஞ்சம் அதிகாரம், எந்தவித தலையீடும் இல்லாத அதிகாரம் தேவை, அப்பதான்..." என முடித்துக்கொண்டான் பாண்டியன். மாணவர்களும் சற்று நிம்மதியுடன் கலையத் தொடங்கினார்கள். ஆனால் அர்ச்சனா பெரும் கேள்வி ஒன்றை எழுப்பினாள்.

"உங்களுக்கு அப்படி அதிகாரம் கொடுத்தா நீங்களும் ராணுவம் மாதிரி தான் ஆகிடுவீங்க, அப்புறம் ஜனநாயகமே கேலிக்கூத்தாகி விடாதா, மக்களை அரசியல்வாதிகள்தானே ஆளணும்" எனக் கேட்டாள் அவள். பாண்டியனுக்கு சட்டெனக் கோபம் வந்தது. அதற்கான காரணத்தையும் சொல்லத் தொடங்கினான்.

"ஆமா அர்ச்சனா, நாங்களும் மிலிட்டரி தான், அவங்க நாட்டு எல்லையில நின்னுகிட்டு நாட்டையும் இந்த நாட்டு மக்களையும் பாதுகாக்குறாங்கன்னா, நாங்க நாட்டுக்குள்ள இருக்கற நம்மோட மக்களை பாதுகாக்கிறோம், அவங்க

எந்த அந்நிய படையும் உள்ளே வராம சண்டை போட்டுட்டு இருக்காங்கன்னா, நாங்க இங்க இருக்கறவங்களே இந்தத் தாய் மண்ணை காற்று மாசுபாடு, நீர் மாசுபாடு, மண் மாசுபாடு நடக்காதவண்ணம் காக்கிறோம். அவங்களுக்கு அதிகாரிங்க கட்டளைதான் வேத வாக்கு, ஆனா எங்களுக்கு ஆக்ட், ரூல்ஸ், ரெகுலேஷன் தான் வேத வாக்கு, அவங்க எதிரியைத் தாராளமா சுட்டுட முடியும், ஆனா நாங்க இங்க அந்த மாதிரி நாட்டை பாழ் பண்றவங்கள எதுவும் செய்ய முடியாம கோர்ட்ல தான் ஒப்படைக்கணும்'' எனப் பொரிந்து தள்ளினான். ஒருகணம் மாணவர்களும் அர்ச்சனாவும் அதிர்ச்சியில் உறைந்து போனார்கள். இந்த மாதிரி எல்லாம் ஒருநாளும் அவன் யாரிடமும் பேசியது கிடையாது. ரொம்ப மென்மையானவன் என்று எல்லோரும் நினைத்துக் கொண்டிருந்தார்கள். அவன் வெளிப்படுத்திய கோபத்திற்கு பின்னால் உள்ள சங்கதிகள் அனைவரையும் சற்று யோசிக்க வைத்தது. மாணவர்களின் அதிர்ச்சியை கவனித்த அர்ச்சனா சற்று தணிந்த குரலில் பாண்டியனிடம் சொன்னாள்.

"நான் என்ன பெருசா தப்பா சொல்லிட்டேன் பாண்டியன் சார், இப்படி கோவிச்சுக்கிறீங்க?''

பாண்டியன் சற்று கோபம் குறைந்து சாந்தமானான். தனது கோபம் எங்கிருந்து வந்தது என்பது அவனுக்குப் புரிந்தது. இரண்டு வருடங்கள் கட்டுமானப் பணிகளில் வேலை செய்யும்போது ஏற்பட்ட அனுபவம். அது தந்த நிதர்சனமான உண்மைகள். அதை எதிர்த்து ஒன்றும் செய்யாமல் போய்விட்ட தோல்வியின் வலிகள், இப்பொழுது வெளிப்பட்டு விட்டன.

"நீ ஒன்னும் தப்பா கேட்டுடல அர்ச்சனா, நான்தான் வேற எதையோ நினைச்சு இப்படி பேசிட்டேன், மிலிட்டரி எப்பவும்

ஒருபடி மேலேதான், அவங்க வேலை செய்ற இடம், அந்த தட்ப வெப்பம் யாரும் மறுக்க முடியாது, நாங்க இவ்வளவு சாதகமான தட்ப வெட்ப நிலையில வேலை செஞ்சும் சில நேரத்துல எங்களால ஒன்னும் பண்ண முடியாம போயிடுது, எங்களுக்கும் இந்த ஜனங்களை காப்பாத்தணும்னு தியாக உணர்வுதான் மேலோங்கி இருக்கு, அவங்க குடும்பத்தை விட்டுட்டு எவ்வளவு தியாகம் செய்யறாங்க, நாங்க குடும்பம் குட்டியோட சந்தோசமா வாழ்ந்துகிட்டு... என்ன சொல்றது அர்ச்சனா, ஒருவேளை நான் சொன்ன மாதிரி ஏதாவது ஒரு அமைப்பு உருவாகி இந்த நாட்டுக்குள்ள வேலை செஞ்சா, எந்த நாடும் நம்மள அடிச்சிக்கவே முடியாது, உலகத்துல போலியோவை சிறப்பா கையாண்ட நாடு இது, அப்போ உலகமே இந்தியாவை பார்த்து கேலி செஞ்சுச்சு, படிப்பறிவு இல்லாத ஏழ்மையில் இருக்கிற தேசம் எப்படி போலியோவை ஒழிக்கப் போகுதுன்னு, ஆனா அதே நாடுங்க தான் இன்னைக்கு நம்ம கிட்ட இருந்து கத்துக்குறாங்க'' என தனது பேச்சை நிறுத்திவிட்டு தண்ணீர் குடித்தான். மாணவர்கள் மிகுந்த நம்பிக்கையுடன் கவனமாக அவனது பேச்சை கேட்டுக் கொண்டிருந்தார்கள்.

‘‘சரி, இப்போதைக்கு முடிச்சுக்குவோம், மத்தத நம்ம இடத்துல நிறைய பேசுவோம்'' என்றான். ஆனால் ஒரு மாணவன் சாந்தமான குரலில், ‘‘சார் நீங்க சொல்றது சரியா வருமான்னு தெரியல, ஆனா அது நம்முடைய பெருங்கனவு மாதிரி இருக்கு சார், ஒருவேளை அது அப்படி நடந்துச்சுன்னா, சிங்கப்பூர்காரங்க நம்ப நாட்டுல வந்து குடியுரிமை வாங்குவாங்க சார்'' என்றான் பெருமிதத்துடன்.

‘‘இப்போதைக்கு நம்மளால இதை இந்தியா முழுவதும் செய்ய முடியாதுன்னா கூட, அட்லீஸ்ட் நம்ம தமிழ்நாட்டுல

மட்டுமாவது ஏதாவது பண்ண முடியுமா பாண்டியன்" எனக் கேட்டாள் அர்ச்சனா.

"தாராளமா பண்ணலாம் அர்ச்சனா, இப்ப வெஸ்டர்னோட மாடர்ன் கல்ச்சர் வந்துடுச்சு, அத நல்லா அடாப் பண்ணிக் கிட்டாங்க, ஆனா அதுகூட வந்த ஆபத்தை எப்படி கையாள்றதுன்னு அவங்களுக்குத் தெரியாம போகுது"

"புரியல பாண்டியன்"

"இப்ப பத்துமாடி கட்டிடம் எல்லாம் ரொம்ப சர்வ சாதாரணமா ஆயிருச்சு, ஆனா அதுல ஒரு தீ விபத்து நடந்தா எப்படி தப்பிக்கிறதுன்னு மக்களுக்கு தெரியுமா சொல்லு பார்க்கலாம்"

"ஆமாம் சார், போன வருஷம் கூட பெங்களூர்ல அடுக்கு மாடியில தீப்பிடிச்சு அஞ்சு பேர் செத்து போயிட்டாங்க" என்றான் ஒரு மாணவன்.

"வாழ்க்கையில ஒருமுறை தான் இப்படி நமக்கு ஆக்சிடென்ட் பிரச்சனை வரலாம், அதுல இருந்து தப்பிக்கிறது ரொம்ப ஈசி, அந்த விழிப்புணர்வு விஷயங்களை ஒன்பதாம் கிளாஸ்ல இருந்து ஆரம்பிச்சு அப்படியே கல்லூரி மாணவர்களுக்கும் ஆசிரியர்களுக்கும் அதை விரிவாக்கம் செய்யணும், சிலநேரம் கூட்ட நெரிசல்ல செத்துப் போறவங்க, வருஷத்துக்கு ஒரு தடவையாவது நடக்குது, அதற்கு காரணம் பீதி தான். அதை கொஞ்சம் நிதானமா அப்ரோச் பண்ணா யாரும் சாக வேண்டிய அவசியமே இல்லாம போகும், இப்படி எத்தனையோ விஷயங்கள், கும்பகோணம் விபத்தை யாரால் மறக்க முடியும்" என்று கண் கலங்கியவாறு தன் பேச்சை நிறுத்தினான்.

மாணவர்களுக்கு அந்தச் சோக நினைவு பரவி சற்று நிலைகுலையச் செய்தது. அந்த விபத்திலிருந்து எல்லோரையும் காப்பாற்றியிருக்க முடியும் என்பதுதான் உண்மை. ஏனெனில் தீயை பார்த்த மிரட்சியில் குழந்தைகள் உறைந்து போய்விட்டிருப்பார்கள். சிறு குழந்தை தவழ்ந்து செல்வதுபோல் சென்றிருந்தால் அனைவருமே தப்பித்து இருக்கலாம். இந்தச் சாதாரண அறிவுத்திறன் பயிற்சி பெறாமல் இந்தச் சமுதாயம் வளர்ந்து கொண்டிருக்கிறதே என வேதனைப்பட்டார்கள்.

"சார், இப்ப நம்ம தமிழ்நாடு என்ன பண்ணணும்னு நீங்க ஒரு திட்டம் தயார் பண்ணிக் குடுங்க சார், நாங்க எல்லாரும் யுனிவர்சிட்டில இருக்கற எல்லார் கிட்டேயும் கையெழுத்து வாங்கி முதலமைச்சர் கிட்ட போய் அதை கோரிக்கையா வைப்போம்" எனத் தன் கண்களைத் துடைத்தபடி கூறினான் ஒரு மாணவன். மாணவர்களும் "நாம பண்ணுவோம், நாம பண்ணுவோம்" என உரத்தக் குரல் கொடுக்க ஆரம்பித்தார்கள். பாண்டியனுக்கும் அர்ச்சனாவுக்கும் மனதில் ஏதோ ஒரு நம்பிக்கைச்சுடர் ஒளிபெறத் துவங்கியது. அவர்கள் இருவரும் ஒருவரை ஒருவர் பார்த்து மென்மையாகப் புன்னகைத்துக் கொண்டார்கள்.

"சரி, அதையெல்லாம் அப்புறம் பார்ப்போம், முதல்ல நம்ம யுனிவர்சிட்டியில இருந்து எல்லாத்தையும் ஆரம்பிப்போம், ஒவ்வொரு வெள்ளிக்கிழமை மதியமும் ஏதாவது ஒரு டிபார்ட்மெண்ட்டை அழைச்சு அவங்களுக்கு ரெண்டு மணிநேரம் பேசிக் ஃபயர் ஃபைட்டிங் மெத்தட் பத்தியும், சில டிசாஸ்டர் பத்தியும், அதிலிருந்து எப்படி தப்பிக்கிறது என்பதையும் பிரசன்டேஷன் பண்ணுவோம், அப்புறம் ஒருமணி நேரம் நம்ம டிரில் கிரவுண்ட்ல டெமோ பண்ணி

காட்டுவோம், இது சக்சஸ் ஆச்சுன்னா நம்ம ஊர்ல இருக்கிற எல்லா ஸ்கூல்லேயும் காலேஜ்லேயும் ஃப்ரீயா பண்ணி கொடுப்போம், என்ன சொல்றீங்க?" எனக் கேட்டான் பாண்டியன்.

"நாங்க ரெடி, நாங்க ரெடி" என மாணவர்கள் உற்சாகக் குரல் எழுப்பினார்கள். அர்ச்சனாவுக்கும் பாண்டியன் யோசனை சிறந்ததாகவே தோன்றியது. திட்டம் தொடர்ந்து ஐந்து ஆண்டுகள் நடைபெற்றால் போதும், எல்லாவித பாதுகாப்பு விதிகள் தெரிந்தும் பயிற்சியும் பெற்ற புதிய சமுதாயத்தை உருவாக்கிவிட முடியும். கூடவே பெண்கள் பாதுகாப்பு குறித்தும் சில விஷயங்களை அதில் சேர்க்க வேண்டும் என்று நினைத்தாள் அர்ச்சனா. அதை பாண்டியன் தட்டாமல் இணைத்துக்கொள்வான் என்ற நம்பிக்கை அவளுக்கு இருந்தது.

15

பாண்டியனும் அர்ச்சனாவும் முன்சீட்டுக்குச் செல்ல, மாணவர்கள் அனைவரும் மிகுந்த தன்னம்பிக்கையுடனும் மகிழ்ச்சியுடனும் தங்களது இருக்கையில் அமர்ந்தார்கள்.

"நான் ரொம்ப பேசிட்டேனா அர்ச்சனா" எனப் பாண்டியன் இருக்கையில் அமர்ந்தவுடன் அர்ச்சனாவிடம் கேட்டான்.

"அதெல்லாம் ஒன்னுமில்ல, எனக்குத் தெரிஞ்ச வரைக்கும் சரியாதான் பேசியிருக்க" என்றாள்.

"மேடம், இங்க வாங்க" எனப் பின்சீட்டில் அமர்ந்திருந்த சுகுணாவின் குரல்வர இருவரும் திரும்பிப் பார்த்தார்கள்.

"என்னடி? என்ன?" அர்ச்சனா கேட்டாள்.

"ஒரு நிமிஷம் இங்க வந்து உட்காருங்க" எனச் சுகுணா கெஞ்சல் தொனியில் அர்ச்சனாவை அழைத்தாள்.

"ஒரு நிமிஷம் பாண்டியன்" எனப் பாண்டியனிடம் சொல்லிவிட்டுப் பின்னிருக்கையில் சென்று சிநேகாவிற்கு அருகில் அமர்ந்தாள் அர்ச்சனா. ஆர்த்திக்கு அடுத்து அமர்ந்திருந்த சுகுணா குனிந்து அர்ச்சனாவிடம், "சார் சொன்னதைப் பார்த்தா, ஆர்த்திக்கு வேலை கெடைச்சிடுமா மேடம்" எனக் கேட்டாள்.

"ஏதோ புள்ள கெட்டின்னு எங்க அம்மா சொல்லுவாங்கடி, அதே மாதிரிதான் காரியத்துல கண்ணா இருக்கே நீ" என்றாள் அர்ச்சனா.

"நீங்க சொல்லுங்க மேடம்" என அவளது வார்த்தையை அலட்சியப்படுத்தி விட்டுக் கேட்டாள் சுகுணா.

"ஆர்த்தியை எல்லாம் தனியா அனுப்ப மாட்டோம், கூட ரெண்டு பொண்ணுங்களை எடுத்துக்கச் சொல்லி நான் பேசுவேன்" என்றாள் அர்ச்சனா.

"அதுபோதும் மேடம்" எனச் சுகுணா சந்தோஷத்தில் சிரித்தாள்.

"ஏன் ஆர்த்தி உம்முன்னு வர்ற? நீ அந்த வேலைக்குப் போக மாட்டியா, சரியான சம்பளம்டி விட்டுடாத" என அறிவுரை வழங்கினாள்.

"நான் மேல படிக்கணும் மேடம்" என்றாள் ஆர்த்தி.

"நான் படிச்சது படிக்கணுமா?" என சந்தேகமாகக் கேட்டாள் அர்ச்சனா. அர்ச்சனாவுக்கு நன்றாகவே தெரியும் அவள் பதில் வேறு ஒன்றாகதான் இருக்கும் என்று.

“மாஸ்டர்ல ஃபயர் இன்ஜினியரிங்” என்று ஆர்த்தி அது பாண்டியனுக்குக் கேட்கும் தொனியில் சொன்னாள். பாண்டியனுக்கு அது கேட்டாலும் சற்று அமைதியாக முன்னே பார்த்தபடி இருந்தான். தற்பொழுது மழை இல்லை என்றாலும் சிறிது தூரத்தில் அது தென்பட்டுவிடுமோ என மேகங்களின் தன்மை இருந்தது.

“எங்கடி பண்ணப் போற?” எனக் கேட்டாள் அர்ச்சனா.

“இந்தியாவுல அந்த கோர்ஸ் இதுவரைக்கும் இல்ல மேடம், லண்டன் போய்த்தான் படிக்கணும், நீங்கதான் ஏதாவது உதவி பண்ணனும்” என ஆர்த்தி அர்ச்சனாவிடம் கேட்டாள். அர்ச்சனாவுக்குச் சிரிப்பாக இருந்தது. எந்தளவு நாசூக்காக ஆர்த்தி பேசுகிறாள் என்பதை எண்ணி அவள்மேல் சற்றுப் பொறாமை கூட தோன்றியது. இருந்தாலும் தன் பிடியை விட்டுவிடக் கூடாது என்று, “முதலில் இத படிச்சு முடி, அப்புறம் மத்ததைப் பாக்கலாம்” என்றாள் சற்று மிடுக்குடன்.

பாண்டியனுக்கு அவர்களது உரையாடல் எட்டியது என்றாலும் அதைக் குறித்து பெரிதாக அலட்டிக்கொள்ளவில்லை. அவனது சிந்தனை முழுவதும் வேறு ஒன்றில் லயித்திருந்தது. என்எஸ்சி போன்று ஓர் அமைப்பு தன் யோசனைப்படி அமைந்து, அப்படியே பதினைந்து ஆண்டுகளில் நல்ல முறையில் வளர்ந்தால் இந்தியாவின் முகமே மாறிப்போய் இருக்கும், ஆனால் அக்காலத்தில் என்ன நடக்கும் என்பதை யோசித்துப் பார்த்தான். ஓர் அரசாங்க மந்திரி, தொழிற்சாலைப் பாதுகாப்பு மண்டல அதிகாரியை அவரது அலுவலகத்திற்கு அழைக்கலாம், அவரிடம், “என்ன சார் நீங்க பாட்டுக்கு, இப்படி எல்லாம் ரூல்ஸ் போட்டுக்கிட்டு, எனக்கு எவ்வளவு பிரச்சனை வருது தெரியுமா? வெளிநாட்டிலிருந்து கம்பெனிகளை இங்க கொண்டு வர்றதுக்கு எவ்வளவு நாங்க கஷ்டப்படறோம், எங்க ஆட்சியில ஒரு கோடி பேருக்கு

வேலை கொடுப்போம்னு சொல்லி இருக்கோம், அதை எப்படி நிறைவேத்துறது?, இப்படி ரூல்ஸ், ரெகுலேஷன் பேசினா வர்ற கம்பெனிங்க எல்லாம் திரும்ப வேற இடத்துக்கு போயிட மாட்டாங்களா, யார் இங்க நம்ம பசங்களுக்கு வேலை தருவா, படிச்சிட்டு வேலை இல்லாம இருக்கற நம்ம பசங்களுக்கு உங்களோட ரூல்ஸ் ரெகுலேஷன் தருமா? எனக் கேட்கலாம், அதற்கு அந்த அதிகாரியும், ''சார் நாங்க எதுவும் புதுசா போடல, எல்லாம் முன்னமே இருந்தது தான், அதை ஃபாலோ பண்ணதான் சொல்றோம், அப்படி செய்யலன்னா இந்த மண்ணோட ஆறு, குளம், காத்து, குடி தண்ணீர் எல்லாமே கெட்டுப்போயி நம்ம வாழ்க்கையே மோசமாயிடும் சார்'' எனப் பவ்வியமாக பதில் அளிக்கலாம், அது வரும்போது பாத்துக்கலாம், இப்போதைக்கு இதை மட்டும் செய், நீ செய்றியா இல்லையா... என மறைமுகமாக மிரட்டலாம், இப்படி எத்தனை எத்தனையோ விஷயங்கள் நடக்கலாம். இதற்கெல்லாம் நிரந்தரத் தீர்வு கிடைத்து விடுமா என்ன?

''என்ன பாண்டியன்? உன்னோட ஜூனியரும் உன்ன மாதிரி ஆகணும்னு ஆசைப்படுறா'' என்று அர்ச்சனா பாண்டியனிடம் சொல்லியவாறு அவன் அருகில் அமர்ந்தாள். பின் அவளே தொடர்ந்து ''ஆர்த்தியைப் பத்திதான் சொல்றேன்'' என்றாள்.

''சரி, பாத்துக்கலாம்'' எனச் சொல்லும்பொழுது பாண்டியனுக்கு மெர்சியின் நினைவு வந்தது. ஒரு மின்னஞ்சல் அனுப்பினால் போதும், மெர்சி ஆர்த்தியை லண்டனில் அப்படிப் பார்த்துக்கொள்வாள். எல்லாமே அன்புதானே என்று தோன்றியது பாண்டியனுக்கு. இந்த அன்பு எப்படி எல்லாம் தன் பரவசத்தைக் காட்டுகிறது. அவன் மேற்கொண்டு யோசிக்கும்முன் பலத்த மழையில் பேருந்து நனைய ஆரம்பித்தது.

பகுதி–III
திருக்கோவிலூர்

16

பேருந்து திருக்கோவிலூரை நெருங்கியபோது மழையுடன் காற்றும் பலமாக வீசிக்கொண்டிருந்தது. மாணவர்கள் அனைவரும் தூக்கநிலையில் இருக்க, மாணவிகள் மட்டும் எதையோ சொல்லிச் சிரித்தபடி இருந்தார்கள். அர்ச்சனா ஜன்னலோர இருக்கையில் அமர்ந்து கண்ணாடித் திரைச்சீலையில் வலதுபக்கமாக தலையை வைத்துத் தூங்கிக்கொண்டிருந்தாள். சாலையில் வெள்ளம் பெருக்கெடுத்து ஓடிக்கொண்டிருக்க, வாகனங்கள் மெதுவாகவே சென்றுகொண்டிருந்தன. வலதுபுறத்தில் இருந்த பெரிய ஏரியைப் பார்க்கையில் தண்ணீர் கலங்கிப் போயிருந்தது. ஏரியின் கொள்ளளவும் நிரம்பி வழியும் நிலையில் இருப்பதைப் பார்த்து தாங்கள் காலையில் வரும்போது இதில் பாதிதானே இருந்தது என்ற சந்தேகம் பாண்டியனுக்கு எழுந்தது.

"முத்தண்ணே, காலைல இவ்வளவு தண்ணி இல்லையே, எட்டுமணி நேரத்துல ரொம்பிடுமா?" எனக் கேள்வி எழுப்பினான்.

பாண்டியனின் குரலுக்குத் திரும்பிப் பார்த்தவன் பின் பாண்டியன் சொன்னதைக் கேட்டு ஏரியை நோட்டமிட்டான்.

‘‘காலைல நான் சரியா பாக்கல சார்’’ என நேராகச் சாலையைப் பார்த்தவாறு பதிலளித்தான்.

‘‘என்ன பாண்டியன்? என்ன ஆச்சு?’’ என அர்ச்சனா தன் உடைகளைச் சரிப்படுத்திக்கொண்டு கேட்டாள்.

அவன் கண்ணாடியின் திரைச்சீலையை ஒதுக்கிவிட்டு ‘‘பார், ஏரி ரொம்பிடிச்சி, காலைல இதுல பாதி தண்ணியதான் பார்த்த மாதிரி ஞாபகம்’’ என்றான்.

‘‘பெரிய வெள்ளம் ஏதாவது வந்திருக்கும், இல்ல அதிகமா மழை பெஞ்சிருக்கலாம்’’ என்றாள் அர்ச்சனா.

‘‘எனக்குச் சந்தேகமா இருக்கு அர்ச்சனா’’ எனச் சொன்னவன் சாலையின் முன்னே மிகப்பெரும் போக்குவரத்து நெரிசல் ஏற்பட்டிருப்பதைக் கவனித்தான். அவனது பேருந்தும் வேகத்தைத் குறைத்து அங்கேயே நிற்கவேண்டிய கட்டாயத்திற்கு உள்ளானது.

‘‘என்ன அண்ணே, வேற பாதையில போக முடியுமா’’ என பாண்டியன் முத்துவிடம் கேட்டான்.

‘‘பைபாஸுல போலாம் சார், ஆனா அந்தப் பாலம் இப்பதான் கட்டி முடிச்சு இருக்காங்க, இன்னும் யூஸுக்கு வரல’’

‘‘டிராபிக் போலீஸ் இருக்கற மாதிரி தெரியலையே’’

‘‘இந்த மழையில எப்படி வருவாங்க சார்? மதிய நேரம் வேற, கொஞ்ச நேரம் கழிச்சு வரலாம்’’

‘‘நாலுமணி ஆகப்போகுது அண்ணே’’

‘‘இந்த ஆட்டோக்காரங்கதான் சார் இப்படி டிராபிக் ஜாம் பண்றது, ஒழுங்கா போனா எல்லோரும் நிம்மதியா போயிட முடியும்’’ எனச் சலித்துக்கொண்டான் முத்து. பல்வேறு

வாகனங்கள் எழுப்பிய ஒலியின் சத்தத்தில் மாணவர்கள் அனைவரும் எழுந்து கண்ணாடியின் திரைச்சீலையை விலக்கி வெளியில் பார்த்தார்கள். பலத்த மழையுடன் போக்குவரத்து ஸ்தம்பித்துப் போனதை அறிந்து பாண்டியனிடம் சில மாணவர்கள் வந்தார்கள்.

"சார், நாம டிராபிக் சரி பண்ணுவோமே" என்றான் விஜய்.

"எல்லோருமே நனைஞ்சி இப்பதாண்டா கொஞ்சம் குளிரு அடங்கி இருக்கீங்க, இதுல திரும்பவும் மழையில நனையணுமா" எனக் கேட்டாள் அர்ச்சனா.

"மேடம், இன்னும் ஒருமணி நேரம்தான் தேவை நம்ம இடத்துக்கு போறதுக்கு, இதுல இங்க மாட்டிக்கிட்டோம்னா, ஏழு மணிக்கு மேலதான் போய் சேருவோம், வாங்க சார், நாம ட்ரை பண்ணுவோம்" என்றார்கள் பாண்டியனைப் பார்த்து மாணவர்கள்.

"உங்களுக்கு டிராபிக் ரூல்ஸ் எல்லாம் தெரியுமாடா?" எனச் சந்தேகம் எழுப்பினாள் அர்ச்சனா.

"என்ன மேடம், டிபார்ட்மெண்ட்ல நுழைஞ்ச எங்களுக்கு மொத பாடமா அதைத்தான் எடுப்பாங்க, அதனால எல்லோருக்கும் ரோட் ரூல்ஸ் அண்ட் ரெகுலேஷன் நல்லாவே தெரியும் மேடம்" என்றான் ஒரு மாணவன்.

"அப்புறம் என்ன பாண்டியன்? போய் டிராபிக் கிளியர் பண்ணுங்க, சீக்கிரம் யூனிவர்சிட்டி போய்ச் சேருவோம், எல்லோரும் இந்த மழையில நனைஞ்சி ரொம்ப டயர்டா இருக்காங்க" எனப் பாண்டியனிடம் சொன்னாள் அர்ச்சனா.

"சரி வாங்கடா, போய் பார்ப்போம்" எனத் தன்னுடன் எடுத்துவந்த விசிலைக் கழுத்தில் மாட்டிக்கொண்டு

மாணவர்களுடன் பேருந்தை விட்டு கீழே இறங்கினான் பாண்டியன். சாலையில் கால்களை வைக்கையில் சேஃப்டி ஷூவைத் தாண்டித் தண்ணீர் பெருக்கெடுத்து ஓடிக்கொண்டிருப்பதை உணர்ந்தான். மாணவர்களும் இறங்கி அவனுடன் வாகனங்களுக்கிடையில் சாலையின் மையத்தில் குவிந்தார்கள். அங்கு நின்ற ஜீப்பின் பக்கவாட்டில் ஏறி இருபக்கமும் நெரிசலின் அடர்த்தியைக் கவனித்தான் பாண்டியன். அவனது பேருந்துக்குப் பின்புறம் சில மீட்டர் தூரமே வாகனங்கள் நின்றிருந்ததைக் கவனித்த பாண்டியன் இரு மாணவர்களை அருகில் அழைத்தான்.

"டேய், நீங்க அங்க போய் எந்த வண்டியும் இங்க வராம அங்கேயே நிறுத்துங்க, உங்க ஹெல்மெட்டை போட்டுட்டு போங்க" என்றான். அவர்கள் அவன் காட்டிய திசையில் மழையில் நடந்தவாறே சென்றுவிட, மற்ற மாணவர்களிடம், "வாங்க, நாம முன்னாடி போய் பார்ப்போம்" என வாகனங்களின் சிறு இடைவெளியில் நடக்கத் தொடங்கினான். அவனும் மாணவர்களும் தலைக்கவசத்தை அணிந்து செல்வதைப் பார்த்த அனைவரும் அவர்களுக்குப் புதுவித மரியாதையை அளித்தார்கள். வாகனங்கள் எழுப்பும் ஒலியை நிறுத்துமாறு ஓட்டுநர்களிடம் மாணவர்கள் கையசைத்துக் கேட்டுக்கொண்டார்கள். இருசக்கர வாகனங்களில் நனைந்தபடி தலைகுனிந்து முன்னேற பார்த்தவர்களைப் பார்க்கையில் கோபமாக வந்தது. இந்த மழையில் அவர்களுக்கு அப்படி என்னதான் வேலை இருக்குமோ என்று கவலைப்பட்டான்.

"சார், இந்த ஆட்டோதான் பிரச்சினையை அதிகமாக்கி இருக்கு" என ஒரு மாணவன் பாண்டியனிடம் கூறினான். பாண்டியன் அந்த மூன்று சக்கர வாகனத்தைப் பார்க்கையில்

அந்த ஓட்டுநர் எப்படியும் முன்னேறிவிட வேண்டும் என்றப் பேராசையில் வந்து மாட்டிக்கொண்டிருப்பது தெரிந்தது. அந்த ஆட்டோவில் சென்று உள்ளே யாராவது பயணிகள் இருக்கிறார்களா எனப் பார்த்தான். யாரும் இல்லை எனத் தெரிந்தவுடன் ஓட்டுநரிடம் "நீங்க வண்டிய ஆப் பண்ணிட்டு கீழே இறங்குங்க" என்று சொன்னான். பாண்டியன் அணிந்திருந்த உடையின் கம்பீரத்தில் யாரோ அதிகாரிதான் என ஓட்டுநரும் அவனது சொல்லுக்குக் கட்டுப்பட்டு கீழே இறங்கினான்.

"இந்த ஆட்டோவை அப்படியே தூக்கி உங்களால அங்க வைக்க முடியுமா" என மாணவர்களைப் பார்த்து கேட்டான் பாண்டியன். மாணவர்களும் அந்த மூன்று சக்கர வாகனத்தை அப்படியே தூக்கி ஓரமாக வைத்தார்கள். அது ஏற்படுத்திய இடைவெளியில் இரண்டு சக்கர வாகனங்கள் முன்னே நகர்வதற்கு சற்று இலகுவாக ஆனது. அதைத் தொடர்ந்து நான்கு சக்கர வாகனங்களையும் சற்று நகர்த்தி, இரண்டு சக்கர வாகனங்களை முன்னோக்கிச் செல்ல வழிவகை செய்தான். ஆனால் அதே நேரத்தில் மறுபுறம் இருந்த இருசக்கர வாகனங்களும் இந்தப்புறமாக முன்நோக்கி வரப்பார்த்தன. உடனே தனது விசிலை எடுத்துச் சத்தமாக ஊதி அவர்களைச் சிறிது காத்திருக்குமாறு வலது கையை தூக்கி சிக்னல் செய்தான். அவர்களும் அதைப்புரிந்துகொண்டு நின்றுவிட, சில நிமிடங்களிலேயே இருசக்கர வாகனங்கள் பெரும்பான்மையானவை அந்த இடத்திலிருந்து கடந்து சென்றுவிட்டன. அதைத் தொடர்ந்து கொஞ்சம் கொஞ்சமாக அனைத்து வாகனங்களையும் மெல்ல ஊர்ந்து செல்ல வழிவகை செய்தான்.

அப்படியே முன்னேறிக் கொண்டிருக்கையில் நகரத்திலிருந்து பல வாகனங்கள் வெளியே செல்வது முடிந்துவிட்ட நிலையில் நகரத்திற்கு உள்ளே செல்லும் வாகனங்கள் தடைபட்ட வண்ணமே இருந்தன. அங்கே என்ன பிரச்சினையாக இருக்கும் என நான்கு மாணவர்களைத் தன்னுடன் அழைத்துக்கொண்டு சென்றான் பாண்டியன். முன்னோக்கி செல்லச்செல்ல மக்களின் கூட்ட நெரிசல் அதிகரித்தபடியே இருந்தது. அவர்கள் சிலரிடம் என்ன பிரச்சனை என்று கேட்க ஆற்றில் மூன்று சிறுவர்கள் வெள்ளத்தில் மாட்டிக்கொண்டிருப்பதாகத் தகவல் சொன்னார்கள். உடனே மாணவர்களை அழைத்துக்கொண்டு சற்று ஓட்டமும் நடையுமாகச் சென்று கொண்டிருக்கும்போதே ஒரு மாணவனிடம், ‘‘பஸ்ஸை விட்டு யாரும் இறங்க வேணாம்னு அர்ச்சனா மேடம்கிட்ட சொல்லிடு’’ எனக்கூறி அனுப்பி வைத்தான்.

‘‘சார்... சார், பாலத்துல தான் மக்கள் கூட்டம் அதிகமா இருக்கு’’ எனப் பாண்டியனிடம் சொன்னான் விஜய். பாண்டியன் அங்கே பார்க்க, தீயணைப்புத் துறை வாகனங்களும் காவல்துறை வாகனங்களும் இருப்பதைக் கவனித்தான். சட்டென தனது ஓட்டத்தை அதிகரித்து அந்தப் பாலத்தை அடைந்தான். பாலத்தின் அருகே இரும்பு தடுப்புகளுக்கு பின்னால் இருந்த போலீஸ் அவனைத் தடுத்து நிறுத்தினார்கள். அவர்களிடம் தானும் தீயணைப்புத் துறையைச் சார்ந்தவன்தான் என்பதை விளக்கிவிட்டு விஜய்யை மட்டும் அழைத்துக்கொண்டு பாலத்தின் மத்தியப் பகுதிக்குச் சென்றான். பாலத்தின்மேல் மக்களின் கூட்டம் நிரம்பி வழிந்திருந்தது.

17

"சார் அங்க பாருங்க, அங்க தான் பசங்க மாட்டிகிட்டு இருக்காங்க"என விஜய் காட்டிய திசையைப் பாண்டியன் பார்க்க அந்தப் பகுதி மழையினூடே மங்கலாகத் தெரிய, சற்றுக் கண்களால் உற்று நோக்க அனைத்தும் தெளிவாகத் தெரிந்தது.

காலையில் திருச்சிக்கு போகும்போது அர்ச்சனா பாண்டி யனிடம் காட்டிய அதே கோயில்தான் தற்பொழுது வெள்ளத்தில் மிதந்துகொண்டிருந்தது. அந்தக் கோயில் ஒரு பெரிய பாறையின்மீது அமைந்திருக்க அதில் மூன்று சிறுவர்கள் கோயில் கோபுரத்தின் மேல்தளத்தில் அமர்ந்துகொண்டிருப்பதும் அந்தக் கோயிலின் பெரும்பாலான பகுதியை மறைத்தவண்ணம் வெள்ளம் சென்றுகொண்டிருப்பதும் தெரிந்தது. அந்தப் பாறையின் எந்தச் சுவடும் கண்களுக்குப் புலப்படவில்லை. அதைத் தாண்டி சிலமீட்டர் தூரத்தில் தெரிந்த தரையடிப் பாலமும் ஆற்றின் வெள்ளத்தில் மறைந்திருந்தது. அவர்களுக்கும் அந்தக் கோயிலுக்கும் உள்ள தூரம் எவ்வளவாக இருக்கும் என யோசிக்கும் பொழுது விஜய் கூறினான்.

"சார், எப்படியும் இங்கிருந்து ரெண்டு கிலோமீட்டருக்கு மேல இருக்கும் சார், ஆத்தோட அகலமும் ஏறக்குறைய ஒரு கிலோ மீட்டருக்கு இருக்கும், அந்த கோயில் நட்டநடு ஆத்துல இருக்கறதுதான் பிரச்சனை, ஏதாவது ஒரு கரையோரத்துல அந்த கோயில் இருந்திருந்தா, ஒருவேளை இந்நேரம் அந்தப் பசங்கள காப்பாத்தி இருப்பாங்க".

விஜய் சொன்ன தகவல்கள் முழுவதும் சரியாக இருப்பதற்கான சாத்தியக்கூறுகள் உள்ளதாகவே நினைத்தான் பாண்டியன். அப்பொழுது மஞ்சள்நிற மழை அங்கியை அணிந்த

தீயணைப்பு வீரர்கள் அவர்களைக் கடந்துசெல்வதைப் பார்த்து அவர்களை அழைத்து சில கேள்விகளைக் கேட்டான். அவர்களும் அவனது உடுப்பின் தோற்றத்தை உணர்ந்து பதிலளித்தார்கள்.

“எங்களுக்கு ஒரு மணிக்கு தான் போன் வந்துச்சு, இல்ல... இல்ல... இங்க இருக்கிறவங்க ஓடிவந்து சொன்னாங்க, காலையில இந்த ஆத்துல கோலிக்குண்டு விளையாட அந்த பசங்க வந்திருக்காங்க போல சார், அந்த நேரம் பார்த்து மேல்வெள்ளம் வந்திருக்கு, ஆத்துல இருந்தவங்க எல்லாரும் ஓடிப்போயிட்டாங்க, பாவம் இந்தப் பசங்க அந்தப் பாறைக்கு பின்னாடி விளையாடிட்டு இருந்திருக்காங்க, யாருக்கும் தெரியாம போயிடுச்சு, மேலும் ரெண்டு ஏரியும் உடைஞ்சு ஆத்துல இன்னும் வெள்ளம் அதிகமாயிடுச்சு, வெள்ளத்துனால நேத்து அணையிலிருந்து தண்ணி தெறந்து விட்டிருக்காங்க, காலையில நாங்க ஆறுமணிக்கு வந்து இந்த சிவப்பு கொடியை ரெட் அலார்ட்ன்னு கட்டிட்டுதான் போனோம், ஆனா பாருங்க எல்லாம் சேர்ந்து கைமீறி வெள்ளம் போகுது, நாங்களும் எவ்வளவோ ட்ரை பண்றோம் சார், அங்க நெருங்கவே முடியல”

“ஹெலிகாப்டர் கூப்பிடலாமே?” என விஜய் கேட்டான்.

“இந்தக் காத்து மழையில அவங்களால வரமுடியாதுன்னு சொல்லிட்டாங்க, இந்த மழையும் இன்னும் ரெண்டு நாளைக்கு நிக்காதுன்னு சொல்றாங்க, ஒருவேளை புயல் உருவாகி இருக்குமோன்னு சந்தேகமா இருக்கு”

“சரி வாங்க, உங்க சீஃப் ஆபிசரை போய்ப் பார்ப்போம்” என அவர்களுடன் அந்த அதிகாரியைச் சந்திக்கச் சென்றான் பாண்டியன். பாலத்தில் நடக்கும் போது, மஞ்சள் மற்றும் கருப்பு நிற மழை அங்கி அணிந்திருந்த தீயணைப்பு வீரர்களும்

குடைகளைப் பிடித்தபடி அரசாங்க அதிகாரிகளும் பரபரப்பாக இங்கும் அங்கும் சென்றுகொண்டிருந்தார்கள். இதற்குள் காவல்துறை அதிகாரிகளும் காவலாளிகளும் கூட்டத்தை எப்படியாவது அங்கிருந்து அகற்ற பிரயத்தனப்பட்டுக் கொண்டிருந்தார்கள். பாலத்தின் இருபுறமும் வாகனங்கள் அணிவகுத்து நின்றுகொண்டிருக்க, அதிலிருந்து பயணிகள் இறங்கிவந்து அங்குள்ள பிரச்சனையை நேரடியாகப் பார்த்தவாறு இருந்தார்கள்.

பாண்டியன் அணிந்திருந்த சீருடையையும் தன் வணக்கத்தை சொன்ன விதத்தையும் பார்த்த அந்த கறுப்புநிற மழை அங்கியை அணிந்திருந்த தீயணைப்பு துறை அதிகாரிக்கு அவன் யாரென்று தெரிந்துவிட்டது.

"கணபதி சார் வந்திருக்காரா?" என உரிமையுடன் அவர் பாண்டியனிடம் கேட்டார்.

"இல்ல சார், நாங்க இண்டஸ்ட்ரி விசிட் திருச்சி வரைக்கும் போயிட்டு, இப்பதான் திரும்பி வரோம்" என்றான் பாண்டியன்.

"நீங்கதான் லண்டன்ல படிச்சிட்டு வந்தவரா" என அந்த அதிகாரி கேட்க, பாண்டியன் சற்று அதிர்ச்சியுற்றான் என்றாலும் அதுவே அவனுக்கு அனுகூலமான விஷயம் என்றும் புரிந்துகொண்டான்.

"ஆமாம் சார், பேர் பாண்டியன்"

"பாண்டியன், உங்களைப் பத்தி கொஞ்ச நாளைக்கு முன்னாடி கணபதி சார் சொன்னாரு, ஒரு ட்ரைனிங் செஷன் கூட அரேன்ஞ் பண்ணலாம்னு இருந்தோம். பரவாயில்ல"

"சார், இங்கே என்னதான் பிரச்சனை?" எனப் பாண்டியன் நேரடியாகக் கேட்க, அவரும் அவனை அழைத்துக்கொண்டு

பாலத்தின் தடுப்புச்சுவர் அருகில் நின்று அந்தக் கோயிலை சுட்டிக் காட்டியவாறு சொல்ல ஆரம்பித்தார்.

"அங்கே தெரியுதே கோயில், அதுக்கு பக்கத்துல பழைய தரையடிப் பாலம் இருக்கு, இப்ப கூட யூஸ் பண்ணிட்டு தான் இருக்காங்க, ஆனா அதிகமா இல்ல"

"நான் கூட பாத்திருக்கேன் சார்" என்றான் பாண்டியன்.

"இப்ப அங்கே போகணும்னா பரிசல் இல்லை ஏதாவது போட் ஏற்பாடு பண்ணிதான் போகணும், ஆனா பரிசல் இந்த நீர் சுழற்சியில தாங்குமான்னு தெரியாது, போட் கடலூர்ல இருந்துதான் வரவைக்கணும், அதுக்கு எப்படியும் மூணு நாலு மணிநேரம் ஆகும், அதுவும் இந்த மழையில ரொம்பவே கஷ்டம், நாங்க வர்றதுக்கு முன்னாடியே கிராமத்து ஜனங்க முயற்சி பண்ணலாமுன்னு குதிச்சு இருக்காங்க, அதுல மூணு பேரு கிட்டக்க போகும்போது ஒருத்தன தண்ணி உள்ளுக்குள்ள இழுத்துட்டிருக்கு, அப்புறம் மத்த ரெண்டு பேருக்கும் அதே கதிதான்"

"ஏன் சார்? என்ன பிரச்சினை?"

"அந்தத் தரையடிப் பாலத்துக்குக் கீழே குழாய் இருக்குல்ல... அதுதான் எல்லாத்துக்கும் காரணம்ன்னு நினைக்கிறேன், ஏன்னா...அங்க பாருங்க, கோயில் கிட்ட போற வரைக்கும் இருக்கற தண்ணீரோட ஓட்டம், அப்புறம் அப்படியே சுழற்சி ஆகுது பாருங்க" எனத் தீயணைப்பு வீரரை அழைத்து தனது பைனாக்குலரை எடுத்துவரச் செய்து பாண்டியனிடம் கொடுத்தார். பாண்டியன் அதை வாங்கிப் பார்க்கையில் அவர் சொன்னது நூறு சதவீதம் சரியானது என்பது புரிந்துபோனது. கோயில் அருகில் வரை செல்லும் வெள்ளத்தின் போக்கு மேல்மட்டமாய் பார்க்கையில்

சாதாரணமாகச் சென்றுகொண்டிருப்பது போல் தெரிந்தாலும் அதன்பிறகு நீர்வீழ்ச்சி விழுவது போல் வெள்ளம் உள்வாங்குவது தெரிந்தது. அருகில் சென்றுசேருவதில் உள்ள உண்மையான தடங்கல் இந்தப் பிரச்சனைதான் என்பது புரிந்தது. அதை எப்படியாவது முறியடித்து விட்டால் போதும், அந்தச் சிறுவர்களை எளிதில் காப்பாற்றி விடலாம் என்று தோன்றியது.

"பாண்டியன் பைனாகுலர சீக்கிரம் குடுங்க, அந்த பசங்களோட பெத்தவங்க பார்த்தா கஷ்டமாயிடும், அவங்கள சமாளிக்கிறது பெரும்பாடா இருக்கு, இதுல ஜனங்க வேற நாங்க எதுவும் செய்யாம இருக்கோம்னு கோபப்படறாங்க"

"கவலைப்படாதீங்க சார், அவங்கள எப்படியும் காப்பாத் திடலாம், அதுக்கு ஏதாவது வழி இருந்தே தீரும்" எனப் பைனாக்குலரை கொடுத்தப்படியே கூறினான் பாண்டியன்.

"ஏதாவது செய்யணும் பாண்டியன், நானும் என்னோட அதிகாரிங்க கிட்ட பேசிப் பாத்துட்டேன், இந்த கொட்ற மழையில எதுவும் சரியா வர மாட்டேங்குது" என்றார் சலிப்புடன்.

"சார், மழை ஒரு பிரச்சனையே இல்ல சார், முதல்ல சில விஷயங்களைச் செய்யணும்" என அவரிடம் விளக்கினான். அவரும் உடனடியாக எல்லாவற்றிற்கும் ஆவண செய்வதாகச் சொல்லி தனது சகாக்களை அழைத்து சில உத்தரவுகளைப் பிறப்பித்தார்.

"விஜய், நீ போய் நம்ப ஃபயர் ஃபைட்டர் டீமையும் ரிஸ்க் டீமையும் கொண்டு வா" என அவனை அனுப்பி வைத்தான்.

விஜய் உடனடியாக இருபது மாணவர்களை அழைத்துக் கொண்டு வந்து பாலத்தின் முனையில் நின்று பாண்டியனுக்கு

கையசைத்து சமிக்ஞை செய்தான். பாண்டியன் அந்தத் தீயணைப்பு அதிகாரியிடம் சொல்ல, உடனே அவர் தடுத்து நிறுத்திய காவலர்களிடம் மாணவர்களை விடுவிக்குமாறு கையசைத்து கூறினார். விஜய்யுடன் அர்ச்சனாவும் ஆர்த்தியும் சில மாணவர்களும் வந்தார்கள். விஜய் சென்று திரும்புவதற்குள் பாலத்தின் சிறுபகுதியை ஆக்கிரமித்து பந்தல் போன்ற ஓர் அமைப்பை அதாவது அவசரகால அலுவலகத்தைப் போல் உருவாக்கி இருந்தார்கள்.

மழையில் நனைந்து அதன் ஈரத்தில் ஆடைகள் உடலில் படிந்தபடி அதைப் பற்றிய எந்தவித நெருடலும் இல்லாமல் இருக்கும் அர்ச்சனாவையும் ஆர்த்தியையும் பார்க்கையில் பாண்டியனுக்கு கோபமும் பின் பரிதாபமும் எழுந்தது.

"இவங்கள ஏன்டா கூப்பிட்டு வந்தே" என விஜய்யை கடிந்துக் கொண்டான்.

"அவங்க மொதல்லயே வந்துட்டாங்க" என்றான் விஜய்.

"சரி, நீ போயி ரெண்டு ரெயின் கோட் நான் கேட்டேன்னு, ஃபயர் டெண்டர்ல இருந்து வாங்கிட்டு வா"

விஜய் சென்றுவிட, மீண்டும் கோயிலைப் பார்த்தவாறு இருந்த அந்த இருவரையும் கவனித்தான். ஆர்த்தியின் கருநீல டாங்கிரி உடையோ பெரியதாய் எந்தவித உடலின் வடிவமைப்பை வெளிப்படுத்தவில்லை. ஆனால் அர்ச்சனாவின் வெள்ளை உடையோ அவளது உடலின் வளைவுகளில் ஒட்டியவாறு அவயங்களைப் பறை சாற்றியது. அவனது பார்வையின் சலனத்தில் திரும்பிய அர்ச்சனா அவனது எண்ணத்தை புரிந்தவளாய் உதட்டைப் பிதுக்கினாள். அதற்குள் விஜய் மழை அங்கியுடன் வந்துவிட ஒன்றை தான் பெற்றுக்கொண்டு மற்றொன்றை ஆர்த்தியிடம் கொடுத்தாள் அர்ச்சனா. ஆர்த்தி

தனக்கு வேண்டாம் என மறுத்தாள். "போட்டுக்கோ ஆர்த்தி" எனப் பாண்டியன் கூறினான்.

"வேணாம் சார், நான் ஃபயர் பைட்டராவே இருக்கேன்"

அவளது பிடிவாதம் தெரிந்தவன் என்பதால் அவளுடன் மேலும் விவாதிக்காமல் அவர்களை அழைத்துக்கொண்டு தற்காலிகப் பந்தலுக்குள் சென்றான் பாண்டியன்.

"சார், நான் என்னோட பசங்கள தரேன், முதல்ல இந்த கூட்டத்தை குறைங்க, அவங்களே நமக்குப் பிரச்சனை ஏற்படுத்திடுவாங்க, இந்த டிராஃபிக்கை டைவேர்ட் பண்ண பாருங்க" என்றான் தீயணைப்பு அதிகாரியிடம்.

"புது பாலம் கட்டியிருக்காங்க, ஆனா இன்னும் திறக்கல பாண்டியன், பெயிண்ட் வேலை போயிட்டு இருக்குன்னு நினைக்கிறேன்"

"சார், நான் சொன்னா போலீஸ் கேட்காது, நீங்க கலெக்டர் கிட்ட பேசி பர்மிஷன் வாங்கிக் கொடுங்க, எங்கப் பசங்க பாலத்துல எந்த பிரச்சினையும் வராம டிராஃபிக்க அழகா பாத்துப்பாங்க" என்றான். அவரும் அந்தச் சூழ்நிலையைப் புரிந்துகொண்டு காவல்துறை அதிகாரிகளிடம் பேசினார்.

"பாண்டியன் அவங்க ஒத்துக்கிட்டாங்க, பசங்கள அனுப்பி டிராஃபிக் போலீசுக்கு ஹெல்ப் பண்ண சொல்லுங்க" என்றார்.

பாண்டியன் திரும்பி ஆர்த்தியிடம் "ஒரு பத்து பேர ஹெல்மெட் போட்டுட்டு டிராபிக் போலீஸ் கூட போகச்சொல்லி நீயே அதை சமாளி, விஜய் நீ இன்னும் ரெண்டு பேர, நல்லா நீச்சல் தெரிஞ்ச பசங்கள செலக்ட் பண்ணு" எனக் கூறினான். ஆர்த்தியும் விஜயும் சென்றுவிட அர்ச்சனா,

"என்ன பாண்டியன் தண்ணியில குதிக்க போறியா?" எனப் பாண்டியனிடம் கேட்டாள்.

"தண்ணில குதிச்சாலும் ஒன்னும் பிரயோஜனமில்ல அர்ச்சனா, எந்தக் கொம்பனாலும் அங்க நெருங்க முடியாது, வேற வழி ஏதாவது யோசிக்கணும்" என வெள்ளம் வரும் திசை பக்கமாகப் பாதுகாப்புச் சுவரையொட்டி நின்றான். அர்ச்சனாவும் அவனுடன் பேசிக்கொண்டே திரும்பி குனிந்து கீழே பாலத்தின் அடியில் வெள்ளம் செல்வதைப் பார்த்தவள், வெள்ள நீரோட்டத்தின் வேகத்தில் பீதியுற்று, "ஐயோ" எனத் தலையைப் பிடித்துக்கொண்டு கீழே விழப்போனவளைப் பாண்டியன் ஓடிச்சென்று இறுக்கி அணைத்துப் பிடித்துக்கொண்டான். அப்படியே அந்த நடைபாதையில் அவளை அமர வைத்து, கெட்டியாக அவளைத் தாங்கிக்கொண்டான். அங்கிருந்த தீயணைப்பு வீரரிடம் தண்ணீர் கேட்டு அவள் முகத்தில் தெளித்து மயக்கத்தைத் தெளிய வைத்தான்.

"என்னாச்சு பாண்டியன் எனக்கு?" எனக் கேட்டாள் அர்ச்சனா தன்னைச் சரிபடுத்திக்கொண்டு.

"கைரேட்டரி சீசர் இம்பேக்ட்"

"என்னது அது? கிளஸ்டர் போபியா மாதிரியா"

"அதை விட டேஞ்சர்"

"ஸ்பெல்லிங் சொல்லு"

"G..Y..R..A..T..O..R..Y SEIZURE... நீ ஏன் அப்படி உடனே பார்த்தே?"

"இவ்வளவு வேகமாவா வெள்ளம் வரும், பாலத்துக்குக் கீழே பாரு பாண்டியன், பயமா இருக்கு ஒரு செகண்ட்

அப்படியே என்னை கீழே இழுக்கிற மாதிரி ஃபீல் ஆயிடுச்சு" என்றாள் தன் தலையைச் சிலுப்பியவாறு. பாண்டியனும் எழுந்து கீழே குனிந்து பாலத்தின் தூண்களில் பட்டுச் சிதறி நுரைகளை எழுப்பியவண்ணம் ஓடும் வெள்ளத்தைப் பார்க்கையில் சட்டென அவனுக்கும் தலை சுற்றுவது போல் உணர்ந்தான். உடனே கண்களை மூடிக்கொண்டு தலையைத் தூக்கி முன்னே பார்த்து சற்று நிதானமானான். மீண்டும் கீழே குனிந்து மிகவும் கவனமுடன் பார்க்க தலைச்சுற்றல் உணர்வு மறைந்து போயிருந்தது. அப்படியே அவன் பார்த்துக்கொண்டிருக்கும் போதுதான் வெள்ளத்தில் உடைந்த மரக்கிளை ஒன்று மிதந்தபடி வந்து அந்தப் பாலத்தின் தூண்களை முட்டியது. பின் அது ஆற்றின் ஓட்டத்திற்கு ஏற்றவாறு செல்ல முற்படுகையில் மற்றொருபுறம் இருந்த வளைந்த பகுதி அதைத் தடுத்து நிறுத்தியது. இப்பொழுது அந்த மரக்கிளை கொக்கி போல் அந்தப் பாலத்தின் தூண்களில் மாட்டி இப்படியும் அப்படியுமாக அசைந்துகொண்டிருந்தது. சிறிது நேரம் அப்படியே அதன் தள்ளாட்டத்தைப் பார்த்த பாண்டியனுக்குச் சில நொடிகளில் ஒரு யோசனை உதித்தது. உடனே அவன் மற்றொருபுறம் வந்து அந்தச் சிறுவர்கள் சிக்குண்டு இருக்கும் கோயிலைப் பார்த்தான். சிறிது நேரம் அதைப் பார்த்தபடியே இருந்தவன் தன் யோசனை வெற்றிபெறும் என்று நம்பிக்கை கொண்டான்.

அதே நேரம் விஜய்யும் ஆர்த்தியும் பல மாணவர்களுடன் பாண்டியனை நோக்கி வந்துகொண்டிருந்தார்கள். அவர்களுடன் ஒரு காவல்துறை அதிகாரி பேசியபடியே வந்தார். பாண்டியனை நெருங்கிய ஆர்த்தி, "சார், இவங்க டிராபிக் கிளியர் பண்ண இந்த சார் கூட போறாங்க, மத்த ரெண்டு பேரும் நல்லா நீச்சல் அடிக்க தெரிஞ்சவங்க, இவங்கதான்" என இருவரைக் காட்டிச் சொன்னாள்.

"கலை, ரஞ்சித் உண்மையாவே உங்களுக்கு நல்லா நீச்சல் தெரியுமாடா?" எனக் கேட்டான் பாண்டியன்.

"சார், நாங்க ஆத்து தண்ணியில நீச்சல் பழகுனவங்க, நல்லாவே தெரியும் சார்" என்றனர் இருவரும்.

"சரி, நீங்க என் கூடவே இருங்க, ஆர்த்தி நீ இந்த சாரோட மத்தவங்களை அழைச்சிட்டு போ, விஜய் நீயும் என் கூடவே இரு" என்றான் பாண்டியன். ஆர்த்தி அந்தக் காவல்துறை அதிகாரியுடன் கொஞ்ச தூரம் நடந்து சென்றுவிட்டுத் திரும்பவும் பாண்டியனிடம் அவனுக்குத் தெரியாமல் வந்துசேர்ந்தாள்.

18

அர்ச்சனா, விஜய், கலை மற்றும் ரஞ்சித்துக்கு தன்னுடைய யோசனையை அந்த மிதந்துவந்த பாலத்தின் தூணில் மாட்டியிருக்கும் மரக்கிளையைக் காண்பித்தபடி விளக்கிக் கொண்டிருந்தான் பாண்டியன். ஆர்த்தி எந்தவித தொந்தரவும் செய்யாமல் பாண்டியனுக்குப் பின்புறமாகச் சென்று அவன் சொல்வதைக் கவனிக்க ஆரம்பித்தாள்.

"இங்க பாருங்க, இதுல மாட்டிட்டு இருக்குற அந்த மரக்கிளை மாதிரிதான் நாம இப்ப அந்தக் கோயில் கோபுரத்துல போய் மாட்டிட்டு நிக்கணும், அதுக்கு ஏதாவது வழி இருக்கா?"

"என்ன சார்? நாம ஏதாவது மரக்கட்டையில் அங்க போக போறோமா?" என விஜய் கேட்டான்.

"இல்ல, அப்படி போக சாத்தியமில்லை, அங்க இருக்கற நீர்சுழற்சி நம்மளை ஈர்த்துடும், வேற மாதிரி யோசனை பண்ணு"

"சார், பத்து மீட்டர் மரக்கட்டையோட ரெண்டு எட்ஜிலேயும் ஏதாவது டயரோ இல்ல வேற மிதக்கிற பொருளோ கட்டி, ஒருவேளை போக முடியுமா சார்?" எனக் கலை கேட்டான்.

"இல்லடா, அந்தப் பத்து மீட்டர் ரொம்ப சின்னது, ஒருவேளை வெள்ளத்துல சமமா போகாம, நேரா செங்குத்தா போயிடுச்சுன்னா, அதுவும் வேஸ்ட்டா போயிடும்"

"சார், எனக்கு ஒன்னு தோணுது" என ஆர்த்தி தன் ஆவலைக் கட்டுப்படுத்த முடியாமல் வார்த்தையை வெளியில் சிந்தினாள். ஆர்த்தியின் குரலில் துணுக்குற்று திரும்பியப் பாண்டியன், "உன்னை அங்க தானே போக சொன்னேன், இங்க என்ன பண்ற" எனக் கேட்டான்.

ஆர்த்தி பதில் சொல்லாமல் பரிதாபமாகத் தலை கவிழ்ந்து நிற்பதைப் பார்த்த அர்ச்சனா, "அவ என்ன சொல்றான்னு கேப்போம் பாண்டியன், அப்புறம் அவளை அனுப்பலாம், நீ சொல்லுடி" என ஆர்த்தியிடம் கூறினாள். ஆர்த்தி பதில் ஏதும் சொல்லாமல் பாண்டியன் கேட்டுக்கொண்டால் மட்டுமே வாயைத் திறப்பேன் என்பதுபோல் பாண்டியனைப் பார்த்துக் கொண்டிருந்தாள்.

சில வினாடிகள் ஆர்த்தியைக் கூர்ந்து பார்த்துவிட்டு, "சரி சொல்லு" என்றான் பாண்டியன். ஆர்த்தியும் சட்டென ஒப்புதல் கிடைத்த மகிழ்ச்சியில் அனைவருக்கும் முன்னே வந்து அவள் திட்டத்தைச் சொல்லத் தொடங்கினாள்.

"சார், இந்த பக்கம் மிதக்கிற மாதிரி ஒரு பொருள், பிளாஸ்டிக் மாதிரியோ ரப்பர் மாதிரியோவான பொருள்" என தனது வலது கையை வலது பக்கம் சற்று நீட்டி உள்ளங்கையை செங்குத்தாக வைத்தபடி தொடர்ந்தாள்.

"அதே மாதிரி இந்த பக்கமும் அதே மாதிரியான ஒரு பொருள்" எனத் தனது இடது பக்கம் இடது கையை நீட்டி உள்ளங்கையைச் செங்குத்தாக வைத்தபடி எல்லோரையும் பார்த்தபடி சொன்னாள். அனைவருக்கும் அவள் சொல்வது தெளிவாகப் புரிய, "மேலே சொல்லு" என்றாள் அர்ச்சனா.

"அப்ப நடுவுல நாம தாம்பு கயித்துல இந்த ரெண்டையும் கட்டிடலாம், நடுவுல கயித்தோட நீளம் முப்பது மீட்டர் இருக்கலாம், இப்ப அப்படியே நாம அந்த கோயில் இருக்கற திசையில சரியா கணக்கு பண்ணி இந்த பாலத்து மேல இருந்து ரெண்டையும் சரியான நேரத்துல தள்ளிவிட்டா, அப்படியே அது வெள்ளத்தில அடிச்சிட்டு போகும்" எனக்கூறி தான் சொல்வது அனைவருக்கும் புரிகிறதா என எல்லோர் முகத்தையும் பார்த்தாள். அனைவரும் தெளிவாகப் புரிகிறது என்பது போல் தலையாட்டினார்கள்.

"இப்ப இந்த முப்பது மீட்டர் கேப் குறையாம மாட்டு வண்டியில கட்டின ரெண்டு மாடுங்க மாதிரி ஒரே சீரா போச்சுன்னா, ஒரு கட்டத்துல கோயில் கோபுரம் இந்தக் கயிறை தடுத்து, அப்படியே அந்த ரெண்டு இடமும் கொக்கில மாட்டுனது போல தொங்கி... மிதக்க ஆரம்பிச்சிடும்"

"அப்படி கயிறு மாட்டாம போறதுக்கு சான்ஸ் இருக்கு ஆர்த்தி" என்றான் விஜய்.

"இல்ல விஜய், இந்தக் கயிறு தண்ணிக்கு அடியில போனாலும்கூட, எப்படியும் அந்தக் கோயில் கோபுர கலசத்துல முட்டித்தான் ஆகணும், அதுக்கு ஏத்த மாதிரி நாமதான் பிளான் பண்ணனும்" என்றாள் ஆர்த்தி. பாண்டியனுக்கு தான் எப்படிப்பட்ட நடவடிக்கை மேற்கொள்ள வேண்டுமென நினைத்தானோ அதே மாதிரியே ஆர்த்தியும் சொல்ல, அவனது யோசனை அதிகம் வலுப்பெற்றது. இன்னும்

அதுகுறித்து ஆழமாக ஆராய்ந்தாலே போதும் என்று தோன்றியது. ஆர்த்தியைப் போக்குவரத்து நெரிசலைக் குறைக்க அனுப்பினால் சற்று நன்றாக இருக்கும் என்றும் பாண்டியன் நினைத்தான்.

"சரி ஆர்த்தி, நான் நினைச்ச மாதிரியே நீ சொல்லிட்ட, முதல்ல நீ போய் உனக்குக் கொடுத்த வேலையைப் பார்" என்று மற்றவர்களுடன் அந்தச் சாமியானா பந்தலை நோக்கி நடந்தான் பாண்டியன். ஆனால் அந்த இடத்தை விட்டு நகராமல் வெள்ளம் வரும் போக்கைக் கவனித்தவாறு அங்கேயே நின்ற ஆர்த்தியின் கண்கள் கலங்கியபடி இருந்தது. தன் வாழ்வில் நிகழ்ந்த அந்த துயர சம்பவத்தின் நினைவுகள் எழாத வண்ணம் தனது மனதை கட்டுக்குள் வைத்திருக்க மிகவும் பிரயத்தனப்பட்டாள். ஆனாலும் அந்த நினைவுகளின் பீறிடலில் அவளது கண்களில் கண்ணீர் தாரை தாரையாக வழியத் தொடங்கியது.

"சார்... சார்... ஆர்த்தி" என விஜய் அழைக்க அந்தக் கூடாரத் திற்கு உள்ளே செல்லவிருந்த பாண்டியன் திரும்பி நேராக ஆர்த்தி இருக்கும் இடத்தைப் பார்த்தான்.

"நீங்க உள்ள போய் உட்காருங்க, நான் இதோ வரேன்" எனப் பாண்டியன் சொல்லிவிட்டு ஆர்த்தியிடம் செல்ல, ஏனோ அர்ச்சனாவும் விஜயும் அவனுடன் கூடவே நடந்தார்கள். கலையும் ரஞ்சித்தும் அந்தக் கூடாரத்துக்கு உள்ளே சென்றார்கள். அங்கே சில அதிகாரிகள் பிளாஸ்டிக் சேர்களில் அமர்ந்தவண்ணம் விவாதித்துக் கொண்டிருப்பதைப் பார்த்து, அவர்களிடம் இருந்து சற்று விலகி நின்றுகொண்டார்கள்.

ஆர்த்தியைப் பார்த்தபடி சென்றுகொண்டிருந்த பாண்டியனுக்கு அவள் ஏதோ ஒரு வேதனையில் இருப்பது போன்று நெஞ்சை அடைத்தது. அவளது உடல்மொழி மேலும்

சந்தேகத்தை எழுப்ப விரைந்து நடக்கத் தொடங்கினான். ஏதோ ஓர் உணர்வின் உந்துதலில் திரும்பிப் பார்த்த ஆர்த்தி, பாண்டியனும் மற்றவர்களும் வருவதை உணர்ந்து தன் கண்ணீரையும் முகத்தையும் துடைத்துக்கொண்டாள்.

"நீங்க அங்க போகாம, இங்க என்ன பண்ணிட்டு இருக்கீங்க மேடம், வரவர......" எனப் பாண்டியன் தன் பேச்சை பாதியிலேயே நிறுத்திக்கொண்டான். ஏனெனில் அவ்வளவு சிவந்த கலங்கிய கண்களும் அவளது முகத்தில் தெரிந்த அழுகையின் சுவடும் அவனை அப்படியே கட்டிப்போட்டது. அவன் அமைதியாக இருக்க விஜய்யும் அர்ச்சனாவும் அவனிடம் வந்து சேர்ந்துகொண்டார்கள்.

"என்ன ஆர்த்தி? என்ன ஆச்சு?" என அர்ச்சனா ஆர்த்தியிடம் கேட்கும்பொழுது பாண்டியன் அர்ச்சனாவை இடைமறித்தான்.

"அர்ச்சனா கொஞ்சம் வெயிட் பண்ணு, அவளுக்கு வேற என்னவோ பிரச்சனைன்னு தோனுது, என்னன்னு நீயே தனியா கூட்டிட்டு போய் கேளு" என அர்ச்சனாவிடம் சொன்னான் பாண்டியன்.

அர்ச்சனாவும் "என்னடி? என்ன பிரச்சனை?" என ஆர்த்தியின் தோளில் கையைப் போட்டு சற்றுத் தனியாக அழைத்துச் செல்ல முற்பட்டாள். ஆனால் ஆர்த்தியோ தோளில் இருந்த அர்ச்சனாவின் கையை எடுத்து அன்புடன் பிடித்துக்கொண்டாள்.

"அதெல்லாம் ஒன்னுமில்ல மேடம்"

"அப்புறம் என்ன வேணும்?"

"சார் கிட்ட நான் பேசணும்" என்றாள் கெஞ்சும் தொனியில். அர்ச்சனா புரியாத குழப்பத்தில் ஆர்த்தியை வினோதமாகப்

பார்த்தாள். இவள் ஏன் எப்பொழுதும் வித்தியாசமான நடவடிக்கை கொண்ட பெண்ணாகவே இருக்கிறாள் எனக் குழம்பினாள்.

"பாண்டியன் உங்க கிட்ட தான் பேசணுமாம்" என அர்ச்சனா பாண்டியன் அருகில் சென்று நின்றுகொண்டாள்.

"என்ன ஆர்த்தி? சொல்ல வந்ததை சீக்கிரம் சொல்லு, எங்களுக்கு ஏகப்பட்ட வேலை இருக்கு" என அவளை அவசரப்படுத்தினான் பாண்டியன். அவளுக்கு உடலளவில் எந்தப் பிரச்சனையும் இல்லை என்பதில் சற்று நிம்மதி அடைந்தவன், மேலும் அவளை வேறு இடத்திற்கு அனுப்புவதிலேயே குறியாக இருந்தான்.

"சார்... அது வந்து" எனச் சொல்ல முடியாமல் திணறினாள் ஆர்த்தி.

"நேரமாகுது ஆர்த்தி, நாங்க வேற அந்தப் பசங்கள காப்பாத்தணும்"

"அதான் சார், நானும் உங்க கூடவே இருக்கேனே" என்றாள் ஆர்த்தி.

"அதெல்லாம் முடியாது, உனக்குச் சொன்ன வேலையை முதல்ல நீ போய் பாரு"

"இல்ல, நானும் இந்த ரிஸ்க் ஆப்ரேஷன்ல கலந்துக்குவேன்"

"ஏன்? இப்படி அடம்பிடிக்கிற ஆர்த்தி? சொன்னா புரியாதா" என எரிச்சலுடன் பாண்டியன் கேட்டான். அதே கோபத்தொனியில் ஆர்த்தியும், "பாண்டியன், நானும் இந்த ஆப்ரேஷன்ல இருக்கப் போறேன், நீங்க குதிச்ச அடுத்த நிமிசமே எந்தப் பாதுகாப்புமில்லாம நானும் இந்த ஆத்துல குதிச்சிடுவேன்" என்றாள். அங்கிருந்த பாண்டியன், அர்ச்சனா

மற்றும் விஜய் அனைவருமே அவளின் வார்த்தைகளைக் கேட்டு அதிர்ந்து போனார்கள். விஜய் போன்ற மாணவர்கள் பல்கலைக்கழகத்திற்கு வெளியே பாண்டியனை பெயர் சொல்லி சீனியர் என்ற முறையில் அழைப்பது எல்லோருக்கும் தெரிந்த விஷயம் என்றாலும் ஆர்த்தி அப்படி அழைத்தது எல்லோரையும் ஒருகணம் தடுமாறச் செய்தது.

"என்னடி பேர் சொல்லி கூப்பிட்ற?" என அர்ச்சனா ஆர்த்தியை அடிக்கப் போகையில், பாண்டியன் அர்ச்சனாவைத் தடுத்து நிறுத்தினான்.

"அது பிரச்சனை இல்ல அர்ச்சனா, அவ என்னோட ஜூனியர் தானே, அவகிட்ட வேற ஏதோ பிரச்சினை இருக்கு, முகத்தை பார், இப்பதான் அழுதிருக்கா, ஆர்த்தி எதுவாயிருந்தாலும் தைரியமா சொல்லு, இந்த வெள்ளத்திலிருந்து அந்த பசங்கள நாம காப்பாத்தியாகணும்" என்றான் பாண்டியன் ஆர்த்தியைப் பார்த்து நிதானமாக.

"இந்த வெள்ளம்தான் சார்... இந்த வெள்ளம்தான் சார்... என்னோட தம்பியை..." என அதற்கு மேலும் தன்னைக் கட்டுப்படுத்திக்கொள்ள முடியாமல் 'ஹோ' வென்று அழத்தொடங்கினாள் ஆர்த்தி. 'சோ'வென பெய்துகொண்டிருக்கும் மழை நடுவே அவளது உடல் குலுங்கலில் ஆடையில் பட்டுத் தெறித்த நீர்துளிகள் மற்றவர்களின் மனங்களை பிசையத் தொடங்கியது. அர்ச்சனா உடனே ஓடிச்சென்று அவளைக் கட்டி அணைத்துக்கொண்டாள். அப்படியே இருவரும் பாதுகாப்புச் சுவரின் அடியில் இருந்த கான்கிரீட் சிறுநடைப் பாதையில் அமர்ந்தார்கள். ஆர்த்தி எதையோ நினைத்து நினைத்து தேம்பித் தேம்பி அழ ஆரம்பித்தாள்.

"விஜய், நீ போய் தண்ணி கொண்டு வா" எனப் பாண்டியன் சொல்ல, விஜய் அந்த தற்காலிக அலுவலகப் பகுதியிலிருந்து தண்ணீர் கொண்டு வந்தான். ஆர்த்தி தண்ணீர் குடித்து முடியும்வரை காத்திருந்த பாண்டியன், "எனக்கு ஏதோ தப்பாவே தோனுச்சு, நேரா இப்ப அழாம சொல்லு, முதல்ல உன்ன கொஞ்சம் கண்ட்ரோல் பண்ணிக்கோ, அப்படியே தண்ணியால முகத்தைக் கழுவு" என்று ஆதரவாக ஆர்த்தியிடம் கூறினான். அவன் கூறியபடி செய்து முடித்த ஆர்த்தி எழுந்து நின்று அவர்களை நோக்கி வந்துகொண்டிருக்கும் வெள்ளத்தைப் பார்த்தவாறு சொல்லத் தொடங்கினாள்.

"இதே மாதிரியான ஒரு வெள்ளம் தான் சார் என் தம்பியை என்கிட்ட இருந்து பிரிச்சது, உங்களுக்கே தெரியும், நாங்க மலையில வாழறவங்க, எங்களுக்கு இயல்பாவே அவ்வளவு உடல் உறுதி இருக்கு, அப்ப எனக்கு பத்து வயசும் என் தம்பிக்கு ஏழு வயசும் இருக்கும் சார், இதே மாதிரி மழை பெய்ற சீசன்ல ஒருநாள் நானும் தம்பியும் எங்க வீட்டுக்குப் பக்கத்துல இருக்குற நீர்வீழ்ச்சிக்கு போய் குளிச்சிட்டிருந்தோம், எப்பவும் எங்க அம்மா நாங்க போன கொஞ்ச நேரத்துல துணி துவைக்க வந்துடுவாங்க, அது டெய்லி நடக்குற விஷயம் தான், அன்னைக்கும் அப்படித்தான் நாங்க அந்த சின்ன நீர்வீழ்ச்சியிலே குளிச்சிட்டு இருக்கும்போது எங்கிருந்தோ வெள்ளம் வந்துடுச்சு சார், நானும் தம்பியும் அதை புரிஞ்சுக்கறதுக்குள்ள எங்கள வெள்ளம் சூழ்ந்துடுச்சு, எனக்கு அப்படி ஒன்னும் பெருசா நீச்சல் தெரியாது அப்ப" என தன் பேச்சை நிறுத்தி அனைவரையும் பார்த்தாள் ஆர்த்தி.

அர்ச்சனா ஆர்த்தியின் அருகில் சென்று அவள் தோள்மீது தன் கையை வைத்து அவளை அணைத்துக்கொண்டாள்.

ஆர்த்தியும் அர்ச்சனாவின் கைகளில் தெரிந்த அழுத்தத்தில் சற்று சமநிலை கொண்டாள்.

"அப்ப நாங்க தப்பிக்க முயற்சி பண்ணும்போது, பாசி வழுக்கி ரெண்டுபேரும் தண்ணியில விழுந்துட்டோம் சார், என்னால எழுந்திருக்க முடியல, ஆனா என் தம்பி..." அவள் குரல் தழுதழுக்க மீண்டும் கண்களில் கண்ணீர் எட்டிப் பார்த்தது. அர்ச்சனா அவளது தோளை அழுத்தமாக அழுத்தி அவளை அமைதிப்படுத்தினாள். ஆர்த்தி தன் கண்களைத் துடைத்துக்கொண்டு தன் பேச்சைத் தொடர்ந்தாள்.

"அவனுக்கு எங்கிருந்துதான் அவ்வளவு பவர் வந்துச்சுன்னு தெரியல, வேகமா என்னை பிடிச்சி இழுத்து அப்படியே தூக்கிக் கரையில வீசிட்டான், நான் கரையில விழுந்து எழுந்து பாக்கறேன், அவன் அந்த வெள்ளத்துல அடிச்சிட்டு போறான், அதுக்குள்ள எங்க அம்மாவும் வந்துட்டாங்க, அவங்களுக்கு நீச்சல் தெரிஞ்சதால உடனே ஆத்துல குதிச்சு தேடினாங்க, என்னால எழுந்து நடக்க கூட முடியல, அப்பதான் பார்த்தேன் என்னோட வலது கால்ல பாசி வழுக்கினதுல தாங்க முடியாத வலி, கால அசைக்க கூட முடியல"

"உன் தம்பி என்ன ஆனான்டி" என அர்ச்சனா பொறுக்க முடியாமல் கேட்டாள்.

"அம்மா 'எங்கடி அவன் எங்கடி அவன்னு....' என்கிட்ட கேட்கும்போது நான் சமாளிச்சு எழுந்து வெள்ளத்துல பாக்கறேன், தம்பியக் காணல, நானும் இந்தப் பக்கம் தான் இந்தப் பக்கம் தான்னு கை காட்டினேன், எங்க அம்மாவும் கொஞ்சம் தூரம் நீச்சல் அடிச்சுப் போய் பார்த்தாங்க, அதுக்குள்ள ஊர் ஜனங்க எல்லாம் வந்து வெள்ளத்தில தேடித்தேடி பார்த்தாங்க, அப்ப கிடைக்கல. ஆனா

ரெண்டுநாள் கழிச்சுதான் அவன் கிடைச்சான்... பிணமா, அதுவும் அறுபது கிலோ மீட்டர் தள்ளி" எனத் தன் தோள் குலுங்க ஆர்த்தி அழுது தீர்த்தாள். அங்கிருந்த மூவருக்கும் ஆர்த்தி ஏன் இப்படி மூர்க்கமாக நடந்துகொண்டாள் என்று எல்லாமே புரிந்துபோனது.

"அப்புறம் ரொம்ப வருஷம் ஆத்து பக்கமே போகாம இருந்தேன், அதை பார்த்தாலே பயந்து நடுங்குவேன், அப்பதான் எங்க அப்பா, 'உன் தம்பி மாதிரி எத்தனையோ பேரை உன் வாழ்க்கையில நீ காப்பாத்தணும், அதனால முழுசா நீச்சல் கத்துக்கோன்னு' சொன்னார், அப்புறம் கொஞ்சம் கொஞ்சமா தைரியம் வந்து இப்ப எந்த வெள்ளமானாலும் என்னால நீந்த முடியும். இந்த கோர்ஸ் நான் சேர்ந்தது கூட வேலை கிடைக்கும்னு இல்லை, நிறைய பேரை என்னால காப்பாத்த முடியும்ன்ற நம்பிக்கையிலும் கனவுலையும்தான்" என்ற ஆர்த்தியை இறுக்கி கட்டிப்பிடித்துக் கொண்டாள் அர்ச்சனா.

19

"உண்மையாவே நீ கிரேட் ஆர்த்தி, இனி பாண்டியன் வேணாமுன்னு சொன்னா கூட, நான் உன்னை அனுப்ப மாட்டேன், வந்து இந்த ஆபரேஷன்ல கலந்துக்கோ" என்றாள் அர்ச்சனா கம்பீரமாக. ஆனால் ஆர்த்தி பாண்டியனின் ஒப்புதலுக்கு வழக்கம் போல் காத்திருந்தாள். பாண்டியனுக்கு இதற்கு மேலும் அவளை வேண்டாம் என்று சொல்வது அபத்தமானதாகப் பட்டது. எனவே "சரி வா" என்று நடக்கத் தொடங்கினான். விஜய் ஆர்த்தியின் கைகளைக் குலுக்கிவிட்டு, "சார் ஒருநாள் உன்னைப் பத்தி சொன்னார் ஆர்த்தி, ஏதோ உனக்குச் சின்ன வயசுல நடந்திருக்கும்னு,

நான் அதை பெருசா எடுத்துக்கல, ஏன்னா... இப்படி திமிராவும் இன்டிலிஜென்ட்டாவும் இருக்கிற உனக்கு என்ன நடந்திருக்கப் போகுதுன்னு நினைச்சேன், ஆனா இப்பதான் புரியுது, சாரி ஆர்த்தி உன் தம்பியை நெனச்சா எனக்கு துக்கமா இருக்கு" என வருத்தப்பட்டான்.

"அதான் அங்க மூனு தம்பிங்க இருக்காங்க இல்ல, வா போய் காப்பாத்தலாம்" என அவனது கையைப் பிடித்துக் குலுக்கிவிட்டு சொன்னாள். இருவரும் தங்களுக்குள் பேசிக்கொண்டே பாண்டியனையும் அர்ச்சனாவையும் பின்தொடர்ந்தார்கள்.

கூடாரத்தினுள் நுழைவதற்கு முன்பு தனது தாடையில் தலைக்கவசத்தின் பட்டி தொந்தரவு செய்வதை சரிசெய்ய முயன்றாள் அர்ச்சனா. அதற்கு உதவி செய்த பாண்டியன் அப்பொழுதுதான் மழைபொருட்டு அவளது தாடையில் அந்த பட்டியினால் விளைந்த அழுத்தமான தடையங்களை கவனித்தான். உடனே பட்டியை முழுவதும் தளர்த்தி, "எப்படி சிவப்பா ஆயிடுச்சு பாரு உன்னோட கன்னம், இனி ஸ்டரப் போட்டுக்காதே... கன்னிப் போய்டும் சதை" என்றான்.

"லைஃப்லே முத தடவையா இப்படி எல்லாம் செய்றேன், நல்லாதான் இருக்கு" என்றாள் அர்ச்சனா சிரித்துக்கொண்டே.

அவர்கள் நால்வரும் அந்த தற்காலிக கூடாரத்திற்குள் நுழைந்தபோது கலையும் ரஞ்சித்தும் ஓரமாக நின்றிருக்க, தீயணைப்புத் துறை அதிகாரிகளும் காவல்துறை அதிகாரிகளும் மற்றும் சில அரசாங்கத் துறை அதிகாரிகளும் விவாதித்தபடி இருப்பதைப் பார்த்தார்கள்.

"சார்... இவங்க ஆதிரை பல்கலைக்கழகத்துல அதுவும் பயர் டிபார்ட்மெண்ட்ல வேலை பார்க்கிற ப்ரபஸர்ஸ், இவங்க எல்லாம் அவங்களோட ஸ்டூடண்ட்ஸ்" எனத் தலைமை தீயணைப்புத்துறை அதிகாரி மற்ற அதிகாரிகளுக்கு அவர்களை அறிமுகப்படுத்தினார். அனைவரும் தங்களுக்குள் பரஸ்பர வணக்கமும் மரியாதையும் செலுத்திக் கொண்டார்கள்.

"சார், நாங்க ஒரு பிளான் பண்ணி இருக்கோம்" எனப் பாண்டியன் தீயணைப்புத்துறை அதிகாரியிடம் சொல்ல, மற்ற அதிகாரிகள் அந்தக் கூடாரத்தை விட்டு நகர்ந்து சென்றார்கள். அவர்கள் அனைவரும் அங்கிருந்த பிளாஸ்டிக் ஸ்டூல்களில் வட்டமாக அமர்ந்தார்கள். மாணவர்கள் பாண்டியனுக்கும் அர்ச்சனாவுக்கும் பின்புறம் நின்றுகொள்ள, இரண்டு தீயணைப்பு வீரர்கள் அந்த அதிகாரிக்கு இருபுறமும் நின்றிருந்தார்கள். பாண்டியன் ஒரு பேப்பரைக் கொண்டுவரச் செய்து அவர்கள் இருந்த பாலத்தையும் கோயில் மற்றும் வெள்ளத்தின் போக்கு என அனைத்தையும் வரைபடமாக வரைந்து தாங்கள் மேற்கொள்ளபோகும் அந்தச் செயலை விளக்கினான்.

"சார்... சரியா இந்த ரெண்டு முனைகள்ல இருக்கற நாங்க குதிச்சு அப்படியே மிதந்துகிட்டு போவோம், கோயிலுக்கு இந்தப்புறம் நானும், அந்தப்புறம் இவங்களும் அந்த கோயிலை நோக்கி போவோம், எங்களைப் பிணைச்சுக்கிட்டு இருக்குற கயிறும் நடுவுல தண்ணிக்குக் கீழே வந்துகிட்டே இருக்கும், சரியா அந்தக் கோயில கடக்க முயற்சி செய்யும்போது, நடுவுல இருக்கிற கயிறும் அந்தக் கோயில் கிட்ட வரும், அப்போ அது அந்த கோயில் கோபுரத்தில் தடுக்கப்பட்டு அங்கேயே ஸ்டக் ஆயிடும், நானும் அவங்களும் அப்படியே செங்குத்தா தொங்குற மாதிரி கயித்துல இருமுனையிலும் தொங்கிட்டு

இருப்போம், நாங்க மிதந்துகிட்டே கிடை மட்டமா தொங்குவோம், அப்புறம் கொஞ்சம் ஸ்டெடி ஆனபிறகு, நான் மெல்ல மெல்ல அந்தக் கயித்தைப் பிடிச்சு முன்னேறி அந்தப் பசங்க கிட்ட போவேன், அப்புறம் இவங்களும் அங்க வந்துடுவாங்க, அப்புறம் பசங்களை ரொம்ப சுலபமா காப்பாத்திடலாம்" எனச் சொல்லிவிட்டு அந்த அதிகாரியைப் பார்த்தான் பாண்டியன். அவனது விளக்கம் அங்கிருந்த அனைவருக்கும் தெளிவாகப் புரிந்தது. அந்த நேரத்தில் தலைமை அதிகாரியின் சொற்களே பிரதானமானது என்பதால் அனைவரும் மௌனம் காத்தார்கள். அந்த அதிகாரி பாண்டியன் வரைந்த திட்ட நடவடிக்கைகளை மீண்டும் ஒருமுறை அதில் தன் வலதுகை ஆள்காட்டி விரலால் தடவிப் பார்த்துவிட்டுத் தலை நிமிர்ந்தார்.

"எல்லாம் சரியா இருக்கு பாண்டியன், கயிறு கூட நம்ம கிட்ட இருக்கு ஆனா நீங்க எதுமேல அங்க போகப் போறீங்க"

"சார், காரோட டயர், இல்லனா காத்தடிச்ச ஏதாவது அதே மாதிரி இருக்கிற ட்யூப், இப்படி நீங்க ரெடி பண்ணா நல்லா இருக்கும்" என்றான்.

அந்த அதிகாரி தன் தீயணைப்பு வீரர்களைப் பார்க்க, அதிலிருந்து ஒருவர், "சார்... இன்னும் அஞ்சு நிமிஷத்துல ரெடி பண்ணிடுவோம், பாலத்து முனையில தான் ஒரு பஞ்சர் கடை இருக்கு" என்றார். ஆனால் மற்றொருவர் ஏதோ சொல்ல முயன்றதைப் பாண்டியன் கவனித்தான்.

"சார், அவர் ஏதோ சொல்றார்" எனப் பாண்டியன் சொல்ல, "என்னப்பா?" என அந்த அதிகாரி அவரிடம் கேட்டார்.

"சார் டியூப்ல எல்லாம் எதுக்குப் போகணும், அது ரொம்ப ரிஸ்க், அதுவுமில்லாம இவ்வளவு தூரம் போகும்போது

அது தாங்குமான்னு சந்தேகம்தான், அப்போ ஏதாவது மரக்கிளையோ இல்ல வேற ஏதோ உரசி அல்லது ஊசி மாதிரி வெள்ளத்துல வந்து டியூபை பஞ்சர் பண்ணக்கூட வாய்ப்பு இருக்கு'' என்றார்.

''நீ சொல்றதும் சரிதான், வேற ஏதாவது பண்ண முடியுமா''

''சார், நம்ப லைவ்போயோ (சிவப்புநிற நெகிழியால் ஆன வளையம் அல்லது உயிர் மிதவை) வச்சிப் போக முடியும் சார், ஆனா அதுல ஒரு ஆள்தான் போக முடியும்'' என்றார்.

''சார், ரெண்டா ஜாயிண்ட் பண்ணிட்லாம்'' என்றாள் ஆர்த்தி சற்று உற்சாகக் குரலில்.

அந்தத் தீயணைப்பு அதிகாரி ஒருமுறை ஆர்த்தியை நிமிர்ந்து பார்த்துவிட்டு, ''குட் ஐடியா'' என்றார். அங்கிருந்த இரு தீயணைப்பு வாகனத்தில் ஐந்து உயிர் மிதவைகள் மட்டுமே இருந்ததால் தீயணைப்பு நிலையம் சென்று மேலும் குறைந்தது எட்டு எடுத்து வருமாறு அந்த அதிகாரி தன் ஊழியர்களுக்கு ஆணையிட்டார்.

''பாண்டியன், இதுல நீங்க எந்த பக்கம், எங்க ஆளுங்க எந்த பக்கமா போகணும்''என அவர் பாண்டியனிடம் கேட்க, அவன் சற்று அமைதியாக தன் மாணவர்களைப் பார்த்தான். அங்கிருந்த நான்கு மாணவர்களும் கண்களால் தங்களைத் தேர்வு செய்யுமாறு கெஞ்சும் பார்வையை வெளிப்படுத்தினர்.

''சார், வலதுபக்கம் நானும் இடதுபக்கம் என்னோட ஸ்டூடண்ட்ஸூம் போறோம்'' என்றான். அவர் பாண்டியனைக் கூர்ந்து பார்த்துவிட்டு, ''பசங்கள எல்லாம் அனுமதிக்க முடியாது'' என மறுத்தார்.

“சார், நாங்க டீமா இதுக்கு முன்னாடி எவ்வளவோ ப்ராக்டிஸ் பண்ணி இருக்கோம், கொஞ்ச நேரத்துக்கு முன்னாடி கூட நாங்க விசிட் செஞ்ச இண்டஸ்ட்ரில பாய்லர் வெடிச்சு நாங்கதான் முதல்ல இறங்கினோம்” என ஆர்த்தி மேற்கொண்டு தன் பேச்சைத் தொடர்வதற்குள் பாண்டியன் கையசைத்து அவளது பேச்சை நிறுத்தினான்.

“ஆர்த்தி, இப்படியெல்லாம் அதிகாரிங்க கிட்ட பேசக்கூடாது, இதெல்லாம் யுனிவர்சிட்டி உள்ள” என அவளைக் கடிந்துகொண்டு அந்த அதிகாரியிடம் திரும்பினான்.

அவரும். “பரவாயில்லை பாண்டியன், விடுங்க அவங்க துடிப்பா இருக்காங்க, இன்னும் எதார்த்தம் புரியல” என்றார்.

“சாரி சார்” என ஆர்த்தி சொல்லிவிட்டுத் தலையைத் திருப்பிக்கொண்டாள். அர்ச்சனாவும் அவளைப் பார்த்து தனது வாயில் வலதுகை ஆள்காட்டி விரலை வைத்து மேற்கொண்டு எதுவும் பேசாதே என எச்சரித்தாள்.

“சார், நானும் என்னோட ரெண்டு ஸ்டூடெண்ட்ஸூம் முதல்ல அந்த பசங்க மாட்டிகிட்டு இருக்கற இடத்துக்கு போறோம், அப்புறமா உங்க ஆளுங்கள எங்கள மாதிரி வர சொல்லுங்க, அதுக்கப்புறம் எல்லாமே ஈஸியா முடிஞ்சிடும்” என்றான்.

“எங்க ஆளுங்களுக்கு ஏதாவது ஆச்சுன்னா கவர்மெண்ட் இருக்கு பாண்டியன், பசங்களுக்கு ஏதாவதுன்னா நான்தான் பதில் சொல்ல வேண்டியிருக்கும்”

“சார், எங்க டிபார்ட்மெண்ட்ல கால வைக்கும்போதே இன்சூரன்ஸ் மத்த மெடிக்கல் பாலிசி எல்லாம் எடுத்துட்டு தான் உள்ளே வரவேற்போம், அதுவுமில்லாம இவங்க ஆத்து ஓரத்துல பிறந்து வளர்ந்தவங்க, அவங்களுக்கு ஆத்து நீச்சல் அப்படி அத்துபடி, நீங்க கொஞ்ச நேரம்

நாங்க போடுற திட்டத்தை மட்டும் பாருங்க, அப்புறம் உங்களுக்கு நம்பிக்கை இல்லன்னா, உங்க ஆளுங்கள நான் கொண்டு போறேன்''என்றான் பாண்டியன். அந்த அதிகாரியும் அரைகுறை மனதுடன் ''சரி, திட்டம் போடுங்க, உங்க திட்டத்தை நான் பாக்கிறேன், அப்புறமா தான் என் முடிவை சொல்லுவேன்'' எனக் கம்பீரமாக அருகில் அமர்ந்துகொண்டார்.

பாண்டியனுக்கு அவர் அப்படி வாய்ப்பு அளித்ததே பாதி வெற்றி என உணர்ந்து, உடனே தனது நான்கு மாணவர்களையும் அருகில் அழைத்து திட்டம் தீட்டத் தொடங்கினான். அதற்குள் அர்ச்சனா, ''பாண்டியன் இந்த ரிஸ்க் ஆபரேஷனுக்கு ஏதாவது பெயர் வைக்கணும், அதுதான் வெற்றிக்கு அடையாளமா இருக்கும், அதுதான் முதற்படி'' என்றாள் சற்று உரத்த குரலில். மற்றவர்களும் அதை ஆமோதித்து ராணுவத்திற்கு நிகரான பல பெயர்களைப் பரிந்துரைத்தார்கள். பாண்டியன் அனைத்தையும் அமைதியாகக் கேட்டான். ஆனால் யார் சொல்வதும் இதற்கு பொருத்தமாகவே இல்லை என்பதை உணர்ந்து ஆர்த்தியிடம் திரும்பி ''நீ எதுவும் சொல்லலையே'' எனக் கேட்டான்.

''சார், இந்த ஆத்துப் பெயரையே நம்ம ஆபரேஷனுக்கு வைக்கலாம்'' என்றாள். அவன் அதை ஆமோதித்தாலும் முழுவதுமாய் ஏற்றுக்கொள்ளவில்லை. கடைசியில் அவனாகவே ''நம்ப ஆபரேஷனுக்கு பெயர் ஆபரேஷன் ஆர்த்தி, ஏன்னா என்னுடைய யோசனையை சரியா புரிஞ்சுக்கிட்டு அதை அழகா டெவலப் பண்ணி தெளிவா நமக்கு சொல்லி இருக்கா, அது மட்டுமில்லாம, இது அவளோட பழிவாங்கல்ன்னு கூட எனக்குத் தோனுது'' என விவரித்தான்.

‘‘அதுவும் சரிதான் பாண்டியன், ஆபரேஷன் ஆர்த்தி’’ என அர்ச்சனா சொல்லி முடித்தாள். மற்றவர்களும் அப்படியே சொல்லி அதை ஏற்றுக்கொண்டதால் பாண்டியன் அடுத்த கட்டத்திற்குச் செல்லத் தயாரானான்.

20

‘‘ஆபரேஷன் ஆர்த்தியோட குறிக்கோள் ஆத்து வெள்ளத்துல மாட்டிட்டிருக்கற அந்த மூனு சின்னப் பசங்கள எந்தவித பாதிப்பும் இல்லாம காப்பாத்தறது தான். சோ, இப்ப முதற்கட்டமா யார் யாரெல்லாம் முதல்ல போறோம்ன்னு முடிவு பண்ணுவோம், அடுத்து ரெண்டாவது குழுவும் முதல் குழுவை தொடர்ந்து வருவாங்க, இப்ப முதல் குழு ஒருவேளை வெற்றி பெறலைன்னா...’’ என்ற பாண்டியனின் குரலைக் கலை மறித்தான்.

‘‘சக்சஸ் ஆகலைன்னு சொன்னா என்ன சார் அர்த்தம், நாம கண்டிப்பா செஞ்சு முடிப்போம்’’ என்றான்.

‘‘அப்படியில்ல கலை, ஒருவேளை முதல் குழு அந்த இடத்தை அடையாம வழிதவறி போயிட்டாங்கன்னா, ரெண்டாவது குழு அதை சரிசெஞ்சு அப்புறம் அவங்க தங்கள் வேலையைத் தொடரணும்’’ என்றான். அனைவருக்கும் அவன் சொல்வதில் உள்ள உண்மை நிலை புரிய, அவனை மேலும் தொடரும்படி கேட்டுக்கொண்டார்கள்.

‘‘மொத குழுவுல நான் ஒருமுனையில இருப்பேன், ரெண்டாவது முனையில ரெண்டு பேர் ரெண்டு மிதவைகள்ல வரணும், யார் யார் வரீங்க’’ எனக் கேட்டான். கலை, ரஞ்சித், விஜய் மற்றும் ஆர்த்தி அனைவருமே தங்கள் கைகளை உயர்த்தினார்கள்.

"ஆர்த்தி உன்னை வெள்ளத்துல இறக்கிறது கொஞ்சம் பிரச்சனையைக் கொண்டு வரும், கணபதி சாருக்கு தெரிஞ்சா என்னுடைய வேலையையே தூக்கிடுவாரு" எனக் கவலையுடன் சொன்னான் பாண்டியன்.

"இது என்ன சார் நியாயம்? என்னோட பேரை இந்த ஆபரேஷனுக்கு வச்சிட்டு, நான் முதல்ல நிக்காம வேறு ஒருத்தர் நின்னா, எனக்கு தான் பெரிய அவமானம்" என்றாள் கோபக் குரலில்.

"ஆர்த்தி நீ வேணா கரையோரமா இருந்து ஏதாவது பண்ண முடியுமான்னு பாரு, இது உயிர் போற விஷயம்" என்றான் ரஞ்சித்.

"கலை, ரஞ்சித் உங்களுக்கு எதுவும் சரியா தெரியாது, நீங்க வாய திறக்காதீங்க"என அவர்களைக் கண்டித்த ஆர்த்தி பின் பாண்டியனிடம் திரும்பினாள்.

"சார், என்ன ஆனாலும் சரி, உங்க கூட நான் வருவேன், என்னை விட்டுட்டு போலாம்னு மட்டும் நினைக்காதீங்க, லைவ்பாயோ இல்லாம நான் தண்ணில குதிச்சு நீச்சலடிச்சு வந்துடுவேன்" என மிரட்டும் குரலில் சொன்னாள்.

"ஆர்த்தி, உன் திறமை மேல நம்பிக்கை இல்லாம அவர் அப்படி சொல்லல ஆர்த்தி, எச்ஓடிக்கு யார் பதில் சொல்றது"என ஆர்த்தியிடம் அர்ச்சனா கேட்டாள்.

"மேடம், அதெல்லாம் எங்களோட சீனியர் பாத்துப்பார்" என பாண்டியனைக் கை காட்டி விடை அளித்தாள் ஆர்த்தி. அவர்களுக்குள் மேலும் விவாதம் வளரத் தொடங்க பாண்டியனுக்குச் சற்று சங்கடமாகிப் போனது.

“கொஞ்சம் நிப்பாட்டுங்க, இப்பவே மழையினால ஆறுமணி மாதிரி இருட்டா இருக்கு, இதுல வேற நாம பேசி டிலே பண்ண வேணாம், சரி ஆர்த்தி இப்போ உனக்கு என்ன வேணும்”

“நான் உங்க கூட மொத குழுவுல வரணும்” என்றாள் உறுதியுடன்.

“சரி வா, நீ வரதுனால விஜய் வந்தா நல்ல இருக்கும், விஜய் உனக்கு ஏதும் பிரச்சனையா” எனக் கேட்டான் பாண்டியன்.

“சார் உங்க கூட லைவ்பாயோ இல்லாம குதிச்சு “வா”ன்னு சொன்னா கூட வந்துடுவேன்” என்றான் விஜய்.

“சரி, இப்ப மொத டீம் முடிவு ஆயிடுச்சு, நான் ஒரு பக்கமும் விஜய்யும் ஆர்த்தியும் இன்னொரு பக்கமும், சரியா?” என அனைவரின் முகத்தையும் பார்த்துக் கேட்டான் பாண்டியன்.

“பாண்டியன்... ஆனா கணபதி சார்” எனத் தயக்கமுடன் கூறினாள் அர்ச்சனா.

“அதை நான் பாத்துக்கறேன், இண்டஸ்ட்ரில நான் சொன்னதை ஆர்த்தி ஒழுங்கா கேட்டா, இப்ப அவளோட சந்தர்ப்பம். நான் கேட்டுதான் ஆகணும், ஆனா நீ எதை பண்றதுனாலும் என்கிட்ட சொல்லிட்டு பண்ணு, என்னை மீறி எதையும் நீ செய்யக்கூடாது” என்றான் கண்டிப்புடன் ஆர்த்தியைப் பார்த்து.

“அப்படி எதுவும் பண்ண மாட்டேன் சார்” என ஆர்த்தி அவனுக்கு உறுதி அளித்தாள்.

அங்கு அமர்ந்திருந்த அந்த தீயணைப்பு அதிகாரிக்கு எல்லோரும் வாழ்வதற்குதான் போட்டிப் போடுவார்கள், ஆனால் இவர்களோ சாவதற்கு போட்டிப் போடுகிறார்களே

என்று நினைப்பு வந்தது. மேலும் அவர்கள் திட்டம் தீட்டும் ஒழுங்கு முறையைப் பார்த்த அவருக்குச் சிறு நம்பிக்கை ஏற்பட்டு அவர்கள் விவாதிப்பதைக் கூர்ந்து கவனிக்க ஆரம்பித்தார். இருந்தாலும் கணபதியைத் தொலைபேசியில் தொடர்புகொண்டு இங்கு நடப்பதைப் பற்றிய தகவலைத் தெரிவிக்கலாமா என்ற எண்ணம் அவர் மனதில் ஓடிக்கொண்டுதான் இருந்தது.

“சரி, இப்ப நமக்கு ரெண்டாவது கட்டம், ஒரு மிதவைக்கும் ரெண்டாவது மிதவைக்கும் எவ்வளவு இடைவெளி இருந்தா நல்லது, ஒருவேளை அதிகமா இருந்தா நாம அங்க போய் சேர்ந்தாலும் அந்த பசங்கள பிடிக்க கயிறு மூலமா போறதுக்கு நேரம் அதிகம் எடுத்துக்கும், சின்ன இடைவெளியா இருந்தா ஒருவேளை வெள்ளத்தோட வேகத்துல ரெண்டு மிதவையும் ஒன்னாகி எந்தப் பிரயோஜனமும் இல்லாம போயிடும்”என்றான் பாண்டியன். அதில் மற்றவர்கள் பல கருத்துக்களைக் கூற, கடைசியில் முப்பது மீட்டர் இடைவெளி முதல் குழுவுக்கும் அதன்பிறகு முதற் குழுவின் வெற்றியைப் பொறுத்து இரண்டாவது குழு முடிவு செய்துகொள்ளலாம் என்றும் தீர்மானமானது. இதற்குள் உயிர் மிதவைகளைக் கொண்டுவந்து விட்டதாகத் தீயணைப்பு வீரர்கள் உள்ளே வந்து சொல்ல, அந்த அதிகாரி, “பூமி, சேது ரெண்டுபேரும் இங்க வந்து இவங்க பேசறத கேளுங்க” என்றார். அந்த இரு தீயணைப்பு வீரர்களும் அந்தக் கூட்டத்தில் கலந்துகொண்டார்கள். அவர்களுக்கு சிறிதளவு விவரித்து விட்டு பாண்டியன் தன் பேச்சைத் தொடர்ந்தான்.

“இப்ப நமக்கு அடுத்த கட்டம், மிதவையில நாம போகும்போது நம்மலால கம்யூனிகேட் பண்ணிக்க முடியாது ,ஸோ வேற வழியில நாம ட்ரை பண்ணனும்” என்றான்.

"சார், கிரேன் சிக்னல் மாதிரி நாம ட்ரை பண்ணலாம்" என்றான் விஜய்.

"ரொம்ப சரி, இப்ப நமக்கு அஞ்சே அஞ்சு சிக்னல்தான் தேவை, ஒன்னு எல்லாம் சரியா போய்ட்டிருக்கு-எவரிதிங் நார்மல், ரெண்டாவது நாம திட்டத்திலிருந்து விலகி போறோம் அதாவது டேவியேட் ஆகுறோம், மூனாவது அப்நார்மல் சுச்சுவேஷன், நாலாவது என்னால முடியல, ஐந்தாவது நான் விலகி தப்பிச்சுடறேன் இப்படி அஞ்சு விதமான சிக்னலும் நமக்குள்ள பரிமாறிக்கணும்"

"பாண்டியன் எல்லாம் சக்சஸ்னு ஆறாவது ஒன்னு சேர்த்துக்கோ" என்றாள் அர்ச்சனா. பாண்டியன் சிறிது புன்னகைத்துவிட்டு, "அது எல்லோருக்கும் தெரியும்" என்று சொன்னான்.

21

காற்றின் வேகத்திற்குக் கூடாரம் அசைந்து அசைந்து அதன் நெகிழ்வை வெளிப்படுத்தியபடி இருந்தது. கூடாரத்தின் உள்ளேயும் மழைநீர் வந்தது என்றாலும் மறுபடியும் பாலத்திற்கு கீழே செல்லும் ஓட்டை வழியே எந்தத் தடையுமின்றி வடிந்து கொண்டிருந்தது.

"சார், மழை பெஞ்சுட்டு இருக்கு, இதுல எப்படி ரெண்டு கையால சிக்னல் செய்ய முடியும், ஒரு கையால பேலன்ஸ் பண்ண வேண்டாமா?" எனக் கேட்டான் கலை. அங்கே தீயணைப்பு வீரர்கள் எதுவும் சொல்லாமல் அனைத்தையும் கவனித்துக்கொண்டிருந்தது பாண்டியனுக்கு சற்று நெருடலைத் தந்தது.

"சார், உங்களுக்கும் ஏதாவது சந்தேகம் இருந்தா கேளுங்க, இல்ல வேற ஏதாவது யோசனை இருந்தா சொல்லுங்க" என அவர்களை உற்சாகப்படுத்தினான்.

"நீங்க தெளிவாவே சொல்லிட்டு இருக்கீங்க சார், எங்களுக்கு நல்லாவே புரியுது, நீங்க கண்டினியூ பண்ணுங்க, நாங்க ஃபாலோ பண்றோம்" என்றார்கள் அவர்கள்.

"நீ சொல்றது சரிதான் கலை, நாம தண்ணியில இருக்கும்போது ஒருத்தர ஒருத்தர் பார்த்துக்க முடியற விஷயம் நம்மளோட தலையும் சிவப்புநிற ஹெல்மெட்டும்தான், அதனால அதையே மெயின் சோர்ஸ்ஸா வெச்சி நாம சிக்னல் அமைச்சுக்குவோம், நமக்கு இடதுகை அல்லது வலதுகை அப்படின்னு பார்க்க முடியாது, அதனால எந்த கையில நீ சிக்னல் செஞ்சாலும் ஒரே அர்த்தம்தான், முதலாவதா எவ்ரிதிங் நார்மல் அப்படின்னா நம்ம கையை தூக்கி உள்ளங்கையை மத்தவங்களுக்கு காண்பிக்கணும், இரண்டாவது டேவியேட் அப்படின்னா உள்ளங்கையை மூடி மேலும் கீழும் அல்லது இடதும் வலதும் இப்படியும் அப்படியும் அசைக்கணும், மூனாவது அப்நார்மல் அப்படின்னா உள்ளங்கையை மூடி முஷ்டியா மாத்தி ஹெல்மெட்ல குத்தணும், அது எந்த கையில பண்ணாலும் ஒரே மீனிங்தான், நாலாவது ஐ காண்ட் என்னால முடியாது அப்படின்னா உள்ளங்கையால தலை மேல தட்டணும், ஐந்தாவது நான் தப்பிச்சி போறேன் அப்படினா நீங்க போட்டு இருக்கிற ரெட் கலர் ஹெல்மெட்டை கழட்டி ஒரு தடவை தலைக்கு மேல தூக்கிக் காட்டினா போதும், உங்களை காப்பாத்திக்கலாமுன்னா ஹெல்மெட் தேவை இல்லை, அதை அப்படியே கடாசிட்டு கரையைப் பார்த்து நீங்க நீந்தி தப்பிக்க வேண்டியதுதான், உங்களுக்கு ரெண்டு நிமிஷம் டைம் தரேன், சீக்கிரம் மனப்பாடம் பண்ணுங்க" எனத் தான் எழுதியதை எல்லோருக்கும் ஒருமுறை காண்பித்தான்.

ஆனால் அர்ச்சனாவோ அந்தப் பேப்பரை தன் கையில் எடுத்து அதைப் படித்துக்கொண்டே தன் உடலில் அவன் விவரித்த மாதிரியான சமிக்ஞைகளைச் செய்து காட்டினாள். அதேமாதிரி எல்லோரும் ஒருமுறை செய்து காட்டும்படி கூறி அவர்கள் செய்யும் சிறுசிறு தவற்றை சரிசெய்தாள். கடைசியாக எல்லோரும் சரியாகச் செய்துகாட்டிய திருப்தியில் "பாண்டியன் எல்லோருக்கும் புரிஞ்சிடுச்சு" என்றாள்.

"சரி, இதுல ஏதாவது பிரச்சனை இருக்கா" என அனைவரையும் பார்த்துக் கேட்டான். ஆர்த்தி ஏதோ முணுமுணுக்க, அர்ச்சனா அவளிடம், "எதுவா இருந்தாலும் சொல்லு ஆர்த்தி" எனக் கேட்டாள்.

"மேடம், இப்ப நானே ஆபத்தில் மாட்டிக்கிட்டேன்னா எனக்கு ஹெல்ப் வேணும்னு எப்படி கேக்கறது" என அக்கறையுடன் கேட்டாள்.

"இதுல நமக்கு நாமே ஹெல்ப் பண்றதுக்கு சாத்தியமே இல்ல ஆர்த்தி, அப்படி பண்ணா ஆபரேஷன் டிலே தான் ஆகும், அதுக்குள்ள இருட்டு வந்துடுச்சுன்னா ஒன்னுமே பண்ணமுடியாது, நம்மளால முடியலைன்னு தெரிஞ்ச அடுத்த நொடியே நாம எஸ்கேப் ஆயிடணும், அதுதான் நமக்கு முன்னே இருக்கிற ஒரே ஒரு சான்ஸ்" என்றான் பாண்டியன் கண்டிப்பான குரலில். அனைவரும் அவன் சொல்வதில் உள்ள நியாயமான காரணத்தை அறிந்து அமைதியானார்கள். இவை அனைத்தையும் வெளியே செல்வதும் உள்ளே வந்து கவனிப்பதுமாக இருந்த அந்த தீயணைப்பு அதிகாரி பேச ஆரம்பித்தார்.

"கலெக்டர் வந்துட்டு இருக்கறதா தகவல் வந்திருக்கு, இந்த மழையிலும் மீடியாக்காரங்க பாலத்துக்கு அந்தப்பக்கம் தங்களோட வண்டியில இருந்து ஷூட் பண்ணிட்டு

இருக்காங்க, இனிமே தாமதிச்சிங்கன்னா சிக்கலாயிடும்'' என்றார்.

''சார், மிதவை ரெடி ஆயிடுச்சா'' எனக் கேட்டான் பாண்டியன்.

''அத நீங்க சொன்ன மாதிரியே ரெடி பண்ணி இருக்காங்க, நீங்க வந்து ஒருமுறை செக் பண்ணிடுங்க''

''நாங்க ரெடி சார், இதோ வர்றோம்'' என அவருக்கு பதில் அளித்துவிட்டு மற்ற அனைவரிடமும் திரும்பினான் பாண்டியன்.

''இப்ப மணி அஞ்சு பத்து ஆகுது, சரியா அஞ்சு முப்பதுக்குள்ள அங்க போயிட்ணும், நான் கயித்தை பிடிச்சுகிட்டு முடிஞ்ச அளவு சீக்கிரமாவே அந்த பசங்க இருக்கற இடத்துக்கு போயிட்றேன், அதுவரைக்கும் விஜய்யும் ஆர்த்தியும் எனக்கு சப்போர்ட் பண்ணிட்டு உங்க இடத்திலேயே மிதந்துட்டு இருங்க, நான் கோயில போய் சேர்ந்த உடனே, உங்க கயித்தைப் பிடிச்சி இழுக்கறேன், நீங்களும் என்கிட்ட வந்து சேந்திடுவீங்க, முடிஞ்சளவு நாம மூனு பேருமே பசங்கள காப்பாத்த முயற்சி பண்ணுவோம், முடியலன்னா ரெண்டாவது குழு உடனே தண்ணியில குதிச்சு அங்க வந்துடுவாங்க, நானும் ரெண்டாவது குழுவுக்கு ஹெல்மெட் தூக்கி சிக்னல் பண்ணுவேன், சரிங்களா, இப்ப நாம இந்த ஆர்த்தி ஆபரேஷனை வெற்றிகரமா முடிக்கணும், எல்லோரும் ஷூ, மத்த தேவையில்லாத பொருள்களையும் கழட்டி வச்சிடுங்க, வெறும் நம்ம டிரஸ்சோட... இந்த டாங்கிரி துணியோட மட்டும்தான் இருக்கணும்'' என அவன் சொல்லிக்கொண்டு இருக்கும்போதே அனைவரும் அவர்கள் அணிந்திருந்த சீருடையைத் தவிர தேவையற்ற மற்றவைகளைக் கழட்டினார்கள்.

“இந்த மழையில ஹெல்மட் தேவையா பாண்டியன்?” எனக் கேட்டாள் அர்ச்சனா.

“கண்டிப்பா தேவை அர்ச்சனா, சில நேரத்துல மழைத்துளிங்க முகத்துல சுளீர்ன்னு விழும் அப்ப பாக்க முடியாம போயிடும்” என தன் உடையிலிருந்த அனைத்தையும் கழற்றத் தொடங்கினான்.

இருமுறை எவர் உடம்பிலும் எந்தவிதத் தேவையில்லாத விஷயங்களும் இல்லை என்பதை உறுதிப்படுத்திக் கொண்டார்கள். அர்ச்சனா அவர்கள் அவிழ்த்து வைத் திருந்ததைப் பார்த்தாள். அங்கே இடுப்பில் அணியக்கூடிய பெல்ட், ஷோல்டரில் அணியக்கூடிய லைனிங் பேக்ஸ், பெயர் பொறித்த சிறு பிளேட், பாண்டியன், ஆர்த்தி, விஜய் மற்றும் கலையின் தோள்களில் அணியும் வேறுபட்ட ஸ்ட்ரிப்ஸ், சிறு நீலநிற கயிறு, பாண்டியனின் விசில் எனப் பலதரப்பட்ட பொருட்கள் காணப்பட்டன.

“சரி, எல்லோரும் ரெடியா” எனப் பாண்டியன் கேட்க, அந்த ஏழு பேரும் வட்டமாக நின்றார்கள். பாண்டியன் ஆர்த்தியைப் பார்த்து கண்ணசைக்க, ஆர்த்தி தனது வலது உள்ளங்கையை அனைவருக்கும் முன்னே நீட்டினாள். அவளது கையில் விஜய் தனது உள்ளங்கையை வைக்க, கலை, ரஞ்சித், தீயணைப்பு வீரர்கள் மற்றும் கடைசியாகப் பாண்டியன் அனைவரின் கைகளின் மேல் தனது உள்ளங்கையை வைத்தான். சில நொடிகள் அனைவரும் அமைதியாக இருக்க, அர்ச்சனா அனைத்தையும் பார்த்து வியந்து நின்றாள். மேலும் அவர்கள் சில நொடிகள் கண்மூடி இருக்கப் பாண்டியன், “ஜெய் ஆர்த்தி ஆபரேஷன்... ஜெய் ஹிந்த்” எனக் கூற அவனைத் தொடர்ந்து அனைவரும் மிகச் சத்தமாக உரத்த குரலில் “ஜெய் ஆர்த்தி ஆபரேஷன்... ஜெய் ஹிந்த்”எனச்

சொன்னார்கள். அர்ச்சனாவும் அதே வார்த்தைகளைச் சொல்லி அவர்களுடன் கலந்துகொண்டாள். இந்தச் சத்தம் கேட்டு உள்ளே வந்த தீயணைப்பு அதிகாரி அக்கணத்தில் உள்ளே என்ன நடந்திருக்கும் என்பதைப் புரிந்துகொண்டு மெல்லப் புன்னகைத்தார்.

"எல்லோரும் போய் ஒருமுறை உயிர் மிதவையை செக் பண்ணுங்க"என அனைவரையும் அந்த அதிகாரியுடன் அனுப்பிவிட்டு, அவர்களுடன் வெளியே செல்லும் அர்ச்சனாவின் கைகளைப் பிடித்து இழுத்து நிறுத்தினான் பாண்டியன். அவளும் மெதுவாக அதைப் புரிந்துகொண்டு, "என்ன பாண்டியா?" எனப் பரிவுடன் கேட்டாள்.

"அர்ச்சனா, கணபதி சார் எப்படியும் வந்துடுவார்"

"எப்படி பாண்டியன்? யாருமே அவருக்குச் சொல்ல லையே"என்றாள் அப்பாவியாக.

"உனக்கு தெரியாது, இந்நேரம் அவருக்கு எப்படியும் மெசேஜ் போயிருக்கும், ஒருவேளை இந்த மழையால தாமதமாகலாம், இல்ல இவரே கூட அவருக்குத் தகவல் சொல்லி இருக்கலாம், அவர் அப்படி வந்துட்டா நான் சொல்றத எல்லாம் அவர்கிட்ட சொல்லு"

"கண்டிப்பா சொல்றேன் பாண்டியன்"

"ஒருவேளை நாங்க அங்க இருக்கறப்ப இருட்டிட்டா, கரையிலிருந்து கார், வேன், லாரி, பஸ்ஸோட ஹெட்லைட் எங்க மேல அடிக்கிற மாதிரி ஏற்பாடு பண்ண சொல்லு, அப்புறம் பசங்க எல்லாரையும் உன்னோட கண்ட்ரோல்ல வச்சிக்கப் பாரு, நீ சொல்லி கேக்கலைன்னா, இது உங்க சீனியரோட உத்தரவுன்னு சொல்லு, பசங்க வழிக்கு வந்துடுவாங்க, முடிஞ்சளவு நம்ம பசங்கள மீடியாவுக்கு

எக்ஸ்போஸ் ஆகாம பாத்துக்கோ, இதெல்லாம் கணபதி சார் வர்ற வரைக்கும்தான், அவர் வந்துட்டா அவரே எல்லாம் பாத்துப்பார், சரியா?''

“நீ சொன்னபடியே செய்றேன் பாண்டியன்''என வாக்குறுதி அளித்தாள் அர்ச்சனா.

“சார், எல்லாம் சரியா இருக்கு'' எனக் கலை வந்து சொன்னவுடன் இருவரும் அந்த உயிர் மிதவைகள் இருந்த இடத்திற்குச் சென்றார்கள். ஒருமுறைக்கு இருமுறை தன் கண்களாலேயே சரிபார்த்த பாண்டியன் சந்தேகப்படும்படியான இடத்தைச் சற்று இழுத்துச் சரிபார்த்துக் கொண்டான். பாலத்தின் இருபுறமும் போக்குவரத்து குறைந்து இருந்தது. காவல்துறையின் கட்டுப்பாட்டுத் தடுப்புகளுக்குப் பின்னால் சில வாகனங்கள் கேமராவுடன் நிற்க, அது செய்தி சேகரிக்கும் நிறுவனங்களுக்குச் சொந்தமானது என்பது தெளிவாகத் தெரிந்தது.

மக்கள் கூட்டம் பாலத்தில் அறவே இல்லாமல் தீயணைப் புத்துறை வீரர்களும், காவல்துறை வீரர்களும், சில அரசாங்க அதிகாரிகளும் அந்தக் கோயிலைக் கைகளால் சுட்டிக்காட்டி விவாதித்தபடியே, அங்கும் இங்கும் நடந்துகொண்டிருந்தார்கள். அந்த தீயணைப்பு அதிகாரி அரசாங்க அதிகாரியுடன் பேசிவிட்டுப் பாண்டியனிடம் வந்தார்.

“பாண்டியன் உங்களையும் என்னோட டிபார்ட்மெண்ட் ஆளுங்கன்னு சொல்லி இருக்கேன், பத்திரமா இந்த ரிஸ்க் ஆபரேஷனை முடிங்க, முதல்ல உங்களுக்கும் பசங்களுக்கும் ஏதும் நடக்காம பார்த்துக்கோங்க, இந்த மழை நின்னுடுச்சுன்னா ராத்திரி கூட ஹெலிகாப்டர் வந்து காப்பாத்திடலாம்'' என்றார் நம்பிக்கையுடன்.

“நான் பாத்துக்கிறேன் சார், நீங்க உங்க ஆட்களை முதல்ல இந்த மிதவைகள எல்லாம் எடுத்துட்டுப் போய் அங்க வைக்க சொல்லுங்க, எல்லோருக்கும் உங்க யூனிபார்ம்தான் முதல்ல தெரியணும், கொஞ்சம் கேப்ல நாங்க வந்து ஆரம்பிச்சுட்றோம்” என்றான் பாண்டியன். அவர் அவனது தோளைத் தட்டிவிட்டுத் தனது வீரர்களுடன் பாலத்தின் மையத்திற்குச் சென்றார். அவருடன் சென்ற எட்டு தீயணைப்பு வீரர்களும் அந்த மிதவைகளைச் சுமந்தபடி அவர் கூறிய இடத்தில் வைத்து, பின் இருமுனைகளையும் எதிர் எதிராகத் தூக்கிச் சென்றார்கள். இப்பொழுது கயிற்றின் ஒருமுனையில் இரு மிதவைகள் தனித்தனியாக அந்தக் கயிற்றில் இணைக்கப்பட்டிருந்தது. ஆனால் மற்றொரு முனையில் இரு மிதவைகள் ஒன்றின்மீது ஒன்றாக வைத்து இறுக்கி கட்டப்பட்டு அந்தக் கயிற்றின் முனையில் இணைக்கப்பட்டிருந்தது. அந்த அமைப்பைப் போன்றதொரு நீண்ட கயிற்றில் கட்டப்பட்ட வேறொரு அமைப்பும் ஒன்றன்பின் ஒன்றாக அங்குக் கிடத்தப்பட்டிருந்தது.

22

பாண்டியன், அர்ச்சனா, விஜய் மற்றும் ஆர்த்தி நால்வரும் பாலத்தின் மையத்தில் வந்துநின்று அங்கு போடப்பட்டிருக்கும் கயிறு கோயிலை மையமாக வைத்து நடுவில் இருப்பதை உறுதிசெய்து கொண்டார்கள். அதே நேரத்தில் மழையின் ஊடே ஏதோ சலசலப்பு கேட்க, நால்வரும் திரும்பிப் பார்த்தார்கள். இரண்டு தீயணைப்பு வீரர்கள் இரு பெண்களையும் ஓர் ஆணையும் அழைத்து வருவது தெரிந்தது. அவர்கள் அருகில் வந்தவுடன் ஒரு தீயணைப்பு வீரர், “சார், இவங்க அந்தக் குழந்தைகளை பெத்தவங்க, உங்கள பாத்தே தீரணும்னு

கதறுறாங்க, எங்களால அவங்கள தடுக்க முடியல''எனத் தங்களின் இயலாமையை ஒப்புக்கொள்வது போல் இரக்கம் கொண்ட குரலில் கூறினார்கள். பாண்டியன் அவர்களின் நிலைமையைப் புரிந்துகொண்டு, ''கவலைப்படாதீங்க அக்கா, அவங்களுக்கு ஒன்னுமாகாது, அவங்களோட தான் நாங்க கரை ஏறுவோம்''எனச் சொல்லிக் கொண்டிருக்கும்போதே ஒரு பெண்மணி அவன் காலில் விழுந்தாள்.

''ஐயா, எங்க குல வாரிசை காப்பாத்துங்க, உங்கள குலதெய்வமா நாங்க வாழ்க்கை பூரா கும்பிடுவோம்''எனக் கண்கள் கலங்க, பாண்டியன் திடுக்கிட்டுப் பின்னே நகர்ந்துகொண்டான். அர்ச்சனா ஓடிச்சென்று அந்தப் பெண்மணியை அணைத்து, ''என்ன பண்றீங்க நீங்க? உங்களோட தம்பி மாதிரி அவரு, உங்க பசங்கள எப்படியும் காப்பாத்திடுவாங்க'' என அவளும் உடைந்த குரலில் தன் கண்ணீரைத் துடைத்தபடி அப்பெண்மணியை அணைத்துக் கொண்டாள்.

ஆர்த்தி தன் முகத்தை மூடிக்கொண்டு தன் அழுகையைக் கட்டுப்படுத்த முயற்சி செய்தாள். ஆனாலும் அவளால் தன் இதயத்தை வெடித்துக்கொண்டு பீறிட்டுவரும் அந்த உணர்வில் தானும் ஒருகாலத்தில் இப்படித்தானே துடித்தோம் என தன் இதயத்தை பிழியும் அந்த வேதனையை கட்டுப்படுத்த முடியாமல் கண்களில் வழியும் கண்ணீரோடு கதறிவிட்டாள். பாண்டியன் ஓடோடிச் சென்று அவள் தோளைத் தொட்டதுதான் தாமதம், அவனது நெஞ்சில் சாய்ந்து குலுங்கிக் குலுங்கி அழ ஆரம்பித்தாள். அங்கிருந்த குழந்தைகளின் தாய்மார்கள் இவள் எதற்கு இப்படி அழுகிறாள் என்று தங்களது அழுகையை நிறுத்திவிட்டு ஆர்த்தியை ஆச்சரியமுடன் பார்த்தார்கள். பாண்டியன் அர்ச்சனாவைப் பார்க்க, அவளும் அதைப் புரிந்துகொண்டு ஓடோடிச் சென்று

ஆர்த்தியைப் பாண்டியனிடமிருந்து விலக்கி கட்டிப்பிடித்துக் கொண்டாள். பாண்டியன் மற்ற அனைவரையும் போகச் சொல்லிவிட்டு இரண்டு தீயணைப்பு வீரர்களையும் பார்த்து, "இப்ப உங்க சார் கிட்ட சிவப்புக்கொடியை எடுத்துவர சொல்லுங்க" என்றான்.

"சார், அதோ அவரே வந்துட்டு இருக்கார்" என அவர்கள் அவனது பின்புறத்தைக் காண்பித்தார்கள். அங்கே அந்தத் தீயணைப்பு அதிகாரி நான்கைந்து அரசாங்க அதிகாரிகளுடனும் சில தீயணைப்பு வீரர்களுடனும் கையில் சிவப்புக்கொடியைத் தாங்கியபடி நடந்து வந்துகொண்டிருந்தார். விஜய்யின் கண்கள் மிதமாகக் கலங்கியிருந்தாலும், அவனது மனம் அங்கு நடந்த நிகழ்வில் பெரிதும் பாதிக்கப்பட்டிருந்தது. அவனும் கோயிலில் உட்கார்ந்திருந்த சிறுவர்கள் சிறு உருவங்களாகத் தெரிவதை மழையினூடே பார்த்தான்.

"பாண்டியன், எல்லாமே சரியா இருக்கு. ஆரம்பிச்சுடலாமா" எனத் தீயணைப்புத்துறை அதிகாரி பாண்டியன் அருகில் வந்த உடனே கேட்டார்.

"சார், மீடியா... மத்த கவர்மெண்ட் ஆபிஸர்ஸ் வந்தா நீங்களே சமாளிங்க, எங்களை மாட்ட விட்டுடாதீங்க"

"நான் பாத்துகிறேன் பாண்டியன், எங்க ஆளுங்க அங்க வர்றவரைக்கும் தாக்குப் பிடிங்க அது போதும்"

"அப்படியே செய்றோம் சார், குழந்தைகளைக் கரையில கொண்டுவந்து உங்ககிட்ட ஒப்படைக்கிறோம்" என்றான்.

"என்னம்மா இது... பையில என்ன வச்சிருக்கீங்க?" என அர்ச்சனாவின் கையில் வைத்திருந்த நெகிழிப் பையினால் கட்டப்பட்டிருந்த அந்தப் பொருட்களைப் பார்த்தவாறு கேட்டார் அந்தத் தீயணைப்பு அதிகாரி.

"பசங்களோட பெத்தவங்க கொடுத்தாங்க சார், அந்த பசங்களுக்கு பிஸ்கட், ப்ரூட்டி, ஸ்வீட் ரொம்ப பிடிக்குமாம், பாண்டியன் சார் தான் கொண்டுபோகப் போறார்" என்றாள் அர்ச்சனா. பாண்டியனும் அதை மறந்துவிட்ட யோசனையில் அவளிடமிருந்து அதை வாங்கித் தண்ணீர் உள்ளே போகாத வண்ணம் சுற்றப்பட்டிருக்கிறதா எனப் பரிசோதித்துவிட்டு தனது இடுப்பில் அதைக் கட்டிக்கொண்டான். எல்லோரும் தயாரான நிலையில் விஜய் பாண்டியனை நெருங்கி, "சார்" என்றான்.

"என்ன விஜய்?"

"ஒரு நிமிஷம் இங்க வாங்க சார்" என அவனது கையைப் பிடித்துக்கொண்டு சிறிது தூரம் இட்டுச் சென்றவன், அப்படியே ஆர்த்தியையும் அர்ச்சனாவையும் அருகில் வருமாறு அழைத்தான். அவர்களும் அவனிடம் வந்தவுடன், தனது சிவப்புநிற தலைக்கவசத்தைக் கழட்டி தனது வலது உள்ளங்கையை அனைவருக்கும் முன்நீட்டினான். அவனது செயலைப் புரிந்துகொண்ட ஆர்த்தியும் தனது சிவப்புநிற தலைக்கவசத்தை கழட்டிவிட்டு தனது வலதுகை உள்ளங்கையை அவனது உள்ளங்கையில் வைத்தாள். பாண்டியனும் எதுவும் சொல்ல முடியாமல் இருவரையும் கூர்ந்துப் பார்த்துவிட்டு தனது சிவப்புநிற தலைக்கவசத்தைக் கழட்டிவிட்டு ஆர்த்தியின் கையின் மேல் தனது வலது கையை வைத்தான். விஜய் மேற்கொண்டு எதுவும் சொல்லாமல் அர்ச்சனாவைப் பார்க்க அவளும் தனது பச்சைநிற தலைக்கவசத்தைக் கழட்டிவிட்டு பாண்டியனின் கையின்மேல் தனது வலது கையை வைத்தாள். விஜய் கண்களை மூடி சிலநொடிகள் எதையோ முணுமுணுத்து விட்டுப் பின் கண்களைத் திறந்து, "நம்ம உயிரே

போனாலும் நாம அவங்கள காப்பாத்தியாகணும்" என்றான். அவனது குரலில் தெரிந்த உறுதி ஏதோ கட்டளை போல் வந்துவிழுந்தது. அதில் லயித்துபோன மூவரும், "நம்ம உயிரே போனாலும் நாம அவங்கள காப்பாத்தியாகணும்" என்றார்கள். விஜய் அவர்கள் சொல்லி முடிக்கும்வரை காத்திருந்தவன், அவர்கள் முடித்தவுடன் ஆர்த்தியை அழைத்துக்கொண்டு மேலும் எதுவும் சொல்லாமல் தங்களது கயிற்றினால் கட்டப்பட்டிருந்த மிதவையின் முனைக்குச் சென்றான். பாண்டியனும் அர்ச்சனாவும் கயிற்று முனையின் மற்றொருபுறம் இருந்த மிதவையின் இடத்திற்கு சென்றார்கள்.

"பாண்டியன், ரெண்டு பேரும் ரொம்ப எமோஷனலா இருக்காங்க, ஏதாவது தப்புப் பண்ணிட போறாங்க" என்று அர்ச்சனா தனது கவலையைத் தெரிவித்தாள்.

"கடிவாளம் என்கிட்ட இருக்கு அர்ச்சனா, அவ்வளவு சீக்கிரமா அதை விட்டுட மாட்டேன், விஜய்க்கு நாங்களே இதைச் செஞ்சு முடிக்கணும்னு ஆசை போல, அதான் இப்படி சென்சிட்டிவா பேசிட்டான்" என்றான் உறுதியுடன். அவன் சொல்லிக்கொண்டிருக்கும் போதே அர்ச்சனா திரும்பி விஜய்யையும் ஆர்த்தியையும் பார்த்தாள். அதேகணம் ஆர்த்தியும் திரும்பி இவர்களைப் பார்க்க, "பாண்டியன், ஆர்த்தி ஏதோ உன்கிட்ட சொல்லணும்னு உன்ன பாக்குறா" என்றாள்.

"அவ என்ன சொல்லுவான்னு எனக்குத் தெரியும், நீ கணபதி சார் வந்தா எப்படியாவது சமாளி" என்றான். அவன் தனது உயிர் மிதவை இருக்கும் இடத்திற்கு வர அங்கே கலையும் இரண்டு தீயணைப்பு வீரர்களும் இருந்தார்கள்.

"சரி, பாலத்துல லைட் கம்பத்துக்கு அந்தப்பக்கம் கயித்தைத் தூக்கிப் போடுங்க" என்றான் பாண்டியன். அவன் சொல்வதை

செய்து முடிக்க அவர்கள் எத்தனிக்கும்போது மறுபுறம் முப்பது மீட்டர் தொலைவில் இருந்த இரு மிதவைகளையும் தூக்கி வைக்குமாறு கையசைத்து சமிக்ஞை செய்தார்கள். முப்பது மீட்டர் நீளம் கொண்ட ஒரு கயிற்றின் ஒருமுனையில் பாண்டியன் செல்லப்போகும் இரண்டு உயிர் மிதவைகள் ஒன்றாகக் கொண்ட அமைப்பும் மறுமுனையில் ஆர்த்தியும் விஜய்யும் பயணிக்கப் போகும் உயிர் மிதவைகள் இரண்டும், சரியாகப் பாலத்தின் மேலிருந்த விளக்குக் கம்பங்களைத் தாண்டி வெள்ளம் சென்றுகொண்டிருக்கும் பக்கமாக எந்தத் தடங்கலும் இல்லாதவாறு வைத்தார்கள்.

பாண்டியன் பாலத்தின் சுவரில் ஏறி அந்த மிதவையின் வளையத்திற்கு உள்ளே தனது உடலை நுழைத்து அக்குளுக்கு அடியில் அதைக் கெட்டியாகப் பிடித்துக்கொண்டான். அவனைப் போலவே விஜய்யும் ஆர்த்தியும் அப்படியே செய்தார்கள். எல்லாம் சரியாக இருக்கிறதா எனத் தீயணைப்புத்துறை அதிகாரி ஆற்றின் பக்கமாகத் தொங்கிக்கொண்டிருந்த கயிற்றைத் தூக்கிப் பார்த்து எந்த இடைஞ்சலும் இல்லை என்பதை உறுதிப்படுத்திக் கொண்டார். தனது வலதுபக்கம் பதினைந்து மீட்டர் தொலைவில் இருந்த பாண்டியனைப் பார்த்து வலது கட்டைவிரலைச் செங்குத்தாகக் காட்டித் தயார் எனக் காட்டினார். பாண்டியனும் தனது வலதுகை கட்டைவிரலைத் தூக்கி நானும் தயார் என்றான். அதேபோல் தனது இடதுபக்கம் இருந்த விஜய்யையும் ஆர்த்தியையும் பார்த்துக் கேட்க அவர்களும் தங்களது வலதுகை கட்டை விரலை உயர்த்தி காண்பித்து உறுதி செய்தார்கள். பாண்டியன், விஜய் மற்றும் ஆர்த்தி மூவரும் அவரது சிவப்புக்கொடி அசைப்பிற்குத் தயாராக இருக்க, அவரோ வெள்ளத்தில் தூரத்தில் தெரிந்த அந்தக் கோயிலைப் பார்த்து கைகூப்பி கும்பிட்டு விட்டு, ஒருமுறை இரண்டு பக்கமும்

பார்த்துத் தலையசைத்தபடி கொம்பில் கட்டப்படிருந்த சிவப்புக்கொடியைத் தன்முன்னே நீட்டி மேலிருந்து கீழாக ஒருமுறை பலமாக அசைத்தார். அடுத்த நொடியே பாண்டியன் ஒருமுனையிலும், மறுமுனையில் விஜய்யும் ஆர்த்தியும் வெள்ளத்தில் குதித்தார்கள். அவர்கள் மூவரும் குதிக்கும் அதே நேரத்தில் அவர்களை இணைத்துள்ள கயிறும் ஆற்றில் தொப்பென்று அவர்களுடன் விழுந்தது.

23

பாண்டியன் அந்த வெள்ளத்தில் குதித்த மறுநொடியே மேலே வந்து மிதக்கத் தொடங்கினான். ஆனால் குதிக்கும்போது மிதவை தனது உடலில் மோதியதால் ஏற்பட்ட வலியையும் உணர்ந்தான். ஒருவேளை இரண்டு மிதவைகளை இணைத்து இருப்பதால் ஏற்பட்டிருக்கலாம் என நிமிர்ந்து பார்த்தான். தண்ணீர் மோதியதில் தலைக்கவசம் சற்று தனது இருப்பைத் தளர்த்தி இருந்தது. அதை சரி செய்துவிட்டு விஜய்யையும் ஆர்த்தியையும் பார்த்தான். அவர்களின் தலைக்கவசம் தெரிந்ததே ஒழிய முகம் தெரியவில்லை. உடனே தனது இடதுகையைத் தூக்கி தனது உள்ளங்கையை அவர்கள் பக்கம் காட்டினான். சில நொடிகளில் விஜய்யின் உள் ளங்கை தெரிய, சற்று நிம்மதியுடன் வெள்ளத்தின் போக்கிற்கு ஏற்றவாறு செல்லும் மிதவையின் வேகத்திற்கு ஈடு கொடுத்து நீந்தினான். வெள்ளம் அப்படி ஒன்றும் பெரும் சிரமத்தை அவனுக்கு வழங்காமல் இருப்பதாய் அவனுக்குத் தோன்றியது. ஆனால் தான் மற்றொருபுறம் விஜய்யும் ஆர்த்தியும் இருக்கும் பக்கமாக இழுக்கப்படுவதை உணர்ந்தான். உடனே வேகவேகமாக அதற்கு எதிர்புறமாக நீச்சலடிக்க முயற்சித்தான். சில நொடிகளில் அந்த இழுவிசை

தளர்ந்துவிட்டதை அறிந்து கைகளின் வேகத்தை குறைத்துக் கொண்டான். தன்னைப் போலவே ஆர்த்தியும் விஜய்யும் இப்படிப்பட்ட இழுவிசையில் சிக்குண்டு இருப்பார்களோ என்று சந்தேகம் கொண்டு தலையை உயர்த்தி அவர்களைப் பார்த்தான்.

அவர்களது முகங்கள் தெளிவாகத் தெரிய, அவர்கள் அந்தக் கோயிலை நோக்கி கவனம் வைத்திருப்பதை அறிந்துகொண்டான். அவனது நகர்வின் உண்மைநிலை உறைக்க அவனும் கோயிலைப் பார்த்து தான் சரியாக செல்கிறோமா எனச் சரிபார்த்தான். அப்போதுதான் புரிந்தது, அவன் சற்று விஜய்யும் ஆர்த்தியும் மிதக்கும் பக்கத்திற்கு வந்துவிட்டான் என்று. இப்படியே போனால் ஒருவேளை அவனும் அவர்கள் இருக்கும் பக்கமாக இணைந்து மூவரும் அருகருகே செல்ல வேண்டியதாகிவிடும் என நினைத்தான். அப்படி நடக்கும் பட்சத்தில் கோயில் கோபுரத்தின் நடுவில் இவர்களை இணைத்திருக்கும் அந்தக் கயிறு தடைபடாமலே போய் மூவரும் ஒரே பக்கமாகச் சென்று பயனில்லாத முயற்சியாக இது முடிந்துவிடும் என்று தோன்றியது. எனவே தனக்கு வலதுபுறமாக வேகவேகமாக நீச்சலடிக்க ஆரம்பித்தான். அவனது அந்தச் செயலால் இழுவிசை அதிகரித்தது. அதையும் மீறி வலதுபுறமாகச் செல்வதிலேயே குறியாக இருந்தான். சிலநொடிகளில் அவனுக்கு வெற்றிக் கிட்டியதுபோல் தோன்ற அவன் தலைநிமிர்ந்து பார்த்தான். அவன் நினைத்தது போலவே கோயிலின் வலதுபக்கம் அவன் அதிக தூரத்திலும் இடதுபக்கத்தில் விஜய்யும் ஆர்த்தியும் குறைந்த தூரத்திலும் மிதந்து சென்று கொண்டிருந்தார்கள். மேலும் எப்படியும் நானூறு மீட்டர் தொலைவு கடந்துவிட்டிருப்போம் என்று அவனுக்குத் தோன்றியது. அதே வேளையில் விஜய்யும் ஆர்த்தியும்

சிறு வாக்குவாதத்தில் ஈடுபட்டபடியே மிதந்து சென்று கொண்டிருந்தார்கள்.

"நீ சொன்னேன்னு இந்தப் பக்கமா நீச்சல் அடிச்சது எப்படி தப்பா போயிடுச்சு பாரு, அங்கே பாண்டியன் ஏதோ நம்ம கூடவே வந்துடுவார்னு எதிர்த்து நீச்சல் அடிக்கிறார் பாரு" என்றான் விஜய்.

"என் ஐடியா எல்லாம் கரெக்டுதான், அவரை நம்ம பக்கம் கொஞ்ச கொஞ்சமாய் இழுத்துட்டா அப்படியே நாம அங்க அந்தக் கோயில கிராஸ் பண்ணும்போது அவர் அந்த பசங்க கிட்டக்க இருப்பார், நாம தூரமா போயிடுவோம், அப்ப அவருக்கு அந்த பசங்க கிட்ட போக வசதியா தானே இருக்கும், ஒருவேளை அவர் அந்த பாலத்தோட சுழற்சியில மாட்டாம கூட போலாம்" என்றாள் ஆர்த்தி.

"உன் ஐடியா நல்லாதான் இருக்கு, ஆனா அப்படி செஞ்சா பேலன்ஸ் தவறிடும் ஆர்த்தி, ஒருவேளை அவர் அப்படியே கோயில சுத்திக்கிட்டு நகர முடியாம போலாம்"

"சரி இப்ப என்ன பண்ணலாம்" எனக் கேட்டாள்.

"நீ சொன்னது ஒருவிதத்துல சரிதான், ஆனா அதை இப்ப பண்ண வேண்டாம், கோயில் கிட்டக்க போகும்போது அதப் பண்ணுவோம்" என்றான் விஜய்.

இது எதுவுமே தெரியாத பாண்டியன் வெள்ளம்தான் அவனை அலைக்கழிக்கிறதோ என்று சற்றுப் பயந்து எதிர்வினை ஆற்றிவிட்டான். உண்மையில் ஆர்த்தியும் விஜய்யும் அவனுக்கு உதவிதான் செய்தார்கள். ஆனால் அதை அவனுக்குத் தெரியாமலே செய்தார்கள். அதுதான் அவனுக்குப் பிரச்சனையாகி விட்டது. அதனால் பாண்டியன் மீண்டும் மீண்டும் தலைதூக்கி தாங்கள் சரியான இடைவெளியில்தான்

சென்று கொண்டிருக்கிறோமா எனச் சரிபார்த்துக் கொண்டே இருந்தான்.

மேலும் பாறைகள் இல்லாத வெறும் மணற் பரப்பைக் கொண்ட அந்த நதிப்படுகை அவனுக்குப் பெரியதாக எந்த ஓர் இடைஞ்சலும் தரவில்லை. ஆனாலும் கூட சில இடங்களில் ஏற்பட்ட நீர் சுழற்சிகளின் காரணமாக அவன் அப்படியும் இப்படியும் ஒவ்வொரு முறையும் சுழல வேண்டியதாக இருந்தது. அவர்கள் ஏறக்குறைய அறுநூறு மீட்டர்கள் கடந்திருந்த நிலையில் விஜய்யின் வலது உள்ளங்கை தெரிவதைப் பாண்டியன் கவனித்து, அதற்கு தானும் பத்திரமாக வருவதாக அவனைப் போலவே தனது இடதுகையின் உள்ளங்கையைத் தூக்கிக் காண்பித்தான்.

''பாண்டியன் சேஃபாதான் வராரு ஆர்த்தி, உனக்கு ஏதாவது கஷ்டமா இருக்கா'' எனக் கேட்டான் விஜய்.

''அவருக்குப் பிரச்சனை இருந்தாலும் இப்போதைக்குச் சொல்ல மாட்டார், எனக்குக் கால்ல நீச்சல் அடிக்கிறது தேவையில்லையோன்னு தோனுது, போற வேகத்துல அப்படியே தக்கை மாதிரி உடம்பை வச்சிக்கிட்டா போதும்''

''அதைத்தானே நான் செஞ்சிட்டு வரேன், தேவைப்பட்டா தான் காலையே யூஸ் பண்றேன், நீ வேணும்னா மிதவை மேல அப்படியே படுத்துக்கோயேன், ஒரு பறவை மாதிரி. மத்ததை நான் பாத்துக்கிறேன்''

''உன்னோட மிதவையும் என்னோட மிதவையும் மோதும்போது பேலன்ஸ் தவறிடும் விஜய்'' என்றாள் ஆர்த்தி. கயிற்றின் ஒருமுனையில் இரு மிதவைகளும் கட்டப்பட்டிருந்ததால் அடிக்கடி அவர்கள் மிதவைகள் லேசாக மோதிக்கொண்டன. அவர்கள் மிதவைகளின் வளையத்திற்குள் தங்கள் உடலை

உட்படுத்தி தங்கள் அக்குளில் அதை அணைத்திருந்தார்கள். ஆனால் சாவகாசமாகக் கால்களிலும் நீச்சலடித்தபடி இருந்தார்கள்.

பாண்டியனுக்கு நீச்சல் அடிப்பது சற்று கடினமாகதான் இருந்தது. வெள்ளத்தின் மேற்பகுதியில் செல்லும் தண்ணீரின் தன்மையைப் போல் உட்பகுதியில் அப்படியில்லாமல் இருப்பதை தன் கால்களின் அசைவில் உணர்ந்தான். ஒருவேளை சின்னச்சின்ன பாறைகளும் அல்லது ஆற்றுக்கே உரிய கோரைகளின் அடர்த்தியாலும் கூட இருக்கலாம் என்று நினைத்தான். கோரைப்புற்கள் எல்லாம் வளைந்து தரைமட்டமாகி இருக்கலாம். எனவே அது அப்படி ஒன்றும் பெரிய பாதிப்பை ஏற்படுத்திவிடப் போவதில்லை. மேலும் விஜய்யையும் ஆர்த்தியையும் தலைதூக்கிப் பார்த்தான். அவர்கள் தலைகளின் அசைவில் இருந்தே தங்களுக்குள் ஏதோ விவாதித்துக் கொண்டிருப்பது போல் தெரிந்தது. அவனுக்கு அருகில் இருந்த வலதுபக்க ஆற்றங்கரையில் வளர்ந்திருந்த சிறுசிறு புதர்களுக்கும் மரங்களுக்கும் இடையில் மனிதர்களின் பலவண்ண உடைகளும் தெரிந்தன. பலர் மழைக்குடையுடன் கரையின் மேற்புறத்தில் இருந்த சாலையில் நின்றுகொண்டிருப்பதும், சில வாகனங்கள் சாலையில் மெதுவாகச் செல்வதையும் கவனித்தான். இப்படி விடாமல் மணிக்கணக்கில் மழை பெய்வதை வாழ்வில் சிலமுறை மட்டுமே பார்த்திருக்கிறான். அப்பொழுதெல்லாம் மிகச் சௌகரியமாக வீட்டிலோ அல்லது பாதுகாப்பான இடத்திலோ இருந்துகொண்டு ஜன்னல் வழியே தெரியும் மழையின் கோர தாண்டவத்தைப் பார்த்துக்கொண்டேயிருப்பான். காற்றின் போக்கில் கொட்டிக்கொண்டிருக்கும் மழையும் அதனுடன் நடனம் ஆடுவதாகத்தான் தோன்றும். ஆனால் அதே விஷயங்கள் இப்பொழுது அவனது

குறிக்கோளுக்குத் தடையாக இருக்கின்றன. இன்னும் மழை பெய்துகொண்டிருப்பதால் ஆற்றில் வெள்ளம் மேலும் உயரக்கூடும் என்பதை உணர்ந்தான்.

முடிந்தளவு விரைவாக இந்த வேலையை முடித்துவிட வேண்டும் என்ற அவசரம் கொண்டு இன்னும் கோயில் எவ்வளவு தூரத்தில் இருக்கிறது என எட்டிப் பார்த்தான் பாண்டியன். கோயிலின் கோபுரம் தெளிவாகவும் அதில் இரு சிறுவர்கள் எதையோ பிடித்தபடி அமர்ந்திருப்பதும் ஒரு சிறுவன் மட்டும் கோபுரக்கூம்பின் கலசத்தைக் கட்டி அணைத்தபடி உட்கார்ந்து இருப்பதும் மழையினூடே தெளிவில்லாமல் தெரிந்தது. எப்படியோ பாதி தூரம் கடந்து வந்துவிட்டோம் என்று தோன்றினாலும் இனிமேல்தான் ஆபத்தான கட்டமே காத்திருக்கிறது என்ற உண்மையும் மனதில் எழுந்தது. தீயணைப்பு அதிகாரி குறிப்பிட்டது போல் அந்த தரையடி பாலத்தினால் ஏற்படும் இழுவிசை எந்தளவு இருக்கும் என்பதைக் கணிக்க முடியாமல் இருப்பது துரதிஷ்டமானது. அதைக் கடந்துவிட்டால் போதும். எப்படியும் சமநிலைக்கு வந்துவிடலாம். அதேநேரம் விஜய்யையும் ஆர்த்தியையும் எச்சரிக்கும் தொனியில் இடதுகையை உயர்த்தி உள்ளங்கையை அவர்கள் பக்கம் காட்டினான். சில நொடிகளிலே விஜய்யின் பதில் கையசைப்பைப் பார்த்துச் சற்று நிம்மதி அடைந்தான். அதேசமயம் அங்கே விஜய்யும் ஆர்த்தியும் வேறொன்றைப் பற்றி விவாதித்தார்கள்.

"விஜய், பாண்டியன் நம்மை எச்சரிக்கை செய்யதான் கைக்காட்டினார்ன்னு நினைக்கிறேன், கிட்ட வந்துட்டோமான்னு பாரு" என்றாள் ஆர்த்தி.

"எனக்கும் அப்படித்தான் தோனுது ஆர்த்தி, கோயில்ல இருக்கற பசங்க மங்கலா தெரியுறானுங்க, இங்கிருந்து

பாத்தா சரியா தெரியல, இன்னும் கொஞ்ச தூரம் போனதும் தெரியும்'' என்றான் விஜய்.

''அப்ப இன்னும் கொஞ்சம் தூரம்தான் இருக்கும் போல, நம்ம வேலையை ஆரம்பிக்கலாமா'' எனக் கேட்டாள்.

''இப்ப வேணாம், இப்பப் பண்ணினா சார் வேற மாதிரி ரியாக்ட் பண்ணுவாரு, கொஞ்ச தூரம் போகட்டும்'' என்றான் விஜய். ஆனால் ஆர்த்தி அவர்களின் மிதவைகளை இடப்பக்கமாக நீச்சலடித்து இழுத்துச் சென்றாள். அதனால் கயிற்றில் பிணைக்கப்பட்ட பாண்டியன் அப்படியே அவர்கள் பக்கம் சிறுகச்சிறுக வந்துவிடக் கூடும். அப்படி அவன் வந்துவிட்டால் அவர்கள் கயிறு அந்தக் கோயிலில் முட்டி தடுத்து நிறுத்தப்படும்போது விஜய்யும் ஆர்த்தியும் சற்று தொலைவில் போயிருப்பார்கள். ஆனால் பாண்டியன் கோயிலுக்கு மிக அருகில் இருக்கக்கூடும். எனவே பாண்டியன் அந்த இணைக்கப்பட்ட கயிற்றைப் பிடித்து மெல்லமெல்ல முன்னேறி எளிதில் அந்தச் சிறுவர்களை அடைந்துவிடலாம். அதன் பொருட்டே ஆர்த்தி இடதுபுறமாக நீச்சல் அடிக்க ஆரம்பித்தாள். அவளின் செயலால் ஏற்பட்ட கயிற்றின் இறுக்கத்தை விஜய்யால் உணர முடிந்தது. எனவே அவனும் மெதுவாக இடதுபக்கம் செல்லுமாறு நீச்சலடிக்க ஆரம்பித்தான்.

பாண்டியன் கயிற்றின் இழுவிசையை உணர்ந்தாலும் அதைப் பெரியதாக எடுத்துக்கொள்ளாமல் அதன் போக்கிலேயே செல்லுமாறு அமைதியாக இருந்தான். சிறுவர்களை அடைய இன்னும் கொஞ்சம் தூரம்தான் இருக்கிறது எனத் தலைதூக்கிப் பார்த்தவன், தான் சற்று நெருங்கியும் விஜய்யும் ஆர்த்தியும் சற்று விலகியும் இருப்பது தெரிந்தது. வெள்ளத்தின் ஓட்டத்தில் இதை அறியாமல் போய்விட்டோமோ எனத் தனது வலதுபுறமாக மிதவை செல்லுமாறு நீச்சலடித்தான்.

கயிற்றின் இறுக்கத்தினால் பாண்டியன் எதிர்வினையாற்றுவதை இருவரும் உணர்ந்தனர்.

“ஆர்த்தி அவர் அந்தப் பக்கம் போக நீச்சல் அடிக்கிறார், இந்த ஐடியாவை நீ மொதல்லேயே சொல்லி இருக்கலாம்” என்றான் விஜய்.

“எனக்கே தண்ணிக்குள்ள வந்து இந்த சூழ்நிலையை பார்த்த பிறகுதான் தோனுச்சி விஜய்” என்றாள் நீச்சலடித்தபடியே.

“இப்ப என்ன பண்ணலாம்”

“நீ கைத்தூக்கி ஏதாவது சிக்னல் கொடுத்து அவரை டைவர்ட் பண்ணு, அதுக்குள்ள நான் முடிஞ்ச மட்டும் அவரை இந்தப் பக்கம் இழுத்துட்றேன்” என்றாள் ஆர்த்தி. விஜய்யும் அவள் சொல்வதைப் புரிந்துகொண்டு நீச்சல் அடிப்பதை நிறுத்திவிட்டுத் தனது வலது உள்ளங்கையைத் தூக்கிப் பாண்டியனை நோக்கிக் காட்டினான். அதைக் கவனித்த பாண்டியன் இந்தநேரத்தில் இவன் எதற்கு இப்படிச் செய்கிறான் எனக் குழம்பினான். தான் நீச்சல் அடிப்பதை நிறுத்திய பிறகுதான் அவனுக்குப் பதில் சொல்ல முடியும் என்பதால் சற்றுத் தயக்கம் காட்டினான். ஆனால் விஜய் விடாமல் சமிக்ஞை செய்தபடியிருக்க, வேறு வழியில்லாமல் நீச்சல் அடிப்பதை நிறுத்திவிட்டு, விஜய்க்கு பதில் சமிக்ஞை செய்தான். பாண்டியன் பதில் அளித்தும் விஜய் கைகளை இறக்காமல் இருப்பதைக் கவனித்த பாண்டியன் சற்றுக் கலக்கமானான். அதேசமயம் தன் மிதவை அவர்கள் பக்கமாக மெல்ல மெல்ல இழுக்கப்படுவதையும் உணர்ந்தான். அப்படியே தலைதூக்கிக் கோயிலின் திசையைக் கணக்கிட முயற்சித்தான். அப்பொழுதுதான் அவனுக்கு விஜய் மற்றும் ஆர்த்தியின் சூட்சும நடவடிக்கைகள் புரியத் தொடங்கியது. பாலத்திலிருந்து குதிக்கும்பொழுது இருவருக்கும் இடையே

பதினைந்து மீட்டர் தூர இடைவெளி கோயிலின் கோபுரம் மையமாக இருந்தது. ஆனால் இப்பொழுது அவன் பத்து மீட்டருக்கும் குறைவான இடைவெளியிலும் ஆர்த்தியும் விஜய்யும் இருபது மீட்டருக்கு மேற்பட்ட இடைவெளியிலும் மிதந்துகொண்டு இருந்தார்கள். பாண்டியன் இப்படிப்பட்ட யோசனை எல்லாம் ஆர்த்திக்கு மட்டுமே சாத்தியமானது என்று நம்பினான். அவர்களது செயல் பாண்டியனின் முயற்சிக்கு பெரிதும் உதவி புரியும் என்றாலும் விஜய்யும் ஆர்த்தியும் தரையடிப் பாலத்தின் நீர் சுழற்சியில் மாட்டுவதற்கான அதிக சாத்தியக்கூறுகளை உள்ளடக்கியதாக இருக்கிறது. என்ன செய்வது என்று புரியாமல் பாண்டியன் சிறிது நேரம் அவர்களின் இழுவிசைக்கேற்றவாறு தன்னை ஒப்படைத்தான்.

"விஜய், அவருக்கு நம்ம ஐடியா புரிஞ்சுடுச்சு போல, கொஞ்சம் இறுக்கம் கம்மியான மாதிரி இருக்கு" என்றாள் ஆர்த்தி. விஜய்யும் தனது கையைக் கீழே இறக்கி விட்டு நீச்சலடிக்க, அவனுக்கும் புரிந்து போனது பாண்டியனின் எதிர்வினை ஆற்றாத தன்மை.

"நீ சொல்றது சரிதான் ஆர்த்தி, ஆனா ரொம்ப தூரம் இழுத்துடாதே, ஒருவேளை அப்படியே நம்ம பக்கமா வந்துட போறார்" என விஜய் சொல்லிக் கொண்டிருக்கும்போதே அவர்களின் கயிற்றின் இறுக்கம் முற்றிலும் குறைந்து ரொம்பவும் இலகுவாகிவிட்டது.

"நீ சொன்னது நடந்துடுச்சி விஜய்" என அலறினாள் ஆர்த்தி.

"இப்ப நம்ம வலதுப்பக்கம் நீச்சலடிச்சா கூட பிரயோஜனமில்ல ஆர்த்தி, சார் நம்ம கூட வந்துடுவார் போல" என அவனும் கதறினான்.

24

அங்கே பாண்டியனும் தான் சட்டென இலகுவாகி இழுக்கப்படுவதையும் கயிற்றில் எந்தவித இறுக்கமும் இல்லாமல் இருப்பதையும் உணர்ந்தான். தலைத் தூக்கி கோயிலைப் பார்க்க இன்னும் சில மீட்டர்களே இருந்தன. அவன் விஜய் மற்றும் ஆர்த்தி சென்றுகொண்டிருக்கும் பக்கமாக நகர்வதாகத் தெரிந்தது. தான் மேற்கொண்டு எதுவும் செய்யாமல் இருந்ததால் ஒருவேளை அதுதான் நடந்திருக்கும் என்பதை உணர்ந்து தன்னையே நொந்துகொண்டான். சில நிமிடங்கள் அமைதியாக இருந்தது எவ்வளவு பெரிய மடத்தனமாகப் போய்விட்டது. உடனடியாக தனது உடல் வலிமையைக் கூட்டி வலதுபக்கமாக வேகமாக நீச்சல் அடிக்கத் தொடங்கினான்.

“விஜய் என்னடா பண்ணலாம்” எனக் கவலையுடன் கேட்டாள் ஆர்த்தி.

“அமைதியா இரு, சாருக்கு எப்படியும் நம்ம பண்ண தப்பு தெரிஞ்சிருக்கும், அவர் பாத்துக்குவார்” என்றான் விஜய்.

“ஆனா கயிறு லூசா நம்ப பக்கமா தான் வருது விஜய்” என்றாள் ஆர்த்தி.

“கம்முனு இரு ஆர்த்தி, நாம என்ன சிக்னல் கொடுத்தாலும் அவரால பார்க்க முடியாது”

“என் ஐடியா தப்பா போயிடுச்சா விஜய்”

“நம்பிக்கையா இரு ஆர்த்தி” என விஜய் அவளிடம் சொல்லி விட்டு தலைதூக்கி பாண்டியனைப் பார்வையிட்டான். இப்பொழுது பாண்டியன் அவர்களுக்கு எதிர்புறம் அதிவேகமாக நீச்சல் அடிப்பதைப் பார்த்து சற்று நிம்மதி

கொண்டான். அப்படியே கோயிலைப் பார்க்க தாங்கள் வெகு தூரத்திலும் பாண்டியன் மிக அருகிலும் மிதந்து சென்றுகொண்டிருப்பது தெரிந்தது. அதே சமயம் அவர்களின் கயிற்றில் சிறு இறுக்கம் வளரத் தொடங்கியதை உணர்ந்தான்.

"ஆர்த்தி, கயிறு டைட்டாயிடுச்சு வேகமா கோயிலைப் பார்த்து நீச்சலடி" எனச் சொன்னான் விஜய். ஆர்த்தியும் கயிற்றின் தன்மை புரிந்ததால் வேகமாக நீச்சலடித்தாள்.

"விஜய் ரொம்ப கிட்ட வந்துட்டோம், நீச்சல் அடிக்கிறத விட்டுட்டு மிதவையைக் கெட்டியா பிடிச்சுக்கோ, கயிறு மோதினா கொஞ்சம் ஜெர்க்காக வாய்ப்பிருக்கு" என்றாள் ஆர்த்தி.

"ஆமா ஆர்த்தி, அப்படித்தான் நாம பண்ணனும், ரெடியா இரு, இன்னும் ரெண்டே நிமிஷம்தான்" என்றான் விஜய்.

பாண்டியனுக்குக் கவலை அதிகரிக்கத் தொடங்கியது. அவர்களது இலக்கை அடைய இன்னும் சிலமீட்டர் தூரமே உள்ள நிலையில் கோயில் கோபுரத்தில் அமர்ந்திருக்கும் சிறுவர்களின் கால்களில் இந்தக் கயிறு மாட்டிவிடக் கூடாது என நினைத்தான். அப்படி அவர்கள் மாட்டிக்கொண்டார்கள் என்றால் கயிற்றின் இறுக்கத்தில் வலி அதிகரிக்க அதிலிருந்து தப்பிக்க நினைத்து ஒருவேளை சமநிலை தடுமாறி வெள்ளத்தில் விழுந்துவிடக் கூடும். அவர்களிடம் கால்களை நீருக்கு மேலாக வைத்துக் கொள்ளுங்கள் என எப்படிக் கூறுவது என்று யோசித்தான். ஆனால் சிறுவர்கள் மூவரும் கால்களைத் தண்ணீருக்கு மேல்தான் வைத்திருந்தார்கள். மூவரும் கலசத்திற்கு அருகில் உள்ள சிறு சதுர பரப்பில் அமர்ந்து கலசத்தையும் பக்கத்தில் இருந்த வேலைப்பாடுகள் கொண்ட கான்கிரீட் கூம்புகளையும் பிடித்திருந்தார்கள். அவர்களைப் பார்க்கையில் அவனுக்கு வேதனையாய்

இருந்தது. இவர்கள் அருகில் வருவதைப் பார்த்து சிறுவர்கள் எழுந்து நிற்க முயற்சித்தார்கள். பாண்டியன் அவர்களைப் பார்த்து உட்கார்ந்துகொள்ளும்படி சைகை செய்ய அதை சில நொடிகளில் புரிந்துகொண்டு குத்துக்காலிட்டு அமர்ந்தார்கள். அதேநேரம் ஆர்த்தியும் விஜயும் சிறுவர்களின் முகங்களை அந்த மழையினூடே கவனித்தார்கள்.

"ரொம்ப தொப்பலா நனைஞ்சிருக்காங்க ஆர்த்தி, பேசாம டிரஸை கழட்டி இருக்கலாம், நாளைக்கு ஜுரம் வந்தாலும் வந்துடும் அவங்களுக்கு" என்றான் விஜய்.

"சின்ன பசங்க தானே விஜய், ஏதோ இதுவரைக்கும் பயப்படாம தைரியமாக இருக்காங்களே, அதுவே பெரிய விஷயம்தான், இதுல குட்டிபையன் ஒருத்தன் இருக்கான் பாரு" என்றாள் ஆர்த்தி.

"அந்த ரெண்டு பேர்ல யாரோட தம்பியாவாவது அவன் இருப்பான், நம்மள பாத்துட்டுச் சிரிக்கிறாங்க பாரு, நீ கைக்காட்டு" என விஜய் கூற ஆர்த்தியும் சில மீட்டர் தொலைவில் இருந்த அவர்களைப் பார்த்துக் கையை அசைத்தாள். அவர்களும் சிரித்தபடி ஒரு கையைத் தூக்கி அசைத்தார்கள்.

"அவங்க நனைஞ்சிருக்கிறத பார்த்தா பாவமா தான்டா இருக்கு, நாம ஏதாவது துண்டை எடுத்துட்டு வந்து இருக்கலாம்" என்றாள் ஆர்த்தி.

"இந்த மழையில அதுக்கப்புறமும் அவனுங்க நனையதானே போறாங்க, அதுக்கு இது எவ்வளவோ மேல்" என விஜய் சொல்லிக் கொண்டிருக்கும்போதே அவர்கள் சிறுவர்களின் கிடைமட்டத்தில் அவர்களைக் கடந்து சென்றுகொண்டிருந்தார்கள்.

"ஆர்த்தி ரெடியா இரு" என அவன் சொல்லி முடிப்பதற்குள் கயிற்றின் நடுப்பகுதி கோயில் கோபுரத்தில் முட்டுவதைக் கயிற்றின் இழுவிசையில் உணர்ந்தார்கள். ஆர்த்தியும் நீச்சல் அடிப்பதை நிறுத்திவிட்டு மிதவையை அக்குளில் அணைத்தவாறு கெட்டியாகப் பிடித்துக்கொண்டாள்.

அதே நேரம் சிறுவர்கள் ஆர்த்தியை நோக்கி உற்சாகமாகக் கையசைத்ததைப் பார்த்த பாண்டியன் இன்னும் அவர்களுக்கு உடலில் சோர்வுத் தன்மை வந்துவிடவில்லை என்பதை நினைத்து நிம்மதிகொண்டான். அவர்கள் அப்படித் தெம்புடன் இருக்கும் பட்சத்தில் இவர்களின் வேலை சற்று எளிதாகிவிடக் கூடும். அப்படியே விஜய்யும் ஆர்த்தியும் சற்று அவனுக்கு முன்பே கோயில் தாண்டி செல்வதைப் பார்த்தான். அப்படியென்றால் கோயிலில் அவர்கள் செல்லும் கயிறு தட்டுப்பட்டாலும் பாண்டியன் செல்லும்போதுதான் அது தடுத்து நிறுத்தப்படும். எனவே தனக்கு ஏற்படும் அதிர்வைக் காட்டிலும் விஜய்க்கும் ஆர்த்திக்கும்தான் அதிகமாக இருக்கப் போகிறது. எனவே அவர்கள் மிகக் கெட்டியாகப் பிடித்துக்கொண்டு செல்கிறார்களா என எட்டிப் பார்த்தான். ஆனால் கோயிலின் கோபுரம் அவனது கண்களின் பார்வையை மறைத்தது. சிறுவர்கள் முதலில் விஜய்யும் ஆர்த்தியும் தங்களுக்கு அருகில் வராமல் கடந்துசெல்வதைக் குழப்பமுடன் பார்த்தார்கள். ஒருவேளை அவர்கள் வெள்ளத்தில் அடித்துச் செல்லப்படுகிறார்களோ என்று கவலையுடன் தங்களுக்குள் பேசிக்கொண்டார்கள். பின் பாண்டியன் இடதுபுறமாகத் தங்களைக் கடந்து சென்றுகொண்டிருப்பதைப் பார்த்தவர்கள் இவரும் வெள்ளத்தில் அடித்து செல்லப்படுகிறாரோ எனப் பயந்தவர்கள் பின்பு இவர் நம்மைக் காப்பாற்ற வந்தவர் எனப் புரிந்துகொண்டு "அண்ணே... அண்ணே... காப்பாத்துங்க... காப்பாத்துங்க" எனக் கூக்குரலிட்டார்கள்.

பாண்டியனுக்கு அவர்களின் குரல் சன்னமாகக் கேட்க, நிமிர்ந்து பார்த்தவன் அவர்கள் நின்றுகொண்டு அலறுவதைப் பார்த்தான். கயிறு இப்பொழுது முட்டி சற்று அதிர்வைக் கொடுக்கப்போகும் இந்த நேரத்தில் இவர்கள் வேறு இப்படி செய்கிறார்களே என்று ஆதங்கம் கொண்டான். இருந்தாலும் பரவாயில்லை என்று அவர்களைப் பார்த்து உட்காருமாறு மூன்று முறை கைகளால் சமிக்ஞை செய்துவிட்டு மிதவையைக் கெட்டியாக பிடித்துக்கொண்டான். அவன் பிடிப்பதற்கே காத்திருந்தது போல் கோயில் கோபுரத்தால் தடுத்து நிறுத்தப்பட்ட அவர்களை இணைத்த கயிறு சட்டென்று தான் செல்லும் வேகத்தைக் குறைத்து நின்றது. அது தடுத்து நிறுத்தப்பட்டதால் எழுந்த எதிர்விசையில் பாண்டியன் சற்று அல்லாடிப்போய் பின் நிதானத்திற்கு வந்தான். அவனை ஊசலாட்டம் அப்படி ஒன்றும் பெரியதாக பாதிக்கவில்லை எனினும் விஜய்யும் ஆர்த்தியும் சட்டென நிற்கும் பட்சத்தில் அவர்களது இழுவிசையால் தான் அவர்கள் பக்கமாக இழுக்கப்படுவோம் என எதிர்பார்த்துக் காத்திருந்தான். மேலும் அவர்கள் கணித்த தரையடிப் பாலத்தின் இழுவிசையை அவன் உணர்ந்தாலும் அதை அவனால் சமாளிக்க முடிந்தது. அதே சமயம் வேறு ஓர் உண்மை அவனுக்குப் புரிந்தது. அநேகமாக விஜய்யும் ஆர்த்தியும் தரையடிப் பாலத்தின் நீர் சுழற்சியின் இழுவிசையில் அதிகம் ஈர்க்கப்பட்டிருப்பார்கள். ஏனெனில் அவர்கள்தான் தற்போது அதற்கு அருகில் இருக்கிறார்கள். எனவே தன்மீது பாயப்போகும் இழுவிசை இரு வேறுபட்ட விசைகளின் தொகுப்பாக இருக்கும் என்பதால் சற்று கெட்டியாகவே பிடித்துக்கொண்டான்.

“ஆர்த்தி, அந்த சார் சொன்ன மாதிரியே நம்மள வேகமா இழுக்குது இந்த தரையடி பாலத்தோட போர்ஸ், கெட்டியா பிடிச்சுக்கோ” என்றான்.

"பீல் பண்ண முடியுதுடா, நீயும் கெட்டியா பிடிச்சுக்கோ" என்றாள் ஆர்த்தி.

அவர்கள் மீது வெள்ளத்தினால் ஏற்படும் தள்ளுவிசையும், தரையடிப் பாலத்தின் கீழே உருண்டை வடிவ குழாய்களில் உள்ளே சென்றுகொண்டிருக்கும் தண்ணீரால் ஏற்படும் நீர் சுழற்சியின் இழுவிசையும் ஒருசேர அவர்களை அழுத்தியது. வெள்ளத்தின் தள்ளுவிசையில் எளிதாகச் சமாளித்தபடி வந்தவர்கள் மற்றொரு இழுவிசையும் சேர்ந்து அவர்களை இழுக்க அதைச் சமாளிக்க சற்றுக் கடினப்பட்டார்கள். அதே நேரம் பாண்டியன் அவர்களுக்கு இடதுபுறமாகச் சற்று முன்னே கோயிலின் இடப்பக்கம் இப்படியும் அப்படியும் மிதவையில் அசைந்து கொண்டிருப்பதைத் தங்கள்மீது எழும் இறுக்கத்தில் உணர்ந்தார்கள்.

அவர்கள் சட்டென நிறுத்தப்பட்டதால் அவர்களது மிதவைகள் இப்படியும் அப்படியுமாகச் சிலமீட்டர் தூரம் அலைந்தது. இருவருமே அந்த அதிர்வினால் சிலநொடிகள் தங்கள் தலைகளைத் தண்ணீருக்குள் அமிழ்த்தி வைக்க வேண்டியதாகி விட்டது. அதனால் அவர்களது தலைக்கவசம் சரியாகப் பொருந்தாமல் ஒழுங்கீனமாக தலையில் இருந்தது. பாண்டியன், ஆர்த்தியும் விஜய்யும் தன்னைத் தாண்டி பின்புறம் வந்துசெல்வதைப் பார்த்தவன், அவர்களை இணைத்த கயிறு கைக்கெட்டும் தொலைவில் தெரிகிறதா என்று பார்த்தான். ஆனால் அந்தக் கயிறு வெள்ளத்தினால் தண்ணீரில் மறைந்தே இருந்தது. ஒருவேளை அவர்கள் திட்டமிட்டப்படி இருவரும் பதினைந்து மீட்டர் இடைவெளியில் வந்திருந்தால், ஒருவேளை இரண்டு முனைகளில் இருந்த மிதவைகளும் கோயிலைக் கடந்து, கோயிலால் கயிறு தடுக்கப்படும் பொழுது அம்மிதவைகள் கோயிலைக் கடந்தபின் இணைந்திருக்கலாம்.

அப்படி நடந்திருந்தால் அவர்களது பணி இன்னும் எளிதாக இருந்திருக்கக் கூடும். ஆனால் இப்பொழுதோ ஆர்த்தியும் விஜய்யும் சில மீட்டர் தொலைவில் தனக்குக் கீழே இருக்கிறார்கள் என்பதே அவனுக்கு அயர்ச்சியைக் கொடுத்தது. ஆனால் அவர்கள் இருவரும் தங்களை நிலைநிறுத்திக் கொள்ள போராடிக்கொண்டு இருப்பதைப் பார்த்தான்.

இருவருமே அருகருகே இருந்தாலும் விஜய்யின் நீச்சல் அடிக்கும் கால்கள் சற்று தொலைவில் இருந்தது. "அம்மா" என்ற விஜய்யின் அலறலில் அவனைப் பார்த்து "என்னடா ஆச்சு?" என்று கேட்டாள் ஆர்த்தி.

"எதிலயோ கால் இடிச்சிக்கிச்சி" எனக் கண்ணீர் வழிய தெளிவாகவே கூறினான். அவனை அப்படிப் பார்த்த நொடியே ஆர்த்திக்குப் புரிந்துபோனது, அவன் எந்தளவு அடிபட்டு இருப்பான் என. அவன் குரலில் வலியின் சுவடு இல்லை என்றாலும் கண்களில் தானாகவே கண்ணீர் வந்துவிட்டது. அவனது நெஞ்சுரம் அவளை வியக்க வைத்தது. அவனுக்கு ஏதாவது உதவி செய்யவேண்டும் என நினைத்தாள். அவனுக்கு ஏற்பட்டிருக்கும் காயத்தின் பகுதி தண்ணீரில், தண்ணீருக்கு அடியில் இருக்கிறது.

"இன்னும் ரெண்டு ஆட்டம்தான்டா, அப்புறம் மிதவை நின்னுடும், கெட்டியா பிடிச்சுக்கோ, அதுக்கப்புறம் நான் பாக்கறேன்" என்றாள் அவள்.

"சரி, நீயும் கெட்டியா புடிச்சுக்கோ" என்றான் விஜய்.

பாண்டியன் ஒருவாறாக சமநிலை பெற்றுவிட்டான் என்றாலும் இழுவிசையின் இறுக்கத்தை உணர்ந்தபடியே இருந்தான். இன்னும் சற்று வலதுபுறம் சென்றால் கோபுரத்தின் பின்புறம்

உள்ள வெள்ளத்தின் பகுதி கிடைக்கும். அது அவ்வளவு நீரோட்டம் மிக்கதாக இருக்காது. ஏனெனில் கோயிலில் மோதிய வெள்ள நீரின் வேகம் குறைந்திருக்கும். விஜய்யும் ஆர்த்தியும் நிலைபெற்று விட்டால் போதும். அவன் கயிற்றைப் பிடித்தபடி வெள்ளத்திற்கு எதிர்புறமாக முன்னேற ஆரம்பித்து விடுவான். ஆனால் அதற்கு கயிற்றின் இழுவிசை நிலையானதாக இருக்க வேண்டும். அவனது பிடி சற்று தளர்ந்துவிட்டாலும் ஒருவேளை விஜய் மற்றும் ஆர்த்தியின் கனத்தாலும் அவர்கள்மீது அதிகரிக்கும் இழுவிசையாலும் பாண்டியனின் மிதவை மேலே முன்னோக்கி முன்னோக்கிச் சென்று கோயிலைக் கடந்து விஜய் மற்றும் ஆர்த்தியுடன் அப்படியே போய்விடக் கூடும். அதனால் அவன் தனது பிடியை எந்த வகையிலும் தளர்த்தலாகாது.

"விஜய், உன் கால காட்டுடா எவ்வளவு அடிபட்டு இருக்குன்னு பாக்கிறேன்" என்றாள் ஆர்த்தி ஒருவாறு தங்களது இரு மிதவைகள் சிறு தள்ளாட்டத்தில் இருந்தாலும் அதை சமாளித்தவாறு. விஜய் காலைத் தூக்கி அவளுக்குக் காட்ட முயற்சித்தான். ஆனால் முடியாமல் போகவே மிதவை மேல் மல்லாந்து படுத்து, தனது இடுப்பை மட்டும் வளையத்தின் உள்ளே வைத்து இரு கால்களையும் கைகளையும் மிதவையின் மேல் வைத்தவாறு அவளுக்குக் காண்பித்தான்.

"உன்னோட கால் நகம் உடைஞ்சிருக்கு விஜய், ஆனா ரத்தம் அந்தளவு வராம சிவந்திருக்கு" என்றாள். கூடவே அவனது காலின் பாகங்களையும் மற்ற பகுதிகளையும் பார்க்க, தொடர்ந்து மழையினால் நனைந்த உடலின் தசைகள் சுருங்கிப் போயிருக்கும் தன்மை தென்பட்டது. தனது கையின் உள்ளங்கையை சற்று நிமிர்த்திப் பார்த்தவள்

அவளது உள்ளங்கையின் தன்மையும் அவ்வாறு இருப்பதைப் பார்த்தாள்.

"லேசாதான் வலிக்குது" என்றான் விஜய்.

அவள் மெல்ல அவனது அடிபட்ட விரலில் கை வைக்க "என்னடி பண்ற?" என்று அவன் அலறியபோதுதான் அவன் பட்டிருக்கும் காயத்தின் பாதிப்பு புரிந்தது.

"உன்னோட நகக்கண்ணு ரொம்பவே காயமா இருக்குடா, உன்னால காலால நீச்சல் அடிக்கவே முடியாது, அடிக்கவும் கூடாது, இப்ப வலி இல்லன்னாலும் நாளைக்கு அது நகசுத்தி மாதிரி உயிரே போகும்" என்றாள்.

"இப்படியே கொஞ்ச நேரம் இருந்தா சரியாயிடும், நீ ஏதாவது துணி இருந்தா கட்டு" என்றான். அவள் தனது பாக்கெட்டில் இருந்து கைக்குட்டையை எடுத்து சற்றுத் தண்ணீர் பிழிந்துவிட்டு அவனது கட்டை விரலைச் சுற்றி கட்டும்போது விஜய்யின் விழிகளில் இருந்து கண்ணீர் வழிந்தபடி இருந்தது. அவன் தனது பற்களைக் கெட்டியாகக் கடித்தபடி தன் வலியைப் பொறுத்துக்கொள்வதை பார்க்கையில் அவளது மனம் அவனைப் பற்றி பெருமிதம் கொண்டது. அதே நேரம் பாண்டியனின் இடது உள்ளங்கை அவனிடம் இருந்து தெரிய ஆர்த்தி ஒருமுறை தலைக்கவசத்துடன் இருந்த விஜய்யின் முகத்தைப் பார்த்தாள். சன்னமாய் பெய்துகொண்டிருந்த மழையில் கண்மூடி வலியைப் பொறுத்துக்கொண்டிருந்தான் விஜய். அவனை ஒரு தடவை பார்த்துவிட்டு ஆர்த்தி உடனடியாகத் தனது தலைக்கவசத்தைக் குத்துவது போல் காட்டித் தாங்கள் காயம்பட்டிருப்பதைச் சமிக்ஞை மூலம் பாண்டியனுக்குத் தெரிவித்தாள். அதைப் பார்த்த பாண்டியன் சில நொடிகள் எந்தவித சமிக்ஞையும் செய்யாமல் அவனது மிதவையின் மேலேறி நின்று அவர்களைப் பார்த்தான். சில

நொடிகள் அப்படி நின்ற அவன் கீழே வெள்ளத்தில் விழுந்து மிதவையைப் பிடித்துக்கொண்டான். அந்தத் துளி அவகாச இடைவெளியில் ஆர்த்தி விஜய்க்கு காயம் பட்டிருக்கிறது என்பதை விஜய்யின் தலைக்கவசத்தில் மூன்றுமுறை குத்துவதுபோல் செய்து சமிக்ஞை செய்தாள். அதைச் சரியாக புரிந்துக்கொண்ட பாண்டியன், தனது தலைக்கவசத்தை கழட்டி எடுத்து எடுத்து மாட்டினான். ஆர்த்தியும் அவனது செயலைப் புரிந்துகொண்டு "விஜய், உன்னால இனி காலால நீச்சல் அடிக்க முடியாது, அப்படியே பண்ணா நமக்குத்தான் பிரச்சனை அதிகமாகும்"

"நீ என்ன சொல்ற?" என விஜய் சற்றுத் தனது கால்களைத் தண்ணீருக்குள் விட்டவாறு கேட்டான். அவனது கையினால் மிதவையைப் பிடித்து மட்டுமே அவனால் சமநிலையில் இருக்க முடிந்தது. கால்களைத் தண்ணீரில் உதைக்க சுர்ரென்று நகக்கண்ணிலும் அடிபாதத்திலும் வலி ஏற்பட்டது.

"உனக்கே தெரியும்... 'உன்னால் பயரை அணைக்க முடியலன்னா முதல்ல நீ எஸ்கேப் ஆயிடணும்...' இந்த வாசகம் நினைவிருக்கா"

"ஆமாம் இருக்கு, அதுக்கு என்ன இப்ப?"

"வீணா வீம்புக்கு நானும் பண்றேன்னு மேலும் பிரச்சினையை உண்டு பண்ணாதே, அத நீ ஃபாலோ பண்ற நேரம் வந்துடுச்சு"

"ஏய், ஏதோ தரையடி பாலத்துல இருக்கற பழைய இரும்பு ராடு குத்திடிச்சுன்னு பாத்தா, என்னையே இங்கிருந்து போகச் சொல்றியா" எனக் கோபத்தோடு கேட்டான்.

"புரியாம பேசாத விஜய், உனக்கு அடிபட்டிருக்கறது பாண்டியனுக்கு தெரிஞ்சா, முதல்ல உன்னதான் காப்பாத்த வருவார், அதனால நம்முடைய ஆபரேஷனே டிலே

ஆயிடும், அப்புறம் இருட்டாயிடுச்சுன்னா, எல்லோருக்கும் கஷ்டம்தான்" என்றாள்.

"நான் உயிர் கொடுத்தாவது காப்பாத்துவேன்னு சத்தியம் பண்ணியிருக்கேன், அதனால என்னால இதிலிருந்து பின்வாங்க முடியாது" என்றான் விஜய் உறுதியுடன்.

"நாங்களும்தான்டா சத்தியம் பண்ணியிருக்கோம், உன்னால நாங்களும் சத்தியத்துல தோக்குற மாதிரியாயிடும், நிஜமா உனக்கு இப்ப வலி தெரியல, தெரியாது, நாளைக்கு எப்படி சீழ் கோத்துக்கிட்டு வலிக்கும் தெரியுமா, புரிஞ்சுக்கோ, நாங்க இருக்கோம், நானும் பாண்டியனும் பசங்க இல்லாம கரை ஏற மாட்டோம், அப்படி வந்தா எங்க பிணம்தான் வரும், போதுமா? இன்னும் ஏதாவது சத்தியம் பண்ணனுமா?" என அவள் கொஞ்சம் கொஞ்சமாக அவனது மனதை மாற்றினாள். ஒரு கட்டத்தில் அவனும் தன்னைத் தற்காத்துக் கொள்வோம், முக்கியமாக அவர்களுக்கு இடையூறாக இருக்க விரும்பவில்லை என்பதை அழுத்தமாகச் சொல்லிவிட்டு, அவளிடம் இருந்து தன் மிதவையைக் கஷ்டப்பட்டு அவிழ்த்து தனியே கால்களை அசைக்காமல் மிதவையில் அந்த வெள்ளத்தில் மிதக்கத் தொடங்கினான்.

விஜய் தனியாக ஆர்த்தியிடமிருந்து பிரிந்து செல்வதைப் பார்த்த பாண்டியன் அவனுக்கு உண்மையிலேயே பெரிய காயம்தான் ஏற்பட்டிருக்கும் என்பதை உணர்ந்தான். எப்படி அவனுக்கு அந்தக் காயம் ஏற்பட்டிருக்கக் கூடும் எனச் சில நொடிகள் யோசித்தவன் சரியான காரணம் புலப்படாமல், தனது வேலையைத் தொடங்குவோம் என ஆர்த்திக்கு வலது கையைத் தூக்கி தனது உள்ளங்கையைக் காட்டினான். அவளும் தனது உள்ளங்கையை அவனுக்குக் காட்டி எல்லாம் சரியாக இருப்பதாகச் சமிக்ஞை செய்தாள்.

25

பாண்டியன் மிதவையின் வளையத்திலிருந்து வெளியேவந்து அவர்களைப் பிணைத்துள்ள கயிற்றைப் பிடித்து அம்பு போல் உயர்ந்த இரும்புத் தூண்களில் கட்டப்பட்டு தொங்கிக்கொண்டிருக்கும் கயிற்றைப் பிடித்து ஏறுவது போல் விறைப்பாக முன்னேற முயற்சி செய்தான். ஆனால் தண்ணீரின் இலகு தன்மையில் அவன் மூழ்க வேண்டியதாகி விட்டது. மிதவை சற்று அசைந்து கொடுத்ததே தவிர அது தண்ணீரில் மூழ்காமல் இருந்தது. இதற்கு வேறு வழிதான் சிறந்ததாக இருக்கும் என்று தனது நிலையை மாற்றினான்.

தற்பொழுது இரண்டு நீண்ட கம்பங்களுக்கு நடுவில் கட்டப்பட்டு தொங்கிக்கொண்டிருக்கும் கயிற்றை ஒரு குரங்கு எப்படி தலைகீழாகப் பிடித்தபடி கடந்து செல்லுமோ அவ்வாறு தனது கால்களில் கயிற்றை சுழற்றிக்கொண்டு கைகளால் பிடித்தபடி தலைகீழாக முன்னோக்கி சென்றான். அது ரொம்ப வசதியாக இருந்தாலும் அடிக்கடி அவனது தலை தானாகவே தண்ணீரில் அமிழ்ந்து விடுவதைத் தடுக்க முடியவில்லை. எனவே இரண்டு இரண்டு மீட்டராக, கொஞ்சம் கொஞ்சமாக முன்னேறினான். கால்களில் அப்படி ஒன்றும் பெரிதாக வலி தெரியவில்லை என்றாலும் கைகளில் வலி அதிகமாகி மேலும் அவனது உடல் கனம் இல்லாததால் பின்புற மிதவையும் பலமாக இப்படியும் அப்படியும் ஆடி வெள்ளத்திற்கு ஏற்றவாறு அசைந்தது. அதன் அசைவில் கயிறும் திசை திரும்ப முயற்சித்தவண்ணம் இருந்தது. சில நேரங்களில் பெய்துகொண்டிருக்கும் மழைநீர் அவனது முகத்தில் சுளீரென விழவும் செய்தது.

பாண்டியனின் செயல்களைப் பார்த்துக்கொண்டிருந்த ஆர்த்திக்கு இப்படியெல்லாம் தாங்கள் பல்கலைக்கழகத்தில் பயிற்சியில் செய்ததெல்லாம் நினைவுக்கு வந்தது. இப்பொழுது பாண்டியன் மேற்கொள்ளும் அந்தச் செயல் நாட்டின் பாதுகாப்பு தினமான மார்ச் நான்கிலும் தீயணைப்பு வாரமான ஏப்ரல் 14லிலும் இது போட்டிப் பந்தயமாக துறையில் நடத்தப்படுவது உண்டு. கடந்த முறை பாதுகாப்பு இல்லாமல் அவள் செல்லப்போவதை கண்டிப்புடன் தடுத்து அவளைப் பாதுகாப்பு பெல்ட் அணிந்து செல்லும்படி செய்தவனும் பாண்டியன்தான். அது நல்லதற்கே வழிவகுத்தது. அவள் செய்த சிறு தவறால் அவள் கீழே விழுந்து விடாமல் அந்தப் பாதுகாப்பு பெல்ட்தான் காப்பாற்றியது. அதே செயல்தான் இப்பொழுது பாண்டியன் செய்துகொண்டிருக்கிறான். ஆனால் பாதுகாப்பிற்கு உரிய எந்த உதவி உபகரணமும் இல்லாமல். இப்படித்தான் தொழிற்சாலையில் சில நேரங்களில் செயல்பட நேரிடுமோ, அதுவும் விபத்துக் காலங்களில் என்று அவள் நினைத்தாள்.

மெல்ல மெல்ல அவன் முன்னேறி கோயிலை அடையும் வரை தன் கண்களை அங்கிருந்து அகற்றாமல் பார்த்துக்கொண்டே இருந்தாள். விஜய் அருகாமையில் இல்லாமல் தான் மட்டும் தனியாக பாண்டியனுடன் சாகசங்கள் செய்வது அவளுக்கு மெய்சிலிர்க்க வைத்தது. அவனிடத்தில் மட்டற்ற மரியாதையும் அன்பும் மேலோங்கியது. அவனிடம் இந்த கணம் என்ன வேண்டுமானாலும் பேச முடியும் என்று நினைத்தாள். இப்படிப்பட்ட சந்தர்ப்பத்தை விட்டால் வேறு ஒரு சந்தர்ப்பம் கிடைக்காது. நேற்றிரவு அர்ச்சனா எங்கிருந்தாள் என்ற கேள்விக்கு மட்டும் விடை தெரிந்தால் போதும். அவனிடம் எப்படியாவது கேட்டுத் தெரிந்துகொள்ள வேண்டும். அவன் முற்றிலும் மறுக்கக்கூடும். ஆனால் தன்

உள்ளுணர்வில் உள்ள நம்பிக்கையை அவளால் புறந்தள்ளிவிட முடியாது. மேலும் அந்த எண்ணம் வலுப்பெறும் முன் இப்பொழுது அவன் செய்துகொண்டிருக்கும் செயல் போல் தானும் கயிற்றைப் பிடித்து முன்னேறி செல்லலாமா என்று யோசிக்கத் தொடங்கினாள். அதேநேரம் கோயிலிலிருந்த சிறுவர்களைச் சென்றடைந்தவன் ஆர்த்தியைப் பார்த்து வலது உள்ளங்கையைக் காட்டி எல்லாம் நலமா என்று சமிக்ஞை செய்து கேட்டான். அவளும் தான் நன்றாக இருப்பதாகக் கையசைத்துவிட்டு, "உங்களிடம் வரலாமா?" எனச் செய்கை மூலம் கேட்டாள். ஆனால் அவளைப் பொறுத்திருக்கும்படி சைகை செய்தான்.

பாண்டியன் மெல்ல மெல்ல முன்னேறி கோயிலை அடைந்தவுடன் சிறுவர்கள் அவனைக் கட்டிப்பிடித்து பற்கள் மிளிர சிரித்தார்கள். அவனும் அவர்களிடம் பெற்றோர்கள் தந்த பிஸ்கட் இனிப்பு மற்றும் பிறவற்றையும் கொடுத்துச் சாப்பிடும்படி கூறினான். பின் ஆர்த்திக்கு சைகை செய்து அவளை அங்கேயே காத்திருக்கும்படி சொன்னான். இதற்கிடையில் அவனது மிதவை எந்தக் கனமும் இல்லாததால் மெல்ல மெல்ல மேல்நோக்கி வந்துகொண்டிருப்பது தெரிந்தது. அதனால் ஆர்த்தி சற்று கீழ்நோக்கி சென்றிருக்கக் கூடும். உடனே பாண்டியன் அந்தக் கயிற்றை கெட்டியாகப் பிடித்து இழுத்து அந்தக் கோயிலின் கோபுரத்தில் இருமுறை சுற்றி பலமாக இருக்கும்படி செய்தான். இப்பொழுது ஆர்த்தி கீழ்நோக்கி செல்லாமல் நிலையாக ஒரே இடத்தில் நின்றாள்.

"என்னடா சாப்பிட்டீங்களா" எனச் சிறுவர்களைப் பார்த்து கேட்டான்.

"நீங்களும் சாப்பிடுங்க" எனக் குட்டிப்பையன் ஒருவன் தனது பிஸ்கட் பொட்டலத்தை நீட்ட அவனைப் பார்த்து

சிரித்துவிட்டு அதை மறுத்தான். ஆனால் அந்தக் குட்டிபையன் அவனிடம் திரும்பவும் கையை நீட்டியபடி இருந்தான். வேறு வழியில்லாமல் ஒன்றை எடுத்துக் கடித்தவன், "உம் பேரு என்னடா?" எனக் கேட்டான்.

"என் பேரு ரமேஷ், இது என் அண்ணன் சுரேஷ், இவன் எங்க பிரண்ட் மருது" என்றான்.

"எப்படிடா இங்க வந்தீங்க?"

"கோலி விளையாட வந்து மாட்டிக்கிட்டோம்" எனச் சொல்லி மூவரும் வெட்கமாகச் சிரித்தார்கள். சுரேஷ் குனிந்து வெள்ளம் ஓடிய தண்ணீரைக் கைகளால் அள்ளிக் குடிக்க மற்ற இருவரும் அவ்வாறே செய்தார்கள்.

"சரி, இப்ப அந்த அக்காவை நம்ம கிட்ட இழுப்போமா" எனச் சொன்னவுடன் அந்தச் சிறுவர்களும் உடனே அவனுக்கு உதவி செய்ய எழுந்து நின்றார்கள்.

"டேய், நீங்க எதுவும் பண்ணவேண்டாம், அப்படியே உட்காருங்க. நான் பாத்துக்கறேன்" எனச் சொல்லிவிட்டு ஆர்த்தியின் கயிற்றைப் பிடித்து இழுக்க ஆரம்பித்தான். அவனது சமநிலை தடுமாற, தன்னைப் பலமாக அந்தக் கோபுரத்தின் கலசத்தில் பொருத்திக்கொண்டு அந்தக் கயிற்றை இழுக்க ஆரம்பித்தான்.

ஆர்த்தி தன்னை ஏன் பாண்டியன் காத்திருக்கும்படி சொன்னான் என்பதைச் சில நொடிகளில் புரிந்துகொண்டாள். தான் பின்புறம் செல்வதை உணர்ந்து மேலும் தான் ஏதாவது செய்தால் அது சிக்கலாகிவிடும் என்பதால் முடிந்த மட்டும் போராடிவிட்டு பின் மிதவை கீழ்நோக்கிச் சென்றால் உடனே தப்பித்துவிட வேண்டியதுதான் என்று நினைத்திருந்த சமயத்தில் பாண்டியன் தங்கள் கயிற்றை இருமுறை

கோபுரத்தின் பகுதியில் கட்டிவிட்டு தன்னை அவனருகில் இழுப்பதை உணர்ந்து நிம்மதியானாள். இனி விஷயங்கள் எல்லாம் சுலபமாகிவிடும் என்று தோன்றியது.

பாண்டியன் மெல்ல மெல்ல கயிற்றின் மூலம் ஆர்த்தியை இழுத்து, தன்னிடத்திற்கு முழுவதுமாகக்கொண்டுவந்து அவளிடம் கைநீட்டி கோபுரத்தின் மேல் கால் வைக்க உதவினான். ஆனால் அங்கிருந்த சிலைகளைப் பார்த்த அவள் அவைகளின் மீது கால் வைக்கத் தயங்கினாள்.

"அப்புறம் எல்லாத்துக்கும் சேர்த்து பாவ மன்னிப்பு கேட்டுக்கோ, இப்ப நமக்கு வேற வழி இல்ல" என்றான் பாண்டியன்.

"எங்கடா ரத்த காவு வாங்காம, நம்ம ஆபரேஷன் நடக்குதுன்னு நெனைச்சுட்டு இருந்தேன், அதுக்கு தகுந்த மாதிரி விஜய் கால் காயம் பட்டு ரத்தம் வந்துடுச்சு" எனப் பாண்டியனின் கைகளைப் பற்றி மெல்ல அந்த சிலைகளின் மீது கால் வைத்து கலசத்திற்கு அருகில் சென்றாள். பின் விஜய்க்கு நடந்ததைச் சுருக்கமாகச் சொல்லிவிட்டு மேற்கொண்டு என்ன செய்ய வேண்டும் என்பதைக் கேட்டாள்.

"இரண்டாவது குழுவுக்கு சிக்னல் கொடு, அவங்க வந்த பிறகு எப்படிப் பசங்கள கூப்பிட்டு போலாம்ன்னு முடிவு செய்யலாம்" என்றான்.

அவளும் எழுந்து தனது சிவப்புநிற தலைக்கவசத்தை எடுத்து தலைக்கு மேல் தூக்கி இப்படியும் அப்படியும் அசைத்தாள். அப்பொழுதுதான் அவளுக்குப் புரிந்தது தாங்கள் எவ்வளவு தூரத்திலிருந்து இங்கு வந்திருக்கிறோம் என்று.

"ஒரு ரிப்ளையும் இல்லையே" என்றாள் சற்று சலிப்புடன்.

“அதெல்லாம் பைனாகுலர்ல பாத்துட்டு இருப்பாங்க, இப்ப பாரு ரெண்டு பக்கமும் குதிப்பாங்க” என அவன் சொல்லிக் கொண்டிருக்கும்போதே நான்கு பேர் பாலத்தில் இருந்து குதிப்பது மழையினூடே மங்கலாகத் தெரிந்தது.

“மழை குறைஞ்சிடும் போல” என்றாள் ஆர்த்தி.

“அதான் நம்ம போராட்டம் முடிவுக்கு வந்துடிச்சில்ல, அப்புறம் எதுக்கு இந்த மழை பெய்ய போகுது” என்றான் பாண்டியன் சிரித்தபடி.

“இவனுங்கள கரைக்குக் கொண்டு போகணுமில்ல, அதுவரைக்கும் நாம எப்படி ஜெயிச்சிட்டோம்னு சொல்றது” என்றாள் ஆர்த்தி வேதனையுடன்.

“அண்ணே, இந்த அக்கா உங்ககூட வேலை செய்றவங்களா” என ரமேஷ் கேட்க, “ஆமான்டா அவர் கூட தான் வேலை பாத்துட்டு இருக்கேன்” என அவனது கன்னத்தைக் கிள்ளியபடி சொன்னாள் ஆர்த்தி.

“உங்கள பாத்தா பயர் ஆளுங்க மாதிரி தெரியலையே, வேற மாதிரி டிரஸ் போட்டுட்டு இருக்கீங்க” என மருது கேட்க, பாண்டியனும் ஆர்த்தியும் வாய்விட்டு சிரித்தார்கள்.

“நாங்களும் அவங்களும் ஒன்னு தாண்டா, நாங்க இப்ப ட்ரெய்னிங்ல இருக்கோம், ட்ரைனிங் முடிஞ்சா தான் அவங்க மாதிரி யூனிபார்ம் போட்டுக்க முடியும்” என்றாள் ஆர்த்தி.

“அண்ணா, அவங்க கிட்ட வந்துட்டாங்க” என ரமேஷ் குரல் கொடுக்க, அனைவரும் அந்த திசையைப் பார்த்தார்கள். தங்களுக்கு ஏற்பட்ட போராட்டம் போல் இல்லாமல் அவர்கள் சற்று இலகுவாக வருவதாக ஆர்த்திக்கு தோன்றியது. எல்லோருக்குமே முன்னோடியாய் ஓர்

அனுபவம் தேவைப்படுகிறது. அவ்வளவுதான். அது கிடைத்துவிட்டால் எல்லாமே சுலபமாக முடிந்துவிடும் என்று நினைத்துக்கொண்டாள். பாண்டியனுடன் இன்னும் சில நிமிடங்கள் மட்டுமே தனியாக இருக்க முடியும் என்பதை உணர்ந்த அடுத்த நொடியே அவளது உடல் சற்று நடுங்கத் தொடங்கியது. எங்கு ஆரம்பிப்பது என்பது தெரியாமல் தவித்தாள். என்னதான் மனதளவில் நெருக்கமாக உணர்ந்தாலும் வெளிப்படையாக நேரடியாகக் கேட்பதற்கு மனம் ஒப்புக்கொள்ளவே இல்லை.

‘‘ஏன்டா, மொத நாள் நல்லா மழை பெஞ்சா, அடுத்த நாள் ஆத்துல வெள்ளம் வரும்னு உங்களுக்கு தெரியாதா என்ன?’’ எனச் சிறுவர்களைப் பார்த்துக் கேட்டான் பாண்டியன்.

‘‘காலைல கொஞ்சம்தான் தண்ணி போச்சு, 11 மணிக்கு மேல வெள்ளம் வர ஆரம்பிச்சுடுச்சு’’ என்றான் சுரேஷ்.

‘‘இப்ப கூட தண்ணி ஏறுது தெரியுமா, இந்த சிலையோட தலை நீங்க வர்றதுக்கு முன்னாடி தெரிஞ்சது, ஆனா அது இப்ப முழுகிடுச்சு’’என்றான் மருது. அவன் சொன்னதின் உண்மை நிலையை உணர்ந்த பாண்டியன், ‘‘கெட் ரெடி ஆர்த்தி, மேல வெள்ளம் வந்தாலும் வரலாம்’’என்று அவளை அவசரப்படுத்தினான். ஆனால் ஆர்த்தி அவனையே பார்த்தபடி இருப்பது உணர்ந்து பாண்டியன் நிமிர்ந்து, ‘‘என்னாச்சு ஆர்த்தி?’’ எனக் கேட்டான்.

‘‘நேத்து நைட் எங்க சாப்பிட்டீங்க?’’ என ஆர்த்தி கேட்க, அவள் எதற்கு கேட்கிறாள் என்று சிறிதும் பிரக்ஞை இல்லாமல் ‘‘என்னோட வீட்லதான்’’ என்றான்.

‘‘யார் கூட சாப்பிட்டீங்க’’ என அவள் கேட்ட பொழுதுதான் அவன் தன் சுய உணர்வை அடைந்தான். அதற்கு பிறகு அவனால் அவள் கேள்விக்குப் பதில் சொல்ல முடியாமல்

தவித்தான். தான் ஏதோ தனது ஆசிரியரிடம் தவறுசெய்து மாட்டிக்கொண்டு முழிப்பதுபோல் அவன் உணர்ந்தான்.

அவனது நடவடிக்கையைக் கூர்ந்து கவனித்த ஆர்த்திக்கு, "இது பாண்டியன் தானா?" என்ற கேள்வி நெஞ்சை அடைத்தது. எப்பொழுதுமே எதற்குமே யாருக்குமே பயப்படாதவனாய் வலம் வந்துகொண்டிருக்கும் இந்தச் சிறந்த மனிதன், தான் கேட்ட கேள்விக்குப் பதில் சொல்லாமல் தவித்துக் கொண்டிருக்கிறான் என்பதைப் பார்க்கையில் அவளது மனம் கலங்கியது. நாம் என்ன தவறு செய்துவிட்டோம்? நாம் யார் அதைப்பற்றி எல்லாம் கேள்வி கேட்க? அவனது தனிப்பட்ட விஷயத்தில் நான் எப்படி மூக்கை நுழைக்கலாம்? எது என்னை அவனிடம் கேட்க வைத்தது? லண்டன் வரை சென்று படித்து வந்தவன் சற்றுப் பரந்த மனம் கொண்டவனாக மாறி இருக்கலாம். அவன் அப்படி நடந்துகொண்டதில் நமக்கு என்ன இழப்பு? அவன் யாரோ நான் யாரோ. இன்னும் சில மாதங்களில் என் பயணம் வேறு அவனது பயணம் வேறு. அவன் தன் கேள்வியால் தலைகுனிந்து இருப்பதை பார்க்க அவளுக்கு வாய்விட்டுக் கதறத் தோன்றியது. அவள் முடிந்தவரை தன்னைக் கட்டுப்படுத்திக் கொண்டாலும் விசும்பல் வெளிப்பட்டு விட்டது.

"அண்ணே, அக்கா அழுவுறாங்க" என ரமேஷ் குரல் கொடுக்க, பாண்டியன் ஆர்த்தியைப் பார்த்தான். அவளது கண்களில் தெரிந்த தீட்சண்யம் தாங்காமல், "உனக்கு அதெல்லாம் இப்ப எதுக்கு, படிச்சுட்டு வேலைக்குப் போற வேலைய பாருங்க மேடம், மனச போட்டுக் குழப்பிக்காதீங்க" என அறிவுரை சொல்லும் தொனியில் கூறிவிட்டு அடுத்து வரும் குழுவின் திசையைப் பார்த்தான்.

ஆனால் ஆர்த்தி கேட்டதில் தான் ஏன் இப்படி அசிங்கப்பட்டு அவமானப்பட்டு நிற்கிறோம் என ஒருகணம் கலங்கினான். நிஜமாகவே நாம் தவறு செய்துவிட்டோமா என்ன? இதையே வேறு யாராவது கேட்டிருந்தால் நிலைமையே வேறு, வெடுக்கென முகத்தில் அடித்தாற் போல் பதிலளித்து இருப்பான். ஆனால் இவளிடம் அப்படிப் பேச முடியாமல் தவிக்க வேண்டியதாக இருக்கிறதே. இதற்கு ஒரு முடிவு கண்டேயாக வேண்டும் என ஆர்த்தியைப் பார்த்து, "ஆக்சுவலா" எனத் தன் எண்ணத்தைச் சொல்லத் தொடங்கியவன் ஆர்த்தியின் வலது உள்ளங்கையின் தரிசனத்தில் நிறுத்திக்கொண்டான்.

"பாண்டியன் சார், எனக்கு எல்லாம் தெரியும், இது என்னை ஏமாத்தினாலும், இது என்னை ஏமாத்தாது" என முதலில் தன் மூளையையும் இரண்டாவதாக தன் இருதயத்தையும் சுட்டிக் காட்டினாள். பாண்டியன் எல்லா பெண்களைப் போல் இவளும் இந்த விஷயத்தில் பலவீனமானவளாக இருக்கிறாளே எனக் கோபப்பட்டான்.

"லண்டன் எல்லாம் போய் படிச்சிட்டு வந்திருக்கீங்க, உங்களுக்கு அதெல்லாம் சாதாரணமான விஷயமா இருக்கலாம், இன்னும் ஆறு மாசம்தான், அப்புறம் பாருங்க, இந்த ஜுனியர் ஜுனியரா இருக்க மாட்டேன், அது பாண்டிய வேந்தனாகவே இருந்தாலும்..." என அவனை மன்னித்துவிட்ட தொனியில் கூற, பாண்டியன் அவளைப் பார்த்து புன்னகைத்தான். கூடவே மெர்சி கூறிய கூற்றும் அவனது ஞாபகத்திற்கு வந்தது.

"இப்படியெல்லாம் நீ ஏன் பேசுறன்னே புரியல" என்றான் பாண்டியன் மிகவும் அப்பாவியாக.

அவன் சொல்வதை உணர்ந்த ஆர்த்தி கூர்மையுடன், “அறம்தான் உங்களைத் தடுக்குதில்ல, வேலையைப் பாருங்க பாண்டியன்” என மிக எதார்த்தமான தொனியில் கூறிவிட்டு அவர்களது மிதவைகளை ஒன்றிணைக்கும் முயற்சியில் ஈடுபட்டாள். அதற்கு மேல் இருவருமே அந்த சங்கதியைப் பற்றித் தங்களுக்கு எந்தத் தொடர்பும் இல்லை என்பது போல் நடந்து கொண்டார்கள். ஆனாலும் பாண்டியனுக்கு, சீற்றத்துடன் கையில் சிலம்புடன் நிற்கும் கண்ணகி சிலை அந்நிலப்பரப்பையே ஆக்கிரமித்து தன்னை இம்சித்த வண்ணமிருப்பதாய் உணர்ந்தான்.

“சார், நாங்க வந்துட்டோம்” எனக் கலையின் குரலைக் கேட்டு பாண்டியன் திரும்பிப் பார்த்தான். ஒரு பக்கம் கலையும் மற்றொரு தீயணைப்பு வீரரும் தனித்தனி மிதவையில் இருக்க, மற்றொரு புறம் இரு தீயணைப்பு வீரர்கள் தனித்தனி மிதவையில் இருந்தார்கள். அவர்கள் வந்துசேர்ந்தவுடன் “ரஞ்சித்துக்கு என்னடா ஆச்சு?” எனக் கலையைப் பார்த்துக் கேட்டான் பாண்டியன்.

“சார், அவனும் அர்ச்சனா மேடமும் விஜய்யை காப்பாத்த போயிருக்காங்க, கணபதி சார் அப்புறம் கலெக்டர் எல்லோரும் வந்துட்டாங்க”

ஒரு தீயணைப்பு வீரர், “சார் எங்க ஆபிஸர் உங்க கிட்ட ஒரு தகவலை சொல்ல சொன்னார்” என்றான்.

“என்ன?”

“கலெக்டர் கிட்ட அவங்க எல்லாம் நீச்சல் எக்ஸ்பர்ட்ன்னு சொல்லி இருக்கேன்னு சொல்லச் சொன்னார்” என அவன் கூறி முடித்தான். அவனது வார்த்தைகளில் தெரிந்த சில உண்மைகளைப் பாண்டியன் புரிந்து கொண்டான்.

"எல்லோரும் ஒரு நிமிஷம் கவனிங்க... கலை, ஆர்த்தி நானும் முன்னாடியே கரை ஏறிடறோம், மத்தவங்க பசங்களைக் கொஞ்ச தூரம் கூட்டிட்டு போய் அப்புறம் கரையேறிடுங்க" எனக் கூறினான்.

"எஸ் சார்" என ஆர்த்தியும் கலையும் சொல்லி முடிக்க மற்ற மூன்று தீயணைப்பு வீரர்களும், "உங்க விருப்பம் சார்" என முடித்துக்கொண்டார்கள். அதை தொடர்ந்து அனைத்து மிதவைகளையும் ஒன்றாக இறுக்கிக்கட்டி ஆர்த்தி நடுநாயகமாக உட்கார்ந்திருக்க அவளைச் சுற்றி மூன்று சிறுவர்களை அமரவைத்து, அந்த அமைப்பையே ஒரு படகு போன்று மாற்றி, மற்ற அனைவரும் ஒரு பக்கமாகச் சூழ்ந்து வெள்ளத்தின் போக்கிற்கு ஏற்றவாறு மெதுமெதுவாக வலது பக்கமாகக் கரைக்கு அதை நகர்த்திக்கொண்டு வந்தார்கள். கரையிலிருந்த மக்களும் அவர்களுக்கு இணையாக கரைமீது நடந்து வருவதைப் பார்த்த கலை, "சார் என்ன பண்றது" எனக் கேட்டான்.

"ஆர்த்தி ரெடியாகி வெளியே வா, டேய் பசங்களா அப்படியே மிதவைல நீச்சல் அடிக்கிற மாதிரி படுத்துகோங்க" என்றான் பாண்டியன். ஆர்த்தி சிறுவர்களைப் பத்திரமாக மிதவைகளில் மீது படுக்க வைத்துவிட்டு அந்த அமைப்பிலிருந்து வெளியே வந்து பாண்டியனருகில் அவனுடன் நீந்தத் தொடங்கினாள்.

"சரி, நாம இங்கேயே கரை ஏறுவோம், வாங்க" எனப் பாண்டியன் சொல்ல, கலையும் ஆர்த்தியும் அவனுடன் கரை நோக்கி நீச்சலடிக்கக் தொடங்கினார்கள்.

கரையிலிருந்த பெருங்கூட்டமானது ஆற்றில் தீயணைப்பு வீரர்களால் அழைத்து வரப்படும் சிறுவர்களைப் பார்க்க அவர்களை நோக்கிச் சென்றுகொண்டிருக்க, ஓரிருவர் மட்டுமே பாண்டியன், ஆர்த்தி மற்றும் கலை கரையேற

கை கொடுத்தார்கள். கரையின் சாலையில் மூவரும் விளக்கொளியில் ஜொலித்தபடி நடந்துகொண்டிருந்தார்கள்.

“உண்மையிலேயே நம்ம ஆர்த்தி ஆபரேஷன் சக்சஸ்தான் சார், நாம ஜெயிச்சுட்டோம் சார்” எனக் கலை தனது குதூகலத்தை அடக்க முடியாமல் தெரிவித்தான்.

“நம்ம குழந்தைகள காப்பாத்துனதுக்கு சமமா ஒன்னு பண்ணி இருக்கோம்டா, இல்லையா ஆர்த்தி” என தனது வலதுபுறம் நடந்துவரும் ஆர்த்தியைப் பார்த்து பாண்டியன் கேட்டான்.

“ஆமாம்… எத்தனையோ ராத்திரி தம்பியோட கனவு வந்து டார்ச்சர் பண்ணும், பயத்துல நடுங்குவேன், கதறுவேன்… இனிமே எனக்கு அந்த மாதிரி நடக்காதுன்னு தோனுது, என் மனசுல அது அழிஞ்சிட்ட மாதிரி ஒரு ஃபீல் ஆகுது, இனி நான் ராத்திரியில நிம்மதியா தூங்கலாம், இது என்னோட வாழ்க்கை முழுசும் இருக்கும், அதுவும் உங்களால” என்றாள் பாண்டியனின் கண்களைப் பார்த்து ஆர்த்தி.

அவர்களது சாகசங்கள் தொடரும்…